MỤC LỤC

LỜI NGỎ

Các bạn thân quý,

Cư Xá Sinh viên Đắc Lộ (CXĐL) được thành lập năm 1960 tại Saigon, khi chúng ta là những sinh viên trẻ, trên dưới 20 tuổi, nhiệt huyết, đầy nghị lực. Chúng ta đã từ các vùng miền khác nhau, thuộc các tôn giáo khác nhau, sắc tộc khác nhau, căn bản sinh ngữ khác nhau. Thế nhưng, chúng ta đã kẻ trước người sau tề tựu tại căn nhà Đắc Lộ; nói một cách thân mật hơn là gia đình Đắc Lộ. Có những bạn chỉ ở Cư xá vài tháng rồi lên đường du học và cũng có những bạn ở cư xá lâu tới 7 năm, nhất là các sinh viên Y khoa.

Do biến chuyển của thời cuộc, chỉ 15 năm sau ngày thành lập, tháng 4/1975, Cư xá không nhận sinh viên mới nữa và mặc nhiên đóng cửa, dù rằng một số bạn vẫn còn nấn ná ở lại đến năm 1978 thì người cuối cùng mới thực sự rời khỏi.

Giờ đây, những sinh viên trẻ U20 ngày nào đã là những ông lão U90, U80 và một số ít hơn U70. Chúng ta cùngnhau ôn lại vài sự việc xảy ra trong hơn sáu chục năm qua.

Giám đốc tiên khởi của Cư xá Đắc Lộ là linh mục Henri Forest S.J., gốc Canada, tương đối trẻ, tuổi ngoài 40. Ngài từng bị Trung quốc trục xuất qua Hồng Kông. Sau đó Ngài được chuyển qua VN. Với tham vọng tạo dựng một lớp thanh niên trẻ trở nên những người có khả năng và tâm huyết để phục vụ đất nước một cách tích cực sau này, Ngài chuyển tải tinh thần THÀNH NHÂN (Esto Vir, Sois Homme, Be man) cho các sinh viên.

Do đó, Cư xá không đơn thuần là một ký túc xá sinh viên mà còn là một môi trường giáo dục. Tại đây, anh em tập sống chung, nhường nhịn và chia sẻ qua việc ở chung phòng, ăn uống chung bàn, thể thao, giải trí chung nhóm; tập tự giác tuân hành kỷ luật, đúng giờ; tập làm việc chung với tinh thần đồng đội qua những sinh hoạt xã hội và tổ chức văn nghệ; tập lãnh đạo chỉ huy qua việc đảm nhiệm những chức vụ được anh em bàu lên. Ngài cũng tạo cơ hội cho sinh viên phát triển khả năng sinh ngữ qua những tuần lễ Anh và Pháp ngữ. Cha Giám đốc cũng mở mang kiến thức và tạo cơ hội cho sinh viên học hỏi qua những buổi họp mỗi cuối tuần với những nhận xét "remarques" của Ngài. Thêm nữa, Ngài cũng mời các giáo sư đại học, các vị bộ trưởng và chức sắc trong chính quyền đến chia sẻ kiến thức và kinh nghiệm sống của họ.

Đã có một chút thành công ban đầu. Một số sinh viên đã tốt nghiệp đại học trong nhiều ngành nghề khác nhau và đang vươn lên trong những chức vụ khác nhau tại một quốc gia non trẻ đang trên đà phát triển mau chóng. Mọi chuyện bỗng khựng lại và anh em tan đàn xẻ nghé vào giữa năm 1975. Tan tác, mỗi người một ngả, mỗi người mỗi cảnh. Mọi liên lạc với nhau bỗng dưng bị cắt đứt.

Với lòng khao khát tìm lại bạn xưa, một số anh em, trong đó phải kể đến NT Hảo tại Pháp thỉnh thoảng làm những Bản tin ngắn (Bulletins) gửi cho nhau và dần dà quy tụ được một số bạn cũ. Và buổi họp mặt đầu tiên của Csv CXĐL hải ngoại được tổ chức tại Montreal năm 1985, tiếp theo đó là buổi họp mặt năm 1989 tại California. Từ đó tin tức của bạn hữu khắp nơi được biết đến nhiều hơn. Những buổi gặp gỡ lẻ tẻ đó đây thường xuyên hơn. Cuộc sống mới cũng từ từ ổn định hơn và sự liên lạc thuận lợi hơn.

Và rồi, năm 2010, một buổi Afar hội ngộ Kỷ niệm 50 ngày thành lập cư xá được tổ chức tại Orange CA, tập hợp nhiều bạn hữu khắp nơi. Tại đây, Quỹ Thiện nguyện CXĐL (AFAR FOUNDATION = AFF) được chính thức thành lập. Quỹ nhằm mục đích giúp người nghèo, trẻ em thiếu thốn và nhất là các sinh viên giỏi nhưng khó khăn về tài chánh tại quê nhà có cơ hội thăng tiến qua chương trình Học Bổng Thành Nhân. Quỹ nhận ESTO VIR làm phương châm và hoạt động trên nguyên tắc "thực tiễn, minh bạch và hiệu quả." Quỹ sinh hoạt đều đặn, đến nay là 13 năm và kỳ vọng của BDH là sẽ có thể tiếp tục chuyển tiếp tới thế hệ sau, dĩ nhiên là rất cần đến sự tiếp tay mạnh mẽ và liên tục của các ân nhân và anh em Afar khắp nơi.

Chúng ta sẽ dễ dàng nhìn thấy những thành quả tốt đẹp của Quỹ Thiện nguyện được ghi lại trong Đặc san Xuân Giáp Thìn này, nhất là về chương trình Học Bổng Thành Nhân. Nhiều bài viết, hình ảnh cũng như các thư cám ơn của các cháu sinh viên HBTN xác minh điều đó. Di sản cha Forest để lại cho chúng ta là "Hãy Thành Nhân" đã có những dấu hiệu tốt, và chúng ta cũng đang truyền cảm hứng đó cho thế hệ kế tiếp và các cháu sinh viên HBTN tại quê nhà.

Đặc san Xuân Giáp Thìn đặt trọng tâm vào sinh hoạt của anh em Afar và các chương trình thiện nguyện trong năm 2023 vừa qua. Ngoài ra, nội dung khá đa dạng và phong phú. Có giới thiệu về Cư xá, có sớ táo quân, có các mục tâm linh, văn, thơ, nhạc, biên khảo, y học, nhiếp ảnh, du lịch và nhiều nữa. Mời các bạn cùng thưởng thức.

Cầu mong Năm Mới Giáp Thìn mang đến mỗi người chúng ta và gia đình sự an vui, khỏe mạnh, tình gia đình, tình bạn mỗi ngày một khắng khít hơn nữa và Quỹ Thiện nguyện AFF tiếp tục gặt hái nhiều tin vui.

Thân ái,

Thay mặt Ban Biên Tập

Trương Ngọc Thạch

Xuân Giáp Thìn 2024

I. CƯ XÁ SINH VIÊN ĐẮC LỘ

Mười Kinh Nghiệm Về Cư Xá Đắc Lộ

Năm 1971, sau sáu năm ởi Cư Xá Đắc Lộ (CXĐL), tôi dọn vào ở nhà thương Từ Dũ nơi tôi làm nội trú cho thuận tiện và tiết kiệm hơn, nhưng cũng luyến tiếc vì phải chấm dứt đời sinh viên cư xá sớm một năm.

Hôm nay, hơn 50 năm sau, đọc một bài trong báo Scientific American về những khám phá mới trong khoa học thần kinh về thời thanh thiếu niên (adolescence), được gọi là một "lứa tuổi của cơ hội" (age of opportunity).

Đây là một khoảng thời gian chừng 10 năm, từ thời dậy thì cho đến lúc trên hai mươi, lúc mà não bộ đang phát triển tột độ và cũng là lúc mà những can thiệp thuận tiện (tích cực) sẽ có tác dụng mạnh mẽ lâu dài, đồng thời những điều kiện thiếu thốn, khó khăn cũng sẽ gây những hậu quả tổn hại không kém quan trọng.

Tuổi này phần lớn các bạn cựu sinh viên Cư Xá cũng như tôi đều trải qua nhiều năm trong môi trường đặc biệt của CXĐL. Ngồi suy nghĩ về thời gian 6 năm "tu tập" với Cha Giám Đốc Henri Forest, tôi xin có những suy nghĩ sau, tạm thu xếp thành 10 điểm rút kinh nghiệm để chúng ta có thể giúp tạo những điều kiện thích hợp tương tự cho giới trẻ hiện nay.

1) Một gia đình cho những người xa gia đình.

Thời đó , sinh viên từ các tỉnh có thể ở những cư xá như Cư Xá Phục Hưng đường Nguyễn Thông của các Cha Dòng Đa Minh, Cư Xá Minh Mạng của chính phủ cho phái nam; Lưu Xá Thanh Quan, Cư Xá Trần Quý Cáp (của chính phủ) cho phái nữ. Riêng cho CXĐL, Cha Henri Forest vừa đóng vai giám đốc vừa đóng vai một người cha thật sự vừa làm "role model", vừa là người lo toan cuộc sống vật chất và tinh thần của người sinh viên.

Theo kinh nghiệm bản thân cũng như theo chuyện kể lại của các cựu sinh viên khác, phần lớn cuộc sống xã hội của sinh viên cư xá thời đó gắn liền với những người anh em khác trong cư xá, trong lúc đó đối với những sinh viên sinh sống với gia đình tại Sài gòn, họ có sinh hoạt gia đình (ví dụ như ăn cơm nhà, đi chùa, đi nhà thờ, cúng kỵ cùng gia đình, ăn tết, sinh nhật, du lịch cùng gia đình, cha mẹ anh chị em, chơi với một nhóm bạn bè đã cũng nhau đi học, quen biết láng giềng qua nhiều năm).

2) CXĐL gồm những thành phần được tuyển chọn qua sự sàng lọc của Cha Forest cho nên trình độ tương đối cao hơn trình độ học vấn sinh viên trung bình. Bằng chứng là thành tựu của các sinh viên tốt nghiệp tương đối cao. Những trao đổi giữa những người này sống với nhau quanh năm và có thể trong nhiều năm cùng chung một môi trường càng tăng lên những cơ hội tương tác có ích và hiệu quả.

3) Cách phân phối các phòng ngủ theo lối hai hay ba người theo lối ngẫu nhiên (và có thể theo dụng ý của Cha Giám đốc) thay đổi hàng năm làm cho mỗi người có cơ hội sống chung đụng với một người khác mà mình có thể hợp hay không hợp, thích hay không thích lúc ban đầu là một biện pháp rất hữu hiệu để người trong tuổi thanh thiếu niên học tập và thử nghiệm về những kỹ năng xã hội của mình. Những nghiên cứu về tâm lý học tuổi adolescence (từ 10 tuổi cho đến khoảng 25 tuổi) cho thấy trong tuổi này những kết nối tế bào thần kinh phụ trách về ý thức xã hội và các giá trị xã hội (social cognition and values) phát triển mạnh mẽ.

4) Như đã nói, tuổi thanh thiếu niên là thời điểm quan trọng trong cuộc đời của nam cũng như nữ giới. Trong lúc bộ óc nói chung như những phần phụ trách lý luận, suy xét và quyết định (reasoning, judgement, executive function) tiếp tục phát triển từ từ, vững vàng cho đến ngày trưởng thành, trong lúc đó "hệ thống rìa" (the limbic system, với 2 bộ phận chính là hippocampus và amygdala) trong não bộ lại tăng trưởng nhảy vọt .

Limbic system gồm những bộ phận não phụ trách xử lý các cảm xúc (emotion) , các cảm xúc gây ra lúc được thỏa mãn (reward), những điều mới mẻ, những mong đợi từ người cùng lứa (peer expectation) là những yếu tố tình cảm rất sôi động và quan trọng trong tuổi thanh thiếu niên.

Các nghiên cứu về tâm lý của tuổi thanh thiếu niên/adolescence cũng cho thấy họ có nhu cầu muốn làm một việc gì đó để đóng góp cho xã hội. CXĐL là nơi khuyến khích những lý tưởng về trách nhiệm xã hội qua các bài giảng của Cha Giám Đốc, những hoạt động xã hội giúp người nghèo, các cô nhi, các người tỵ nạn từ Cambodia, những sinh viên y khoa tình nguyện ra Huế phục vụ trong biến cố Tết Mậu Thân, cũng như trong châm ngôn Esto vir, "Hãy nên người" mà người sinh viên mới vào đã tuyên thệ lúc nhập môn.

CXĐL tạo cơ hội cho người sinh viên tiếp xúc với những người khác phái (như các nữ sinh ở Regina Pacis, các nữ sinh viên Lưu Xá Thanh Quan hầu hết cũng trong hoàn cảnh xa nhà, các giáo viên ở vườn trẻ Caritas). Điều này khá quan trọng trong hoàn cảnh xã hội thời đó, lúc mà giao thiệp hay quan hệ dù là bạn bè và platonic/trong sáng cũng khó được thiết lập giữa một sinh viên từ tỉnh đến Sài gòn học và một cô gái sống tại thủ đô Sài Gòn.

5) Thời não bộ tái tổ chức: Cũng theo những kết quả nghiên cứu mới đây, thời adolescence cũng là thời mà bắt đầu với tuổi dậy thì, số lượng các tế bào thần kinh (neuron) gia tăng mạnh mẽ và sau đó xảy ra hiện tượng tỉa xén các kết nối thần kinh không còn cần thiết (pruning of neural connection). Não bộ được phát triển và tái tổ chức ở một tầm mức trước đó chỉ từng xảy ra trong 3 năm đầu của cuộc đời. Mục đích là để thuận tiện cho việc học tập một cách tích cực về kiến thức cũng như về tình cảm, xã hội. Nhưng giai đoạn não bộ "tái tổ chức" một cách sâu rộng như vậy cũng là lúc não bộ dễ bị các yếu tố tiêu cực gây ảnh hưởng xấu, tạo nên các chứng lo âu và trầm cảm.

Những yếu tố môi trường thời đó có thể cực kỳ khó khăn và gây stress: là chiến tranh với các vụ pháo kích vào tận khuôn viên Trung Tâm Đắc Lộ, tương lai vô định có thể bị gọi đi chiến đấu chỉ sau một lần thi rớt, bạn bè ra đi người mất người còn, toàn bộ gia đình của chính mình ở tỉnh cũng có thể bị đe dọa, ví dụ Huế trong biến cố Mậu Thân hay "mùa hè đỏ lửa" 1972. Ngoài ra thuốc lá, rượu và các hóa chất khác cũng là những mối nguy cho não bộ người sinh viên, tuy lứa tuổi trên 17-18 vẫn còn nằm trong thời adolescence đang tái cấu trúc não bộ của mình.

Cấu trúc có tổ chức của đời sống trong cư xá, những sinh hoạt đều đặn định kỳ, ý thức về một mái nhà chung thay thế mái ấm gia đình và quan trọng hơn hết vai trò gia trưởng của Cha Giám đốc tạo cho người sinh viên một cái khung gồm những cơ hội (scaffolded opportunities) để học tập và phát triển.

6) Tuổi adolescence cũng là tuổi muốn có chỗ đứng và được tôn trọng (status and respect). Là những người từ bên ngoài thủ đô Sài gòn, từ giọng nói cho đến điệu bộ , cử chỉ không ít thì nhiều chúng ta vẫn là những người ngoại cuộc so với những sinh viên lớn lên và đi học, sống ở Sài gòn. Cư Xá Đắc Lộ cho chúng ta một địa chỉ "đáng nể" trên một đường phố lớn, những ngôi nhà nếu không sang trọng thì cũng khang trang với những phương tiện giải trí học tập mà ít nhà tư nhân nào có được, làm chúng ta hãnh diện giới thiệu "Foyer" (chú ý tên bằng tiếng Pháp) của mình trong ngày phụ huynh (Fête des Parents) với bạn bè, người thân hay cả ban giảng huấn của trường đại học mình đang theo học.

Các sinh viên được lập ban đại diện do chính mình bầu ra, và các ban ngành (các "bộ" của "chính phủ" gọi là ministère) hoạt động tương đối tự chủ. Cách đối xử của Cha Giám đốc đối với chúng ta cũng rất tôn trọng sự tự do của chúng ta. Chỉ nhắc khéo, không áp đặt nhất là về niềm tin tôn giáo hay chính trị và luôn luôn kêu gọi vào tinh thần tự trọng.

7) Khả năng đa ngôn ngữ.

Sinh viên đến từ nhiều nguồn giáo dục khác nhau: đa số là trường Việt Nam với căn bản từ những lớp ngoại ngữ tiếng Anh hay tiếng Pháp ở trung học, phần lớn là chú trọng về văn phạm và ngữ vựng, rất ít thực hành đối thoại; một số khá đông xuất thân từ trường chương trình Pháp, tuy nhiên vì là trường Pháp tại Việt Nam cho nên chỉ có một số sinh viên lưu loát về cách cùng tiếng Pháp trong sinh hoạt hàng ngày; ngoài ra còn rất ít người có khả năng nói và viết ba thứ tiếng.

Cha Giám đốc gốc Canada, cũng như Thầy sư huynh Tremblay phụ tá đều nói tiếng Anh cũng như tiếng Pháp; đồng thời Cha Forest thành thạo tiếng Trung và có mở lớp dạy tiếng quan thoại. Ngoài ra còn có lớp dạy tiếng Đức của anh Ngô Trung Trọng, hồi đó giỏi tiếng Đức và đang làm việc cho đài truyền hình Đức ngoài giờ đi học.

Các buổi họp hàng tuần lúc đầu bằng tiếng Pháp, sau này có lẽ vì ý thức dân tộc, sau các lời nhận xét (les remarques) của Cha Forest, buổi họp tiếp diễn bằng tiếng Việt. Cho nên, trong thời gian ở Cư Xá, người sinh viên được tiếp cận với nhiều ngoại ngữ và từ đó nhiều nền văn hóa khác nhau (có truyền hình Việt, Mỹ; phim Mỹ, báo chí sách vở nhiều thứ tiếng). Đặc biệt có những tuần mà chỉ một ngôn ngữ được bắt buộc dùng khắp mọi nơi, trong mọi tình huống (kể cả phòng tắm), cho dù một sinh viên có thành thạo một ngoại ngữ nào đó trong sách vở vẫn phải khắc phục các khó khăn nói tiếng Pháp hay tiếng Anh và nhờ đó tiến bộ thêm trong việc dùng ngoại ngữ trong cuộc sống hàng ngày. CXĐL là một môi trường đa ngôn ngữ đa văn hóa, là một điểm mạnh giúp cho người sinh viên sống trong thế giới đa ngôn ngữ đa văn hóa hiện nay.

8) Kỷ luật: Trong các cuộc trao đổi giữa các cựu sinh viên AFAR, chúng ta thường nhắc đến những luật lệ khá khắt khe hồi đó: phải làm giường ngay ngắn mỗi buổi sáng, không được nói chuyện ăn uống trong phòng ngủ, không được ăn kẹo cao su, mặc quần jeans lúc họp, không được ồn ào quá trớn, coi TV hay nghe radio có giờ giấc giới hạn, không được đi chơi về quá khuya, vv... Chúng ta nhớ đến những luật lệ đó một cách thú vị, với một chút luyến tiếc, và chúng ta muốn in lại các "Règlements" trong kỷ yếu mấy chục năm sau. Nhiều lúc, có lẽ không ít người trong chúng ta ước gì con cháu đang sống quá thoải mái tại Mỹ, Tây của chúng ta được ghép vào trong một khuôn khổ ít nhiều kỷ luật như vậy?

Thời thập niên 1960-70, sống trong một thời mà luân lý Khổng Mạnh đã quá hơn là về chiều, trong đó ưu tư chính của người trẻ là sống còn và người trẻ bị lôi cuốn vào đủ thứ chủ nghĩa thịnh hành như hiện sinh, cộng sản, nổi loạn chống chính phủ, một nơi chốn bình an như Cư xá Đắc Lộ có thể được gọi như là một nơi nhắc nhở chúng ta về "cương thường", về sống thế nào cho xứng đáng là một con người có giáo dục. Tôi vẫn nhớ, và vẫn nhắc lại với các con tôi ở Mỹ một nhận xét khá "tàn nhẫn" của Cha Giám đốc: "Học đến bác sĩ kỹ sư vẫn có thể là còn mất dạy như thường!" (hay đại khái như vậy).

Nhân đây xin nhắc lại vài điều về cương thường và đối lập nó với tình trạng "thiếu cương thường" (anomie) trong xã hội tự do của chúng ta hiện nay, lúc mà cái gì cũng cho phép và thậm chí khuyến khích nếu không hoặc chưa có luật cấm và mọi thần tượng đều có thể bị hạ bệ nhân danh lịch sử được viết lại.

"Cương" là cái diềng lưới, dây chính ở cạnh lưới, kéo diềng thì mắc lưới mở ra (hay "giềng mối", cái chão lưới); điều cốt yếu. "Thường" là đức tính căn bản phải có, thường tình của con người.

Trong hai ngàn năm, người Việt chúng ta cũng như nhiều dân tộc khác ở Đông Á sống trong những tiêu chuẩn xã hội phần lớn của Nho giáo: tam cương (tương quan vua-tôi, cha-con, vợ- chồng), ngũ thường (nhân, lễ, nghĩa, trí, tín). Trong đời sống của phần lớn dân Âu Châu, cho đến thời cách mạng Pháp cuối thế kỷ thứ 18, giáo hội Thiên Chúa giáo cầm cân nảy mực (ví dụ "Mười điều răn"). Cũng vậy, những giá trị Hồi giáo ngự trị ở những nước Trung Đông từ nhiều thế kỷ nay; luật sharia chi phối đời sống chính trị, kinh tế, giới tính, pháp luật. Đáng để ý thú vị là sharia có nghĩa đen là "con Đường" (way, path) , tương tự như chữ "đạo" của chúng ta.

Đối với người Việt, nội trong khoảng thời gian hơn một thế kỷ từ ngày Pháp đô hộ, đi từ xã hội quân chủ làng xã, qua xã hội chiến tranh ở đó sự tranh đấu để sống còn là quan trọng hơn cả, sau màn tre, màn sắt, rồi đến thời kỳ mở cửa cho nhóm người này, lưu vong cho nhóm kia. Chúng ta đã đổi thay các "bộ" giá trị, tiêu chuẩn xã hội của chúng ta bị phá đi rồi chưa kịp làm lại không biết bao nhiêu lần. Người di dân thì còn phải chấp nhận một bộ giá trị, tiêu chuẩn mới nơi định cư, đồng thời không ít thì nhiều cởi bỏ bộ giá trị mình mang theo. Những thay đổi nhanh chóng như vậy trong các khung giá trị xã hội, hay sự thiếu vắng của các tiêu chuẩn, giá trị, kéo theo một số triệu chứng ở tầm mức xã hội cũng như cá nhân được gồm trong hội chứng "anomie"

9) "Father figure":

"Hình tượng người cha" thường là một người đàn ông lớn tuổi hơn, thường là một người có quyền lực, uy quyền hoặc sức mạnh, đối với người đó ta có thể nhìn thấy mình (identify) ở mức độ tâm lý sâu sắc và người đó gây ra những cảm xúc thường cảm thấy đối với cha ruột của mình. Mặc dù có thuật ngữ "hình tượng người cha"theo nghĩa đen, vai trò của hình ảnh người cha không chỉ giới hạn ở cha ruột (đặc biệt là đối với một đứa trẻ), mà có thể được đóng bởi người chú, người ông, người anh, một người bạn của gia đình hoặc một số người khác. Với tư cách là người chăm sóc chính, cũng như người cha, "hình tượng người cha" đóng vai trò quan trọng trong cuộc sống của một đứa trẻ. Đứa trẻ gắn bó với cha ruột hay hình tượng người cha (thay thế) như thế nào sẽ ảnh hưởng đến cách thức mà nó liên hệ, phản ứng với người khác.

Các chức năng khác mà nhân vật người cha có thể cung cấp bao gồm: giúp thiết lập ranh giới cá nhân giữa mẹ và con; thúc đẩy tính kỷ luật tự giác, tinh thần đồng đội và ý thức về bản dạng về giới tính (gender identity), mở ra một cửa sổ vào thế giới rộng lớn hơn; và cung cấp cơ hội cho cả lý tưởng hóa và quá trình làm việc thực tế của nó. Các nghiên cứu cho thấy việc thiếu bóng dáng người cha trong cuộc đời của một đứa trẻ có thể gây ra những tác động tâm lý tiêu cực nghiêm trọng đến tính cách và tâm lý của đứa trẻ, trong khi những hình ảnh người cha tích cực có vai trò quan trọng trong sự phát triển của đứa trẻ.

Dấu ấn của Cha Henri Forest trên những bài viết trong các forum, kỷ yếu của Cư Xá, những sinh hoạt giỗ Cha hàng năm với rất nhiều cảm xúc được bộc lộ, tương tự như sự luyến tiếc có tính cách tình cha con biểu hiện một tương quan đặc biệt giữa các cựu sinh viên và Cha giám đốc Henri Forest.

10) Di sản: Tuy các cựu sinh viên của CXĐL tản mát khắp thế giới, và hầu hết đều ở tuổi trên 60, tôi nhận xét trong cách nói, cách viết vẫn còn dấu ấn của một thời khá xa xưa.

Cụ thể là các bạn muốn kế tục truyền thống Esto Vir hay Thành Nhân (mặc dù chúng ta có thể bàn cãi rất lâu dài về ý nghĩa Esto vir trong ngữ cảnh của Thiên Chúa Giáo hay trong quan niệm về "Nhân" hay "thành Nhân" của Khổng giáo) qua các hoạt động giáo dục và xã hội tại Việt Nam.

Cái gì mình không muốn người ta làm cho mình thì mình không làm cho người khác (Kỷ sở bất dục, vật thi ư nhân. Khổng Tử). Cái gì mình thích được người ta làm cho mình, đã từng là một điều tốt cho chính mình, thì chắc chắn mình sẽ cố gắng tạo cơ hội cho người đến sau được hưởng như vậy (nếu họ muốn, đương nhiên)(Tất cả những gì anh em muốn người ta làm cho mình thì chính anh em cũng hãy làm cho người ta. Kinh Thánh Matthew 7:12)

Tựu chung để đóng góp cho việc giáo dục và tương lai của thanh thiếu niên, có lẽ những yếu tố về lãnh đạo và con người là quan trọng nhất, và sau đó mới là yếu tố tài chánh. Những người cựu sinh viên CXĐL có lòng và với tầm nhìn của trên 50 năm từ ngày được đào tạo từ cư xá, nhất là những người có cơ hội tiếp cận giới trẻ ở Việt Nam hy vọng sẽ đem được một phần nào giấc mơ Esto Vir hay Thành Nhân vào những thế hệ kế tiếp.

Mong lắm vậy thay!

Tham khảo:

1) Lydia Denworth : age of opportunity. Scientific American, May 2, 2021 issue.

2) Wikipedia: Father figure

Hồ Văn Hiền

Ngày 4 tháng 6 năm 2021

Ngày 8 tháng 12 năm 2023

Cái Tình Của Đắc Lộ

THỜI ĐÃ QUA - HÔM NAY VÀ NGÀY MAI...

Buổi họp mặt của nhóm cựu sinh viên cư xá Đắc Lộ, Sài Gòn xưa (Anciens du Foyer Alexandre de Rhodes 1960-1975). Trưa Thứ Bảy, 18/11/2023 tại Diamond Seafood Palace, Orange County, CA.

Chúng tôi:

- Mang ơn Đất Lành. Cảm Tạ Ơn Trên

- Nay đã ở tuổi trên dưới 80. Xin truyền bó đuốc Thiện Nguyện cho thế hệ con em, tiếp nối tinh thần Esto Vir.

Hôm qua lại một Thanksgiving dinner, nhưng lại vào buổi trưa, sự thay đổi bởi những cái "rất thường tình." Theo Chủ tịch của AFAR NAM CALI, các cụ đã cao tuổi cả, cho nên lái xe đường khuya thì phiền cho các Cụ nên làm sớm. Chả bù cho cái thời còn Sinh Viên, 10pm là phải về rồi, và anh nào trễ là có thẻ đỏ hôm sau sẽ lên gặp Cha để giải thích... Nghe gặp Cha tự nhiên dũng khí ba trời ba trợn chạy hết ... Tối thứ Bảy là được xả đến 12 giờ khuya , hoặc có dịp nào đặc biệt là Cha lại cho xả hơi đến 12am... Các anh trong ban chấp hành lại cho lên bản tin đặc biệt ... Những buổi đó sao nó tuyệt vời quá... Phải nói sự tự do của con người thật quý biết chừng nào , và cũng bởi thèm muốn cái tự do cho nên chúng ta vô tình lai bị trói buộc mà không thấy ...

11am thì tôi đã đến để lo sắp xếp cho âm thanh ... Đang lụi hụi lấy đồ thì Hai Vợ Chồng Bác Đinh Sinh Long có con lái xe đưa tới, vì lái xe lấy bây giờ không còn như trước nữa, phải nhờ con cho an toàn, lại một thay đổi mà chúng ta không thể làm khác được... Anh Trần Quang Phục, một Afar đẹp trai - phương phi - hát hay, một MC tài ba, đến Party lúc nào cũng hâm nóng bầu không khí của sinh hoạt, nhưng hôm qua cũng không thể tới dự được, giờ phút chót, lai choáng váng ... nhiều lần rồi, giờ phút chót lại gọi để xin nhắn nhủ - cáo lỗi ... Hai Anh Chị Hà mai Kim, người hay viết các truyện tuỳ bút, truyện ngắn, tướng tốt, nói năng hoạt bát, đã move nhà từ San Diego lên ở khu Senior ở đây hơn năm nay cũng không gặp được! Anh Đoàn Từ Thiện người hay được Bác Thạch đón dự các sinh hoạt Đắc Lộ cũng xin phép nghỉ ... Một vài vị khác có ghi danh nhưng phút chót cảm cúm bận việc nên vắng mặt... Phải nói lần họp mặt này thật có khác lắm ... Trong cái gặp mặt bắt tay thật ân cần hơn, (từ Hôm đi tiễn biệt anh Phan An, buổi tiễn biệt thật thân tình, đến và cùng nhau ở lại, cùng nhau đi bộ theo linh cữu đưa anh đến chỗ nằm sau cùng bên người Vợ của Anh, mỗi người gởi thêm anh một đóa hoa  và những lời chào hỏi thầm thì ...)

Có lẽ cái cảm nhận khi gặp nhau, chúng ta đều thấy gặp nhau là quý lắm! các bạn ở San Jose xuống cả một nhóm, thật vui và mừng khi tay bắt mặt mừng của ĐẮC LỘ đã hơn 60 năm rồi còn gì, chúng ta còn được bao nhiêu của 10 năm nữa, chúng ta còn nói với nhau được bao lời, uống với nhau được mấy lần, có lẽ nhìn ra chúng ta còn ít lắm ... Hôm qua thấy các Bạn San Jose, mà thấy cái tình lan toả trong căn phòng hội ngộ... Tôi muốn ôm từng bạn , nhưng lúc đó lu bu đủ việc cho buổi hội họp và các bạn đã lên mở màn một bài hợp ca tràn đầy sự hăm hở của hy vọng và sống động. Một bài của Nguyễn Đức Quang, một trong những nhạc sĩ Du ca của tuổi trẻ VIỆT NAM, các bạn vẫn còn những hăm hở của tuổi trẻ, của những ngày các bạn mang đầy mầm tươi mát khi vào Đắc Lộ ... Anh Đinh Sinh Long một keyboard của một thời vang bóng, tạm gác đàn, và hôm qua anh lo cho mọi người những tấm hình của từng cặp, của bàn tiệc và của chung mọi người. Anh đã chụp cho những tấm hình đong đầy tinh thần ấm áp... Anh Rao Dancer của một thời vang bóng mới vài năm trước đây, đã có những competition dancing, có hôm trong một sinh hoạt AFAR, anh và Partner đã biểu diễn một live dance và anh đã nhấc bổng Partner trên tay ... khiến Afar Nam CALI trố mắt nhìn mà thán phục. Hôm nay sau cơn bạo bệnh anh không còn được tinh anh như trước, đã vui khi anh hát một ca Khúc với đầy lòng say mê âm nhạc và kết thúc là một đóng góp cho AFAR $300 để trả cho AFar về bài hát đó, Anh Nông Thế Anh thấy vậy nên bước lên để lấy microphone và mời anh thêm một bài thứ hai, bài Dừng Bước Giang Hồ, phải nói bài này anh đã thể hiện bằng tất cả sự hứng khởi lòng say mê âm nhạc của mình và các AFAR Nam đã xôi động lên! Cả thính phòng cũng rộn rã lên sự rung động và hào hứng, kết thúc là anh Rao lại nâng mức giá lên $600... Chị Phạm Ngọc Thạch tiếng hát học sinh ngày nào đã lên trình bày hai ca khúc thật dễ thương của những ngày xưa cũ... Anh Ngô Phước An với lối vê dây réo rắt - ngất ngây trên chiếc Mandoline tuyệt vời, cho chúng ta những giai điệu hoà âm tuyệt vời ... Phải nói Xin lỗi ông anh An là đã sơ ý, làm cho chúng ta chưa kịp nghe Giọt Nắng Bên Thềm một tuyệt tác của Nhạc Sĩ Thanh Tùng, nghe bản này các Anh Chị và các Bạn sẽ thấy một bồi hồi, một ray rức và một tiếc nhớ khôn nguôi... Mong anh An sẽ quay trở lại trong lần tới ... Tiếp nối là anh Nông Thế Anh một giọng ca làm người nghe phải nhớ mỗi khi được nghe anh hát... Không có dịp để thi thố tài năng cùng các Nam danh ca một thời của chúng ta vì Anh lo chọn một Nghiệp dĩ khác là Lương Y như từ Mẫu... Chúng ta đã không được nghe nhiều từ các bài hát mà anh trình bày...

Một tiếc nuối khác nữa là anh đã không trình bày tròn vẹn ca khúc của Elvis ... Một ca khúc để đời CAN'T HELP FALLING IN LOVE ... Lâu quá mới lại được đánh lại giai điệu tuyệt vời của ca khúc này, giai điệu chơi hoài không chán này ... Rất tiếc là anh đã quên lời của bài hát nên chỉ hát hai đoạn không tròn vẹn, cho nên cái dang dở của bài ca đẹp sẽ còn luyến mãi trong tôi ... Mong anh Anh sẽ quay trở lại một ngày nào nha... Đặc biệt lần này có anh Lê Hân, một Afar mới chớm nở của Đắc Lộ, sở dĩ dùng chữ mới chớm nở vì anh chỉ vào Đắc Lộ thời gian ngắn là anh đã sang du học ở Canada, và cũng vì cái Duyên khởi nên lại bước tới AFarhn, và cũng ở cái tình, anh lại cũng ở với anh em để chia nhau những kỷ niệm, những ngày tháng hôm nay, như AFAR KÝ SỰ MÀ BÁC THẠCH BỎ CÔNG BỒI ĐẮP, Bác Thạch đã biên tập bút ký Hằng ngày -Tuần cũng như hàng tháng... Chị Châu phu nhân anh Hân đã cho chúng ta ba thang thuốc bổ bằng ba câu chuyện cười để làm tươi vui thêm buổi Thanksgiving hội ngộ ... Cuối cùng hôm qua tôi mới hát lại cho các Afar nghe một bản nhạc mà có lẽ chúng ta đều bồi hồi rung cảm khi nghe lại ca khúc này, để nhớ về Một Thành Phố đã mất tên, nhưng luôn sống mãi trong lòng của chúng ta... Tôi đã hát bằng tất cả sự rung động và bồi hồi khi hát các ca từ của Bài hát của Ngô Thụy Miên , tôi vẫn nghĩ tôi nợ tác giả NTM ca khúc này...

Ca khúc thứ hai tôi diễn tả lại tâm trạng của người em mình về Cô em rất đặc biệt, mang những cơn bịnh thập tử nhất sinh ! Nhưng rồi nhờ những kỳ bí phép mầu ... Cô em đã vượt qua được... Để thấy rằng có lẽ chúng ta đã đến lúc hình như cũng chả biết là còn hay mất, bởi cuộc đời vẫn tiếp nối...

Được nhiêu hay bấy nhiêu

Vận mệnh thuộc thiên cơ

Nụ cười thuộc tâm trạng

Hãy cười lên ngọt ngào

Hay cười lên ngọt ngào

Đời như nụ Xuân tươi...

Và cái tình của chúng ta ... Cái tình người này nó trôi lăn mãi trong kiếp nhân sinh, chắc chắn nó sẽ còn mãi cho dù chúng ta có ra đi, thì nó cũng vẫn tiếp tục, vì những đóa hoa vẫn nở, chim vẫn hót, và Đời Sống vẫn tiếp nối.

https://www.flickr.com/photos/40095659@N03/albums/72177720312822684

Love 🧡 love 💕 you All

Bùi Tiến Lợi & Đinh Sinh Long & Bùi Đắc Lộc

Maturité

1. Connaissance de Soi

Il arrive parfois, même aux esprits murs, d'être en proie à l'indécision au sujet de ce qu'il faut conserver et développer dans la vie; mais cette escrime avec le doute contribue à accroitre la maturité.

On apprend ainsi à accepter ce qu'on ne peut éviter, à bannir de son esprit le désir de ce qui est impossible, et à rechercher les fins réalisables et dignes de son attention et de ses efforts.

L'homme doué de maturité ne se laisse pas facilement détourner de sa voie par le doute ou la crainte.

On suppose, évidemment, que cette voie a été bien choisie.

Sa perspicacité l'aura prévenu des difficultés à venir; et sa prudence ne sera pas déroutée par les imprévus qui surgiront devant lui.

Doit-on toujours être intransigeant ? Non.

Si tout à coup l'obstacle s'avère insurmontable; si, après avoir analysé la situation, on découvre que la difficulté est radicale, la raison fera battre retraite. Mieux vaut parfois plier comme le roseau que défier la tempête et être déraciné, comme le chêne.

L'homme vraiment mur laissera son imagination lui suggérer des buts et des fins, mais il les soumettra à l'examen de sa raison avant de s'engager. Il sait qu'il ne peut pas faire tout ce qu'il veut, mais seulement tout ce qu'il peut. Il choisira donc parmis les choses possibles celles qu'il juge dans son intérêt, et s'y consacrera avec patience et détermination, ayant soin de faire la part des facteurs imprévus qui pourraient venir entraver ses plans.

Chaque être humain est le centre de son petit univers. C'est pourquoi il doit s'efforcer de se connaitre le mieux possible.

Nous subissons l'influence de notre milieu et de notre éducation, mais dans la marge de liberté dont jouissent néamoins nos idées que se manifeste notre maturité.

C'est dans cette marge laissée à notre initiative que s'élaborent nos vues personnelles sur les choses et les évènements.

Pour atteindre notre maturité, il importe que nous apprenions à nous accepter tels que nous sommes, sans essayer d'être ce que nous ne sommes pas.

C'est un désavantage que de manquer d'un talent que nous aimerions posséder, d'avoir besoin de l'argent que nous n'avons pas, d'être moins beau que son voisin !

Mais la franche acceptation de notre sort nous empêchera de nous sentir humiliés.

Aristophane, comme on le sait, caricature Socrate dans sa pièce "Les Nuées". Tout Athènes se tenait les côtes de rire !

Socrate alla voir la pièce; et lorsque l'acteur qui le personnifiait entra la scène, Socrate se leva afin d'augmenter encore le plaisir des spectateurs.

En agissant ainsi, Socrate donna une preuve de maturité.

Il y a des gens qui entretiennent leur sentiment de supériorité en se drapant dans ce qu' ils appellent leur dignité, en se montrant inabordables, en affectant d'être toujours occupés. Ils s'imaginent que tous les compliments leur sont dus et considèrent la critique comme une impertinence.

L'amour de soi est souvent représenté sous les traits de Narcisse, ce personnage de mythologie grecque qui s'éprit de sa propre image en se regardant dans les eaux d'une fontaine, au fond de laquelle il se précipita.

Pareil égocentrisme est naturel à la première enfance, mais peut entrainer des dangers serieux, et même des tragédies, si cette tendance infantile au narcissisme se prolonge dans la vie de l'adulte.

La légende prétend même qu'en traversant le Styx, "l'ombre" de Narcisse se pencha hors de la barque pour se regarder une dernière fois dans les eaux du fleuve des Enfers.

Si enfantins que nous paraissent ces mythes, ils sont cependant une image fidèle de la vie.

Voyez ces jeunes gens et jeunes filles, incapables de s'attacher à quoi que ce soit de sérieux, incapables de poursuivre une idée prometteuse, qui ne cessent de se regarder dans leurs émotions ou dans l'effet qu'ils essaient de produire chez les autres; qui, incapables de s'attacher à ce travail qui enrichit leur intelligence, leur volonté et toute leur personnalité, vivent dans un infantilisme mental où leur esprit et leurs actes ne manifestent qu'un déséquilibre constant; incapables de construire, ils ont l'illusion désastreuse que la vie n'est qu'un jeu où tout existe en fonction d'eux-même.

Ces jeunes sont concentrés sur eux-mêmes; ils sont fermés. Ils sont déjà morts.

Mais s'il est malsain de passer sa vie à se contempler, il ne l'est pas cependant de se regarder de temps en temps pour voir comment on fait face aux exigences de la vie.

On devrait s'examiner honnêtement, sincèrement, en toute impartialité, comparant ses propres expériences avec celles des autres, cherchant comment progresser.

On devait rechercher si l'on est pas trop fermé, et quels moyens on devait employer pour s'ouvrir au temps présent.

De la réflexion naitra la sagesse, qualité qui se rattache éminemment à la maturité.

Et la sagesse ne consiste-t-elle pas, en somme, à pouvoir remonter de nos observations particulières à tel principe que nous avons adopté? C'est de ces faits rapportés à des principes que se sert l'homme "mur" pour penser, pour apprécier la valeur relative des choses.

2. Maitrise de Soi

Lorsqu'arrive le moment d'utiliser ce que nous avons emmagasiné, nous devons faire appel à un autre élément de la maturité, qui est la maitrise de soi.

Sans la maitrise de soi, il n'y a jamais eu, et il ne peut y avoir de bonne vie.

Ce n'est que la par la domination de soi qu'un homme conserve son jugement, son calme et sa tranquilité d'esprit.

La bravacherie et l'esbroufe ne sont pas des signes de maturité, mais de débilité et de puérilité.

C'est aussi manquer de maturité que de pousser les autres à céder à la contrainte, après avoir rendu une situation intenable.

La maitrise de soi engendre la confiance en soi, une confiance basée non sur l'orgueil at la vanité, mais sur une estimation balancée et de ses talents et de ses défauts.

Et cette confiance repose avant tout sur la foi réaliste qu'on a dans la valeur de son propre jugement.

L'homme qui a confiance en soi n'est cependant pas aveugle; il n'est pas toujours sur de lui-même. Il ne se laisse pas égarer par une confiance gratuite en lui-même.

Cette confiance est fortifiée d'une grande prudence.

L'éducation joue un rôle de première importance dans l'acquisition de la maturité d'esprit.

Et l'éducation est une chose qui ne finit jamais.

C'est quand les classes sont terminées que les études commencent vraiment.

Dans la société moderne, chacun doit faire face à une série complexe de situations Nouvelles devant lesquelles la formation acquise pendant sa jeunesse, si bonne soit-elle, reste nettement insuffisante.

L'université, en plus de se spécialiser à combler les lacunes de notre première instruction ou de notre formation technique, devrait aussi nous faire saisir l'importance de l'âge adulte; stimuler et façonner les esprits afin qu'ils dépassent le stade des jugements faciles de la jeunesse.

C'est une catastrophe que d'idéaliser l'immaturité, et de considérer l'enfance comme le plus beau temps de sa vie.

L'homme existe pour être parfait, pour produire.

L'enfance n'est pas parfaite, et ne produit rien.

C'est un pallier de croissance auquel il ne convient pas de s'arrêter.

La vérité est que les adultes doivent enfin se voir avec des yeux de grandes personnes.

Ils doivent retirer les fruits de toutes les semences qui ont été jetées en terre dans leurs jeunes années.

Il ressort de ce qui précède que l'homme doué de maturité n'est pas un homme "assis", un "rond de cuir".

Ce n'est pas un homme qui "est installé", qui a "fait son nid".

L'homme mur évolue constamment, cherche le progrès en toutes chose et sait profiter de tout ce qui passe; il n'est jamais abattu par les servitudes d'une situation présente.

Ceux, au contraire, qui ont fait le choix et ont décidé de "s'installer" là où ils sont parvenus, refusent la perfection.

Ils se mettent ainsi à l'abris des ennuis, sans doute; mais ils rejettent leur vocation d'homme.

Leur égoïsme les replie sur eux-mêmes, et ils finissent par considérer comme normal que les autres prennent toutes les responsabilités.

Ils veulent jouer de la vie sans accepter les devoirs.

Beaucoup sont de cette categorie.

L'homme mur a des vues larges. Il est prêt à entendre le "pour" et le "contre"; il a des idées, mais avant de les imposer, il est prêt à les discuter.

Il comprend que ce qui vaut pour lui ne vaut pas nécessairement pour les autres.

Henri Forest, S.J.

Trưởng thành

1. Biết mình

Đôi khi, ngay cả những trí óc trưởng thành cũng bị chi phối bởi sự do dự về những gì cần duy trì và phát triển trong cuộc sống; nhưng sự nghi ngờ này góp phần làm tăng sự trưởng thành.

Do đó, chúng ta học cách chấp nhận những gì chúng ta không thể tránh khỏi, loại bỏ khỏi tâm trí mình lòng ham muốn những điều không thể, và tìm kiếm những mục tiêu khả thi và xứng đáng với sự chú ý và nỗ lực của chúng ta.

Một người trưởng thành không để mình dễ dàng mất phương hướng bởi sự nghi ngờ hay sợ hãi.

Tất nhiên, chúng ta giả sử rằng con đường này đã được lựa chọn đúng đắn.

Cái nhìn sâu sắc của người trưởng thành sẽ cảnh báo anh ta về những khó khăn sắp tới; và sự thận trọng của anh ta sẽ không bị chệch hướng bởi những sự kiện bất ngờ xảy ra trước mắt.

Chúng ta có nên luôn luôn không khoan nhượng? KHÔNG.

Nếu đột nhiên trở ngại tỏ ra không thể vượt qua được; nếu sau khi phân tích tình hình, chúng ta phát hiện ra khó khăn là căn bản thì rút lui là phải lẽ. Đôi khi uốn cong như cây sậy còn tốt hơn là chống chọi với cơn bão và bị bật gốc như cây sồi.

Người thực sự trưởng thành sẽ để trí tưởng tượng gợi ý cho mình những mục tiêu và mục đích, nhưng sẽ để cho lý trí kiểm tra trước khi dấn thân vào. Anh ta biết mình không thể làm được mọi thứ mình muốn, chỉ làm được mọi thứ có thể mà thôi. Do đó, anh sẽ chọn trong số những điều có thể mà anh đánh giá là hữu ích và sẽ cống hiến hết mình cho chúng với sự kiên nhẫn và quyết tâm, đồng thời lưu ý đến những yếu tố không lường trước, có thể cản trở kế hoạch của anh.

Mỗi con người là trung tâm của vũ trụ nhỏ bé của riêng mình. Đó là lý do tại sao người trưởng thành phải cố gắng hiểu rõ bản thân mình nhất có thể.

Chúng ta bị ảnh hưởng bởi môi trường và nền giáo dục của mình, nhưng dù sao trong phạm vi tự do mà các ý tưởng của chúng ta còn có được, sự trưởng thành của chúng ta sẽ thể hiện rõ.

Chính trong phạm vi còn lại này cho sự chủ động của chúng ta mà quan điểm cá nhân của chúng ta về các sự việc và sự kiện được phát triển.

Để trưởng thành, điều quan trọng là chúng ta phải học cách chấp nhận con người thật của mình mà không cố gắng trở thành một thứ gì khác con người thật đó.

Thật là thiệt thòi khi mình không có được một tài năng mà mình muốn có, cần một số tiền mà mình không có, mà mình lại kém xinh đẹp hơn người hàng xóm của mình!

Nhưng việc thẳng thắn chấp nhận số phận sẽ giúp chúng ta không cảm thấy bị sỉ nhục.

Aristophanes, như chúng ta biết, đã biếm họa Socrates trong vở kịch "Những đám mây" của ông. Cả thành phố Athens cười vỡ bụng!

Socrates đi xem vở kịch; và khi diễn viên đóng vai ông bước lên sân khấu, Socrates đã đứng dậy để tăng thêm niềm vui cho khán giả.

Làm như vậy, Socrates đã thể hiện sự trưởng thành của mình.

Có những người duy trì cảm giác họ hơn người khác bằng cách khoác lên mình cái mà họ gọi là phẩm giá, bằng cách tỏ ra khó gần gũi, bằng cách giả vờ luôn bận rộn. Họ tưởng tượng rằng mọi lời khen ngợi họ đều chính đáng và coi những lời chỉ trích là xấc xược.

Tình yêu bản thân thường được thể hiện dưới hình dạng Narcissus, nhân vật trong thần thoại Hy Lạp, người đã yêu hình ảnh của chính mình soi bóng qua làn nước của một ngọn suối, và anh ta đã lao xuống đáy suối.

Thái độ tự cho mình là trung tâm như vậy là điều tự nhiên trong thời thơ ấu, nhưng có thể dẫn đến những nguy hiểm nghiêm trọng và thậm chí là bi kịch nếu xu hướng trẻ con tiếp tục kéo dài đến khi trưởng thành.

Truyền thuyết thậm chí còn kể rằng khi vượt sông Styx, "cái bóng" của Narcisse đã nhoài người ra khỏi thuyền để nhìn mình lần cuối trong vùng nước của dòng sông Địa ngục.

Dù những huyền thoại này có vẻ trẻ con đến mấy, chúng vẫn là một hình ảnh trung thực về cuộc sống.

Hãy nhìn xem những thanh niên nam nữ này, họ không có khả năng gắn bó với bất cứ điều gì nghiêm túc, không có khả năng theo đuổi một ý tưởng hứa hẹn, những người không bao giờ ngừng nhìn vào cảm xúc của mình hoặc vào tác dụng mà họ đang cố gắng tạo ra trên người khác. Những người không có khả năng gắn bó với công việc làm phong phú thêm trí tuệ, ý chí và toàn bộ nhân cách của họ, sống trong não trạng ấu trĩ, trong đó tinh thần và hành động của họ chỉ biểu hiện một sự mất cân bằng liên tục; không có khả năng xây dựng, họ có ảo tưởng tai hại rằng cuộc sống chỉ là một trò chơi trong đó mọi thứ đều tồn tại để phục vụ cho chính họ.

Những người trẻ này tập trung vào bản thân họ. Họ đã khép kín. Họ đã chết rồi. Nhưng nếu việc dành cả đời để chiêm ngưỡng bản thân là bệnh hoạn, thì việc thỉnh thoảng nhìn lại bản thân để xem mình đối phó với những đòi hỏi của cuộc sống lại không phải là bệnh hoạn.

Chúng ta nên xem xét bản thân một cách trung thực, chân thành, hoàn toàn vô tư, so sánh trải nghiệm của chính mình với trải nghiệm của người khác, tìm cách để tiến bộ.

Chúng ta phải tìm hiểu xem liệu mình có quá khép kín hay không và bằng cách nào để mở ra với thời hiện đại.

Từ sự suy nghiệm sẽ sinh ra sự khôn ngoan, một phẩm chất gắn liền sâu sắc với sự trưởng thành.

Tựu chung, phải chăng sự khôn ngoan bao gồm khả năng đi từ những nhận xét cá biệt của chúng ta để quy về một nguyên tắc cụ thể mà chúng ta đã chấp nhận sao?

Chính những sự việc được quy chiếu về với những nguyên tắc này mà người "trưởng thành" dùng để suy nghĩ, đánh giá giá trị tương đối của sự vật.

2. Tự chế

Khi đến lúc sử dụng những gì chúng ta đã tích lũy, chúng ta phải nhờ đến một yếu tố trưởng thành khác, đó là khả năng tự chế.

Không có sự tự chế thì không bao giờ có và không thể có một cuộc sống tốt đẹp.

Chỉ nhờ sự tự chế mà con người mới giữ được khả năng phán đoán, sự điềm tĩnh và bình an trong tâm hồn.

Ra vẻ gan lỳ, làm bộ phô trương không phải là dấu hiệu của sự trưởng thành mà là sự yếu đuối và non nớt.

Việc ép buộc người khác phải nhượng bộ sau khi đã bắt bí người ta cũng là một hành đông thiếu chín chắn.

Sự tự chế tạo ra sự tự tin, một sự tự tin không dựa trên sự kiêu căng và tự phụ mà dựa trên sự đánh giá cân bằng về tài năng và khuyết điểm của mình.

Và niềm tin tưởng này trước hết dựa trên niềm tin thực tế mà người ta có vào giá trị phán đoán của chính mình.

Tuy nhiên, người có niềm tin vào chính mình không mù quáng; anh ta không phải lúc nào cũng chắc chắn về bản thân mình. Anh ta không để mình bị lạc lối bởi sự tự tin vô cớ vào chính mình.

Sự tự tin này được củng cố bằng sự thận trọng cao độ.

Giáo dục đóng vai trò quan trọng hàng đầu trong việc đạt được sự trưởng thành về trí tuệ. Và giáo dục là thứ không bao giờ kết thúc. Khi lớp học kết thúc thì việc học tập mới thực sự bắt đầu.

Trong xã hội hiện đại, mọi người phải đối mặt với một loạt các tình huống mới phức tạp mà sự đào tạo có được khi còn trẻ, dù có tốt đến đâu, rõ ràng vẫn chưa đủ.

Trường đại học, ngoài việc chuyên lấp đầy những khoảng trống trong giáo dục ban đầu hoặc đào tạo kỹ thuật của chúng ta, còn phải giúp chúng ta hiểu được tầm quan trọng của tuổi trưởng thành; kích thích và rèn luyện trí óc để chúng ta vượt qua giai đoạn phán đoán dễ dãi của tuổi trẻ.

Thật là một thảm họa nếu lý tưởng hóa sự non nớt và coi tuổi thơ là khoảng thời gian đẹp nhất của cuộc đời.

Con người tồn tại để trở nên hoàn hảo, để sáng tạo.

Tuổi thơ không hoàn hảo và chẳng tạo ra được gì.

Đây là một bậc thang trên con đường phát triển ở đó chúng ta không thể dừng lại.

Sự thật là người ở tuổi trưởng thành cuối cùng cũng phải nhìn lại bản thân mình bằng con mắt của người lớn.

Họ phải thu hoạch hoa trái từ tất cả những hạt giống được gieo xuống lòng đất trong những năm còn trẻ.

Những điểm nêu trên cho thấy người trưởng thành không phải là người “ngồi một chỗ”, một tay “cạo giấy”.

Đấy không phải là người “đã an bài”, người đã “xây xong tổ ấm”.

Người trưởng thành không ngừng phát triển, tìm kiếm sự tiến bộ trong mọi việc và biết tận dụng mọi điều đang xảy ra; anh ta không bao giờ bị đánh bại bởi sự nô lệ do hoàn cảnh hiện tại.

Ngược lại, những người đã lựa chọn và quyết định “ổn định” ở mức thành công mà họ đã đạt được sẽ từ chối sự hoàn hảo.

Do đó, chắc chắn họ tự bảo vệ mình khỏi những rắc rối; nhưng họ từ chối ơn gọi làm đàn ông của mình. Sự ích kỷ của họ khiến họ tự thu mình lại và cuối cùng họ coi việc người khác phải chịu mọi trách nhiệm là điều bình thường.

Họ muốn hưởng thụ cuộc sống mà không gánh vác nghĩa vụ.

Nhiều người thuộc loại này.

Người đàn ông trưởng thành nhìn rộng. Anh ta sẵn sàng nghe những lời “ủng hộ” và “chống lại”. Anh ta có ý tưởng, nhưng trước khi áp dụng chúng, anh ta sẵn sàng thảo luận về chúng.

Anh ta hiểu rằng điều gì đúng với anh ấy không nhất thiết đúng với người khác.

Henri Forest, S.J.

Người dịch: **Nguyễn Phùng Minh**

HVH edited 1/10/23

Khu đất 161 Yên Đổ SG

April 15, 2023

Thưa Bác Long,

Bác nói tôi viết vài dòng về khu đất 161 Yên Đổ SG.

Theo tôi nghe lóm được trong câu chuyện giữa hai Linh mục Yves Raguin (1912-1998) (*), bề trên Trung tâm Dòng Tên SG và Linh mục Nguyễn Quốc Bồng, anh ruột tôi, khoảng cuối năm 1959. Hai LM này là bạn học ở Paris. Chuyện đại để như sau.

Năm 1956, Cha André Gomane, S.J., trên đường về Bangkok, được cha Kinh Lược mới là cha Oñate, sai ghé vào Việt Nam để thăm dò khả năng phục vụ Giáo Hội Việt Nam. Các vị hữu trách trong Giáo Hội và cả phía chính quyền gợi ý mở cư xá sinh viên như ở Hồng Kông và LM Giáo sư giảng dạy ở đại học (như cha Lichtenberger dạy Histologie ở ĐHYK SG).

Bác còn nhớ cha Claude Larre S.J. một nhà thông thái tuyệt đỉnh? (**) Tôi rất mến phục cha Larre, tôi được học với ngài những hiểu biết Hán tự và Kinh Dịch. Tôi nhớ Đặng Tiến và Nguyễn Thái Hảo cũng hay trò chuyện với Cha Larre!

Trở về Roma, báo cáo của cha Gomane được trình lên Bề Trên Tổng Quyền. Cũng năm 1956, Cha Kinh Lược Oñate gặp BTTQ có nickname Le Général tức Đại tướng, hay Pape Noir Giáo Hoàng Đen để phân biệt với Giáo Hoàng Trắng là giáo hoàng chính thức, vì ĐT Dòng Tên có nhiều quyền lực ở Vatican. Ngài ĐT yêu cầu khối thừa sai Trung Quốc nhận việc lập cơ sở mới phục vụ Giáo Hội tại Việt Nam.

Năm 1957, cha Oñate và cha Georges Germain tới Sài Gòn để thực hiện chương trình. Cha Germain được giao nhiệm vụ cấp tốc tìm nhà cho 4 Linh mục tới giảng dạy đại học có nơi trú ngụ. *Lúc đó, có một ngôi nhà do chính phủ Pháp sắp trả lại cho chính phủ Việt Nam, TT Ngô Đình Diệm sai Bộ Trưởng Giáo Dục can thiệp cho phép Dòng Tên mua lại khu đất 161 Yên Đổ với ngôi nhà đó làm nơi cư trú cho các cha ở Tàu tới giảng dạy ở đại học.* Ngôi nhà trở thành cộng đoàn Thánh I-nhã, cộng đoàn đầu tiên của Dòng Tên khi trở lại VN từ khi Dòng bị Toà thánh giải tán năm 1773 khi trở lại Việt Nam. Các cha Dòng Tên đến VN từ năm 1615 ở Đàng Trong, và năm 1627 tại Đàng Ngoài.

Dòng Tên, trong thời gian 1949-1954, hơn 700 Linh mục và các Thầy, từ Tàu, tản mác đi phục vụ tại Hongkong, Macao, Đài Loan, Philippin, Thái Lan (1954) và Việt Nam (1957). Ngày lễ Giáng sinh 25.12.1957, cha Bề Trên Cả ĐT Janssens ký sắc lệnh thành lập Tỉnh Dòng Viễn Đông gồm các nhà tại Trung Hoa, Đài Loan và Philippin, Thái Lan và Việt Nam. Tại Việt Nam lúc này mới chỉ có nhà thánh Inhã, tức Trung Tâm Đắc Lộ của chúng ta sau này.

Khoảng năm 1955, Đức Cha Ngô Đình Thục đến Roma gặp cha Bề Trên Tổng Quyền Dòng Tên ĐT Gioan Baotixita Janssens bàn việc mời các Vị DT lập một đại học Công Giáo tại Việt Nam.

Xin chuyển Bác bài viết Anh ngữ khá đầy đủ của LM Anh Q. Trần, S.J. dưới đây. Tôi cũng có bài tương tự Việt ngữ do DT VN đăng trên Web dựa trên sách lịch sử hơn 600 trang của LM Đỗ Quang Chính S.J. phát hành ở Mỹ năm 2005 và ở VN năm 2018 - Dòng Tên trong xã hội Đại Việt, 1615–1773. Sẽ xin phép tường thuật sau. Để tưởng nhớ chữ Quốc ngữ thế kỷ 17, với Đức Chúa Blời Đất (Trời Đất)

Thân chúc hai Bác an khang tiếp tục hưởng Nắng Ngoài Hiên,

BT NQB

(*) Yves Raguin

Yves Raguin, sinh ngày 9 tháng 11 năm 1912 tại Sainte-Catherine-de-Fierbois (Pháp) và mất ngày 9 tháng 12 năm 1998 tại Đài Bắc, Trung Quốc (Đài Loan), là một linh mục Dòng Tên người Pháp, nhà truyền giáo tại Trung Quốc và nhà Hán học. Ông là người đóng góp chính cho bộ đại từ điển Hán ngữ, gồm sáu tập, có tên là Grand Ricci.

(**) Claude Larre

Sinh ngày 28 tháng 8 năm 1919 tại Pau (Basses-Pyrénées), Claude Larre gia nhập Dòng Tên năm 1939, sau khi học luật tại Paris. Sinh ngày 28 tháng 8 năm 1919 tại Pau (Basses-Pyrénées), Claude Larre gia nhập Dòng Tên năm 1939, sau khi học luật tại Paris.

Rời Trung Quốc vào năm 1947 cùng lúc với hai nhà truyền giáo và nhà Hán học khác, Yves Hervouet và Jean Lefeuvre, ông học ngôn ngữ và văn hóa Trung Quốc. Ông thụ phong linh mục Công giáo năm 1952 tại Thượng Hải. Ít lâu sau, ông bị chế độ cộng sản trục xuất khỏi đất nước. Sau đó ông ở lại Hồng Kông, Philippines, Nhật Bản, và đặc biệt là 9 năm ở Việt Nam, nơi ông làm giáo sư tại Đại học Sài Gòn và điều hành trường Việt ngữ Dòng Tên. Ngài đã thành lập Trung Tâm Nghiên cứu RICCI ở Paris và Taipei.

Sáng lập Viện Ricci tại Paris năm 1971, ông có đóng góp quyết định trong việc cho ra đời bộ từ điển Ricci: Từ điển Hán ngữ Pháp năm 1976, Từ điển Hán tự Ricci (13.390 chữ số ít, 3 tập, năm 1999) và Đại từ điển Ricci của ngôn ngữ Trung Quốc (300.000 biểu thức, 7 tập, năm 2001, một bộ bách khoa toàn thư thực sự), được xuất bản bởi Desclée de Brouwer (DDB). Công trình đồ sộ này là thành quả của một công việc tập thể trong hơn 50 năm: nhiều học giả về Trung Quốc học bao gồm Yves Raguin, sj (cũng đứng sau các dự án), Jean Lefeuvre, sj (chuyên gia quốc tế về chữ khắc cổ),

Qua lại Pháp năm 1964, thầy Dòng Tên của tôi là Cha Russo, François (1909-1998 - thụ phong linh mục năm 1943). - Triết gia. - Nhà sử học khoa học. - Chủ biên tạp chí "Les Études" (1951-1980). - Ủy viên Ủy ban Khoa học Lịch sử và Triết học Quốc gia (từ 1964).

Kể ra thì tôi dây dưa với Dòng Tên khá nhiều.

....

Ảnh ở trên, kỷ niệm một thời thơ ấu!

BT NQB

Phục hồi Cư Xá Đắc Lộ

Qua kỹ thuật 3D

https://www.youtube.com/watch?v=2nvhz4swYPs

Overview - Take 2

Xin chọn HD (1080) quality [click cái hình răng cưa tròn đó]

www.youtube.com

- Anh Thắng,

Good job. Đạt trên 90% hình ảnh ngày xưa rồi đó. Xem rất đã con mắt và rất xúc động. Hy vọng anh sẽ cho xem phần tiếp theo bên trong cư xá.

NPMinh.

- Xin cảm ơn Bạn Thắng

VK Chương

- 🙏🙏🙏

BDL

- Cảm ơn anh Thắng, mộng hay thực. Người xưa không biết mình là bướm hay bướm là mình. Người xưa nay đâu? Bao giờ mới được bác Thắng cho xuất hiện?

  HVH

DREAM OR REALITY

In 3D, my college hostel in Saigon,
A clip on YouTube, a world long gone,
"The windmills of your mind", the music plays,
And I'm transported back to those golden days.

Is Saigon real or just a memory?
My life in America, a virtual reality,
I wonder if the past is present still,
And search for those who used to fill

That universe, that world of old,
A place that's etched in memory's hold,
The hostel, the people, the streets, the sights,
A world that's gone, but still ignites

A longing for a time long past,
A world that's gone, but still can last,
In memories, in clips, in songs,
In the heart, where the past belongs.

***HVH** -9/11/2023*

MỘNG HAY THỰC

Cư xá Đắc Lộ, hình 3D hiện lên,

Trên YouTube, một thế giới đã mất

Tiếng nhạc vang"Cối xay gió trong tim",

Đưa tôi về thuở vàng son khi trước.

Sài Gòn còn hay chỉ là ký ức?

Cuộc sống Mỹ, thực tế ảo, của tôi,

Tôi tự hỏi quá khứ còn hay mất,

Và đi tìm bạn thân thiết một thời.

Thế giới đó, thế giới cũ của tôi,

Một nơi được khắc sâu trong ký ức,

Cư xá, phố phường, cảnh đẹp, con người

Đang bừng lên, một thế giới đã mất.

Thời gian dài qua, một niềm khao khát,

Một thế giới mất, nhưng có thể còn nguyên,

Trong ký ức, qua khúc phim, bài hát,

Nơi quá khứ luôn hiện hữu trong tim.

TNT phỏng dịch

9/11/2023

- Bạn Thắng lâu nay ít thấy trên diễn đàn, nay lại tặng các AFAR một video "Cư xá Đắc Lộ ảo, những năm 1970", thật tài tình !

Lúc tôi sống ở đó thì cái nhà lầu bên trái cổng vào chưa có, thay vào đó là một nhà trệt nhỏ, chia ra làm 3, 4 phòng gì đó, làm nơi tiếp khách và nơi dạy học "kém trẻ" của vài bạn FAR. Sau 1975, tôi có vài lần đến dự lễ ngày chủ nhật thì biết cái nhà lầu đó là nhà nguyện, nhưng khi mới xây cất, có phải đó là nhà nguyện không?

Ngay cổng vào, trong video có một cái gì giống như "trạm gác", những năm 1960 cũng chưa có.

Tôi có cảm tưởng không gian thật nhỏ hơn không gian ảo trong video, nhất là những hình ảnh đầu tiên, từ ngoài đường nhìn vào thấy khu này... "bao la bát ngát"!

Bạn HV Hiền làm bài thơ "vịnh" thật hay!

PN Lân

- *Cư xá xưa, thời sinh viên xông xáo*

  Hình ảnh nay, thế giới ảo tuôn trào

  Hỏi lại mình, mấy chục năm phiêu bạt

  Đã được chi, mất gì, chẳng là bao

  Nhưng vẫn còn bao kỷ niệm êm đẹp

  Đã quên đi những chuyện buồn vu vơ

  Để mình sống, nhiệt huyết vẫn còn đó

  Cống hiền đời những bài hát tuổi thơ

  ***PN Lân,** FAR 62-6*

- Hello anh Thắng:

Khâm phục anh rất nhiều, Foyer overview khác xa với Foyer trong tâm khảm tôi với những công trình xây cất sau này. Overview là tuyệt tác phẩm. Bái phục.

-hải

- Hay lắm Thắng ơi!

  QĐ

Trung Tâm Đắc Lộ

Công trình này đến nay đã kéo dài trên 2 năm còn 1 số tiểu tiết nữa phải bổ xung mới xong. Cái video chỉ là như 5% của công việc tuy nó cũng đòi nhiều thời gian động não mày mò. Và *chỉ để gửi tặng các anh em mình mà thôi* (chả ai ngoài mình là có mẫu số chung này muốn biết mà chi - có thể có các tu sĩ Dòng Tên hiện nay hay anh chị em nào đã ra vào thư viện như bác sĩ Đoàn thân hữu, maybe) và video này unlisted chỉ có ai nhận được link từ trong email này mới xem được. (kể cả bạn ĐH Trúc apparently, vẫn thân thiện với 1 vài người như Quảng Đức và tôi hiện nay.)

Rất vui được anh em đón nhận trong vui vẻ. Đây mới là dress rehearsal thôi, 'take 2' là thuật ngữ điện ảnh có nghĩa là lần quay thứ 2 đó, Phùng Minh, chưa phải là final product, cuối tuần sẽ chau chuốt thêm, với góp ý phê bình của các anh. Tất nhiên sẽ có cảnh đi dạo phía trong, với phòng ốc giường mùng chiếu, lon Guigoz và chai 33 dấu trên tủ... kể cà cái bàn ủi trên lầu giặt ủi, tất cả tập sẽ là 5 videos, maybe.

Clip này tui định lấy tít là: "Ba nè con!", nhưng sợ hiểu lầm. Vì rằng trong anh em mình thế nào cũng có 1-2 người sẽ xem và gọi con - hay cháu - lại xem hình ảnh nơi mình đã sống qua những formative years của cuộc đời mình, xem nó lịch sự đàng hoàng ra sao so với nhưng clichés về Sài Gòn mà lớp trẻ có được qua phim ảnh báo chí và tuyên truyền sau này. Âu cũng để connect và bonding với hậu duệ chăng? Nếu anh em nào có hình mình muốn lồng vào model, đúng vị trí trong video hay tôi tạo thêm, xin gửi cho và tôi sẽ cài vào, coi cho nó personal... tôi sẽ hoàn chỉnh final cut trong tuần này hopefully.

Cùng anh Lân: cám ơn anh đã xem kỹ và nêu mấy chi tiết. Cái bót gác anh nói có treo tấm bảng gỗ "Phòng Chỉ Dẫn" đã có từ trước năm 1966 khi tôi đến gặp cha Forest xin vào. Trong video có hình ban tiếp tân của 1 buổi giao lưu liên cư xá năm 1967 lúc tôi chưa được vào, có anh NT Trọng và BH Vừa. Tình trạng hiện nay (2022)

Cái nhà lầu anh nói không có trong video (supposé là 1970), xây năm 1973 làm nhà nguyện nơi là sân sau của villa ông cha. Hiện nay vẫn còn, làm nhà kho cho nhà in của nhà nước và có cầu nối với building dortoir chính FAR. Nó để nguyên cấu trúc nhất là không dám phá cây thập tự vì sợ dị đoan. Hình tôi chụp từ trên lầu phần còn lại của Dòng Tên, cha bề trên dắt vào năm 2013.

Anh Lân nhận xét là xem cảnh thấy 'bao la', là vì cái perspective là nhân tạo do nhu liệu 3D, và nhất là cái khó của tôi là không định được "điểm nhìn" từ tầm mắt người, lúc thì quá thấp lúc thì quá cao. Kích thước và khoảng cách: tôi đã cố gắng bằng nhiều phương pháp tạo đúng kích thước với kỹ thuật do nhu liệu cung cấp, cố gắng sai số chừng 1 mét cho buildings, ít thua 1 tấc cho linh liện nhỏ hơn, thí dụ sân basketball là kích thước tiêu chuẩn, chiếc xe Volkwagen 1967 có kích thước công bố trong site mạng v.v...

Cám ơn anh Hiền, Thạch, Lân đã vịnh những bài thơ góp vui. Tuy duy nhà bác học bs Hiền thâm sâu quá tôi không rõ "làm cái gì xuất hiện lại" mà tôi có thể làm được?

Thomas Thắng

II. XUÂN GIÁP THÌN

Năm Thìn Nói Chuyện Rồng

Năm Giáp Thìn bắt đầu từ ngày 10 tháng 2, 2024 và chấm dứt vào ngày 28 tháng 1, 2025 Dương lịch. Theo âm lịch, mỗi năm tương ứng với một con giáp. Có tất cả 12 con giáp: Tý, Sửu, Dần, Mão, Thìn, Tỵ, Ngọ, Mùi, Thân, Dậu, Tuất, Hợi. Trong 12 con giáp này thì Thìn hay con Rồng đứng hàng thứ 5, trước Tỵ và sau Mão. Bên Việt Nam chúng ta gọi là Mão là con mèo. Nhưng bên Trung Hoa họ gọi là Thử hay thỏ.

Thời xa xưa lấy mặt trời làm gốc. Tương truyền hàng ngàn năm trước công nguyên, có một người tên là Đại Nhiêu đã lập ra Thập Can và Thập Nhị Chi để tính thời gian. Thập Can và Thập Nhị Chi phối hợp với nhau thành "Lục thập hoa giáp", tức chu kỳ mỗi 60 năm. Như vậy năm Giáp Thìn 2024 thì 60 năm trước là 1964, và 60 năm sau là 2084.

Thập Can (hay Thiên Can) có 10 Can: Giáp, Ất, Bính, Đinh, Mậu, Kỷ, Canh, Tân, Nhâm và Quý. Trong đó Giáp đứng đầu, và Quý là chót. Theo Wikipedia: Thập Can chỉ là thuật ngữ trong Phong Thuỷ, gắn liền với 12 con Giáp, được dùng để luận giải tương lai hay vận số của con người.

Thiên can **Địa chi**

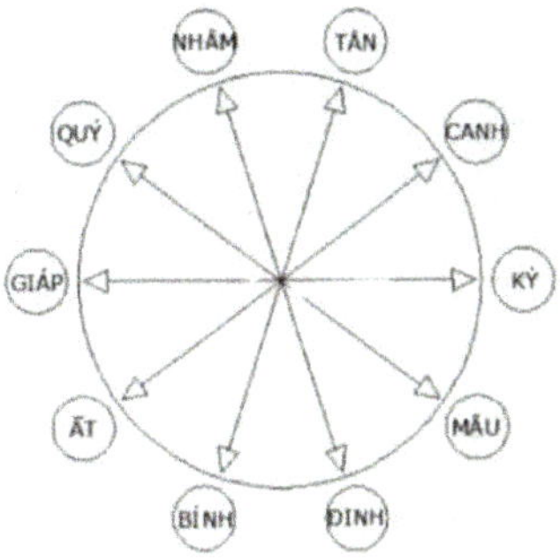

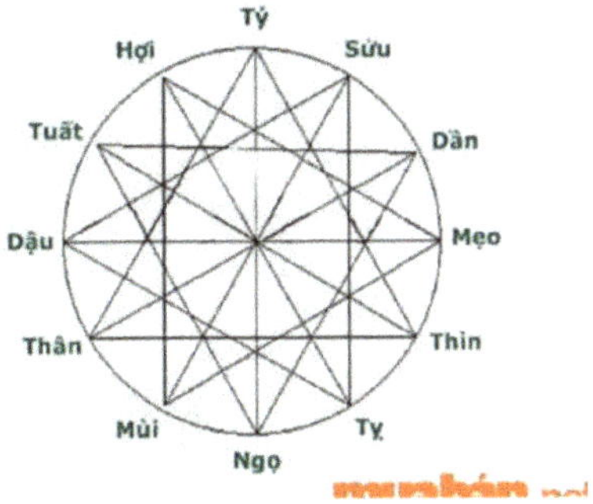

Vậy năm tới là Thìn, tức con Rồng. Rồng là con vật do con người tưởng tượng ra, không có thật.

Rồng tượng trưng cho tham vọng, thống trị. Theo văn hoá Á đông, Rồng là con vật có quyền năng, sức mạnh và đại diện cho sự thiêng liêng vương giả. Vì vậy trong thời Quân Chủ, nhà Vua tự xưng là "Con Trời" được Trời sai xuống để trị vì con dân, lấy RỒNG làm biểu tượng của nhà Vua. Trong trường ca "Hòn vọng phu" của Lê Thương, ông đã dùng hình ảnh con rồng tượng trưng cho nhà Vua muốn đưa tin đến cho thiếu phụ bồng con chờ chồng:

"Chín con long thật lớn, muốn đem tin tới nàng
Núi ngăn không được xuống, chúng kêu la dưới ngàn..."

Và thiếu phụ không nhận được tin chồng, vẫn kiên tâm bồng con đứng đợi chồng về, và đã biến thành tượng đá:

"Ta cố đợi nghìn năm, rồi nghìn năm nữa sẽ qua
Đến khi núi lở sông mòn, mới mong tới Hòn Vọng Phu..."

Vì Rồng do con người tưởng tượng, không có thật nên tư tưởng "Vua là Con Trời"cũng chỉ là "tưởng tượng", không có thật. Cốt yếu là để có sự trung thành tuyệt đối của quan, quân và dân với nhà Vua. Nho Giáo của Khổng Tử quảng bá Tam Cương:

1- Quân thần cương: mối quan hệ vua tôi: Quân xử thần tử, thần bất tử bất trung.
2- Phụ tử cương: mối quan hệ cha con: Phụ xử tử vong, tử bắt vong bất hiếu.
3- Phu phụ cương: xuất giá tòng phu. Mối quan hệ vợ chồng, phải có trách nhiệm yêu thương thì gia đình hạnh phúc.

Thời nay đã có nhiều người chỉ trích "quân tử cương" của Khổng Tử mục đích chỉ làm ngu dân, ép buộc người dân phải cúi đầu tuân phục nhà vua để không có đối kháng. Do đó Đạo Khổng hay Nho Giáo đã được quảng bá sâu rông trong quần chúng. Điển hình là truyện "Thuỷ Hử" hay "Trung Nghĩa Thuỷ Hử Truyện", một trong "Tứ đại danh tác" của Truna Hoa

(1- Tam Quốc chí, 2-Thuỷ hử, 3-Tây du ký ,4- Hồng Lâu mộng). Thời đại bây giờ người ta cho rằng sự trung nghĩa của các anh hùng Lương Sơn Bạc là ngu xuẩn (?).

MƯỜI HAI CON GIÁP VÀ Ý NGHĨA TƯỢNG TRƯNG

Theo Tuổi Trẻ Online: ý nghĩa 12 con giáp:
1- **Tý** (chuột): người mang tuổi này rất duyên dáng, năng động. Với nông dân, khi chuột xuất hiện chứng tỏ trong Bồ đầy thóc lúa. Tý đứng đầu 12 con giáp, nhất là người tuổi giáp tý, đứng đầu cả Can và Chi, nên có khả năng lãnh đạo, đầu tầu. Các bạn tuổi này nghiệm xem có đúng không?.
2- **Sửu** (trâu): Trâu tượng trưng cho sự siêng năng, kiên nhẫn. Trâu biểu tượng cho mùa xuân và nông nghiệp. Người ta tin rằng nếu sinh vào ban đêm là lúc trâu dược nghỉ ngơi, nằm nhai lại, nên số sẽ sung sướng, ngồi mát ăn bát vàng. Nhưng nếu sinh vào ban ngày thì phải kéo cầy, kéo bừa. Phải làm việc cực khổ, tay lấm chân bùn.
3- **Dần** (hổ hay cọp): người mang tuổi này dễ nổi giận (dữ như cọp?), nhưng rất thích nghi với hoàn cảnh. Các cụ ngày xưa thường tin rằng phụ nữ sinh năm dần thì số sẽ lận đận về chồng con (???).
4- **Mão** (mèo hay thỏ): ăn nói nhẹ nhàng, nhiều tài năng và tham vọng.
5- **Thìn** (rồng): như đã nói trên, người mang tuổi này có tính Dương của vũ trụ, biểu tượng uy quyền của vua chúa, hoàng gia. Rất nóng tính, bướng bình nhưng trung thực, năng nổ.
6- **Tỵ** (rắn): Ít nói nhưng thông thái, điềm tĩnh, hiền lành nhưng sâu sắc và dễ cảm thông.
7- **Ngọ** (ngựa): dịu dàng, thoải mái, rộng lượng nhưng đôi khi rất nóng nảy. Tuy nhiên được quý trọng do thông minh, mạnh mẽ, thân ái.
8- **Mùi** (dê): điềm tĩnh nhưng nhút nhát, khiêm tốn nhưng không có lập trường vững chắc. Rất cảm thương người hoạn nạn và hay giúp đỡ mọi người.
9- **Thân** (khỉ): thường rất khéo tay, tò mò và nhiều sáng kiến. Tính khí đôi khi bất thường và không nhất quán.
10- **Dậu** (gà): làm việc cần cù, siêng năng và có tư duy sâu sắc.
11- **Tuất** (chó): tâm địa tốt, lương thiện, trung thành, hết lòng với công việc.
12- **Hợi** (heo): tượng trưng cho sự giầu có. Người tuổi này rất hào hiệp, tốt bụng và dũng cảm.

KHÁI NIỆM VỀ TAM HỢP và TỨ HÀNH XUNG

TAM HỢP là sự hoà hợp tuyệt vời được thể hiện tốt đẹp trong các mối quan hệ. Những con giáp thuộc tam hợp: vợ chồng thì sống hoà thuận hạnh phúc lâu dài, làm ăn thì dễ dàng phát triển. 12 con giáp được chia 4 nhóm, mỗi nhóm có 3 con giáp sở hữu những nét tương đồng, hoà hợp nên gọi là tam hợp.
12 con giáp sẽ được chia ra làm 4 nhóm tuổi tam hợp, dựa trên quy luật ngũ hành (Kim, Mộc, Thuỷ, Hoả, Thổ) và âm dương.

1- 6 địa chi âm: Sửu, Mão, Tỵ, Mùi, Dậu, Hợi. 6 tuổi này sẽ được xếp vào 2 nhóm Tam Hợp Hoả Cục và Tam Hợp Thuỷ Cục.

A- Bộ Tam Hợp Hoả Cục gồm: Ngọ, Tuất, Dần.
B- Bộ Tam Hợp Thuỷ Cục gồm: Tý, Thìn, Thân

2- 6 địa chi dương: Tý, Dần, Thìn, Ngọ, Thân, Tuất sẽ được xếp vào 2 nhóm Tam Hợp Kim cục và Mộc Cục.

A- Bộ Tam hợp Kim cục gồm: Dậu, Sửu, Tỵ
B- Bộ Tam hợp Mộc cục gồm: Mão, Mùi, Hợi.

TỨ HÀNH XUNG: miêu tả những người có mệnh tương khắc với nhau. Trong 12 con giáp có 3 nhóm xung khắc với nhau:

1- Dần, Thân, Tỵ, Hợi
2- Sửu, Mùi, Thìn, Tuất
3- Mão, Dậu, Tý, Ngọ

Viết đến đây tôi nhớ lại trong văn chương Việt Nam đã viết không biết bao nhiêu cuộc tình vỡ lở chỉ vì tứ hành xung. Vỡ lở không hẳn vì xung khắc, mà vì cha mẹ đôi bên không chịu chỉ vì "tứ hành xung". Gần đây tôi có đọc một truyện trên net (tôi quên tựa đề rồi), chú rể biết trước tuổi của mình và người yêu, hình như Dần Hợi thuộc "tứ hành xung" nên lúc ra mắt nhà gái, và khi bị hỏi khéo về tuổi thì được chuẩn bị trước, đổi tuổi của mình thành "tam hợp: Mão Mùi Hợi). Chàng đã lấy được người yêu, và sống hạnh phúc chẳng xung khắc tí nào.

CÁCH TÍNH GIỜ THEO CAN CHI:

Ngày xửa ngày xưa chưa có đồng hồ để coi giờ nên ông bà chúng ta cũng dựa vào 12 con giáp để tính giờ:

1- Giờ Tý: từ 11PM-1AM: là giờ chuột đi kiếm ăn. Tôi nhớ bài thơ tiếu lâm xin mời các bạn đọc rồi cười cho vui nhân dịp năm mới:

Nửa đêm giờ tý lúc canh ba
Cuộc chiến hoàng cung đã nổ ra
Ta giục Tốt đầu công hối hả
Địch dương Sĩ lót hít hơi hà
Pháo lồng Mã đội ta ưa thích
Xe bọc Tượng giăng địch phục ta
Cuộc chiến sắp tàn canh đã điểm

Bên thành nghe ..(1?)..(2?).. tràn qua.
(khuyết danh)

(Tác giả cố tình để trống (1) và (2). Mời các bạn điền vô cho hợp nghĩa)

2- Giờ Sửu: 1-3AM: lúc trâu đang nhai lại, chuẩn bị đi cầy
3- Giờ Dần: 3-5AM: lúc hổ sung mãn nhất đi săn mồi
4- Giờ Mão hay Thỏ: 5-7AM: lúc trăng vẫn còn chiếu sáng.
5- Giờ Thìn: 7-9AM: lúc rồng quây mưa "Quần Long Hành Vũ).
6- Giờ Tỵ: 9-11AM: Lúc rắn không cắn người???. Không biết có đúng không.
7- Giờ Ngọ: 11AM-1PM: lúc giữa trưa, lúc ngựa có dương tính cao ???
8- Giờ Mùi: 1PM-3PM: lúc dê còn đang ăn cỏ
9- Giờ Thân: 3PM-5PM: là lúc "chim kêu khỉ hú"
10- Giờ Dậu: 5PM-7PM: Lúc gà lên chuồng
11- Giờ Tuất: 7PM-9PM: là lúc chó giữ nhà cho chủ đi ngủ
12- Giờ Hợi: 9PM-11PM: Lúc lợn ngủ say nhất.

NHỮNG BIẾN CỐ ĐÃ SẨY RA 60 NĂM TRƯỚC: NĂM GIÁP TÝ 1964:
1- Cuộc Chỉnh Lý ngày 30/1/1964: cuộc đảo chính do tướng Nguyễn Khánh tạo ra nhằm loại bỏ vai trò lãnh đạo VNCH của Hội Đồng Quân Sự do tướng Dương Văn Minh đứng đầu.
2- Tổng Thống Lyndon B. Johnson ký đạo luật: The Civil Right Act ngày 2 July, 1964.Đạo luật này cấm phân biệt chủng tộc trong việc làm, giáo dục, các nơi công cộng...
3- The Harlem Riot of 1964: bắt đầu từ 16-22 July, 1964. Riot đã sây ra sau khi một thanh niên da màu bị cảnh sát bắn chết.
4- Sự kiện Vịnh Bắc Việt (Gulf of Tonkin Incident). Sẩy ra ngày 2 August, 1964. Đây là một cuộc đụng độ đã dẫn tới việc Hoa Kỳ trực tiếp tham gia vào chiến tranh Việt Nam.
5- William K. English (1929-2020): cùng với Douglas Engelbart sáng chế ra computer mouse vào những năm 1963-1964.
6- Bản nhạc: I want to hold your hand của The Beatles, rất phổ biến và được xếp là một trong những bản nổi tiếng nhất:

Oh, yeah, I'll tell you somethin'
I think you'll understand
When I say that somethin'
I want to hold your hand
I want to hold your hand
I want to hold your hand

Oh, please, say to me
You'll let me be your man
And please, say to me
You'll let me hold your hand
You'll let me hold your hand
I want to hold your hand

....

Chúng ta vừa nhắc một vài chuyện sẩy ra năm Giáp Thìn, 60 năm về trước. Vậy năm Giáp Thìn 2024 thì những biến cố gì sẽ sẩy ra? Chúng ta không phải là nhà tiên tri nên không thể đoán trước được. Tuy nhiên có một sự kiện chắc chắn sẽ sẩy ra: đó là cuộc bầu cử vào tháng 11/2024. Cả thế giới đang theo dõi cuộc bầu cử này. Và kết quả có thể sẽ thay đổi cục diện thế giới. Và một sự kiện khác nữa cũng chắc chắn sẽ tới: Năm Giáp Thìn 2084: chúng ta chẳng còn ai có thể chứng kiến việc gì sẽ sẩy ra vào năm này.

THÔI KỆ.
Muôn sự trên đời do Nghiệp, Duyên
Hiểu ra, thanh thoát mọi ưu phiền
Trong mơ, ai biết đời hư ảo
Thả mồi bắt bóng tự truân chuyên
Thôi kệ, buồn chi những tiếng đời
Chỉ là âm điệu thoáng đầu môi
Nghe khen càng thích, chê càng khổ
Thế sự muôn trùng... vẫn cứ trôi
Thôi kệ, sầu chi chuyện được thua
Tuồng đời thăng giáng lúc tôi, vua
Ai khôn mà chẳng dăm lần dại
Rồi cũng phù vân... ngọn gió đùa

(Thích Tánh Tuệ)

Trần Công Bảo

Năm Thìn Nói Chuyện Rồng

Hình 1: Rồng trên ấn vàng Hoàng đế chi bảo của Vua Minh Mạng, được Việt Nam mua lại và đem về từ Pháp với giá trên 6 triệu Euro năm 2023.

Nguồn gốc con rồng trên thế giới

Trong truyền thuyết và truyện dân gian, rồng có những phép thuật - tuy nhiên những nhà tự nhiên học thời kỳ đầu thường coi những sinh vật này như một phần của thế giới tự nhiên nghĩa là có thật. Các nhà sinh vật học ở châu Âu đã từng viết về hành vi và môi trường sống của loài rồng, cùng với thằn lằn và rắn. Các học giả Trung Quốc đã xếp rồng vào một trong 369 loài động vật có vảy. Rất lâu trước sự phát triển của cổ sinh vật học, người ta đã khai quật được xương hóa thạch ở châu Á và châu Âu - và tin rằng họ đã tìm thấy hài cốt của loài rồng từ thời xa xưa hơn.

Trên thế giới người ta có nhiều giả thuyết về nguồn gốc con rồng. Theo các học giả, ý niệm rồng có lẽ đã phát triển độc lập ở cả Châu Âu và Châu Á, và có thể cả ở Châu Mỹ và Úc, có thể xuất phát từ những sinh vật sau đây:

1) **Khủng long.** Người cổ đại có thể đã phát hiện ra hóa thạch khủng long và hiểu lầm chúng là hài cốt của loài rồng. Chang Qu, một nhà sử học Trung Quốc từ thế kỷ thứ 4 trước Công nguyên, đã thấy một bộ xương hóa thạch như vậy ở tỉnh Tứ Xuyên ngày nay và tưởng là xương rồng. Ví dụ, con Stegosaurus hóa thạch khổng lồ có chiều dài trung bình là 30 feet, thường cao 14 feet và được bao phủ bởi các tấm bọc thân dày và nhiều gai để phòng thủ.

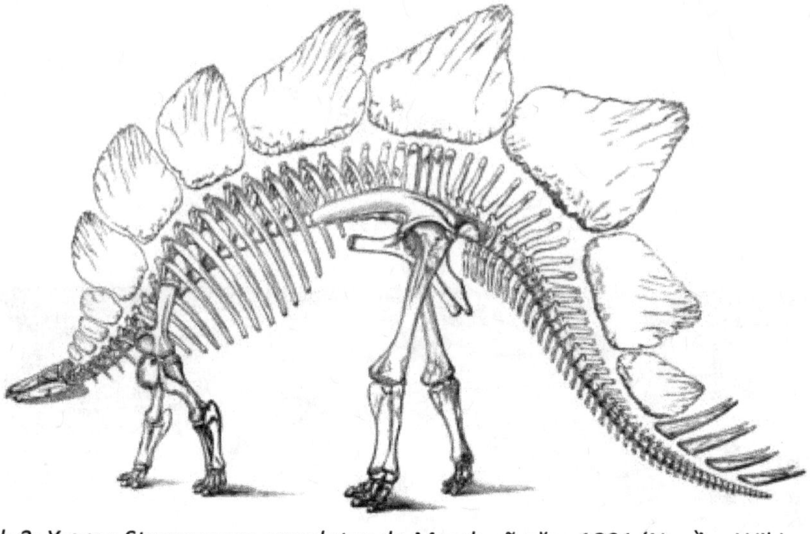

Hình 2: Xương Stegosaurus ungulatus do Marsh vẽ năm 1891 (Nguồn: Wikipedia)

2) **Cá sấu**. Có nguồn gốc từ châu Phi cận Sahara, cá sấu sông Nile có thể đã có phạm vi phân bố rộng hơn vào thời cổ đại, có lẽ đã truyền cảm hứng cho truyền thuyết rồng châu Âu bằng cách bơi qua Địa Trung Hải đến Ý hoặc Hy Lạp. Chúng là một trong những loài cá sấu lớn nhất, với những cá thể trưởng thành dài tới 18 feet — và khác hầu hết các loài khác, chúng có khả năng thực hiện một chuyển động làm thân mình

nó được nâng lên khỏi mặt đất. Một con cá sấu khổng lồ, chậm chạp có thể giống như một con rồng.

Đối với thế giới dùng chữ Hán có thể là con rồng giao long ở dưới nước thường gây sóng gió lật đổ thuyền bè. Theo tiền Hán Thư thì vua Hán Vũ Đế bắn được một con giao long ở sông Dương Tử có bốn chân và cổ có vẩy. Các nhà khảo cổ và khoa học cho rằng rồng ở dưới nước có nguồn gốc phát xuất từ con cá sấu, sống lâu năm ở ven biển vùng Đông Nam Á. Chữ rồng của ta mượn chữ Long bên Tàu. Trên nhiều trống đồng thời văn hóa Đông Sơn có rất nhiều hình cá sấu. Vào năm 1958 ở Hòa Bình có một trống đồng trên mặt trống có hình 6 con cá sấu.(2)

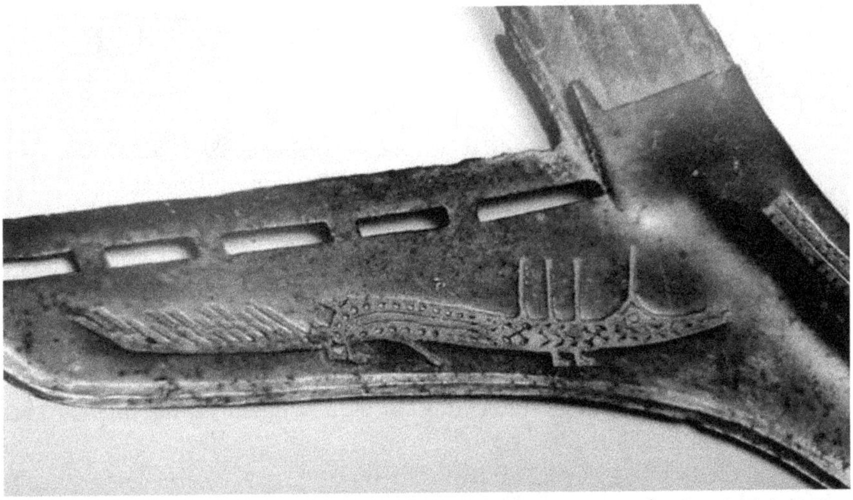

Hình 3: Chi tiết hình cá sấu với những gai nhọn ở đầu và gáy thể hiện rõ tính thiêng của chúng trong tư duy tín ngưỡng của người Đông Sơn (Nguồn: Bảo tàng lịch sử VN)

(https://baotanglichsu.vn/vi/Articles/3101/73956/djem-djem-ri-ram-trong-tieng-djat-ech-va-ca-sau-thu-thieng-djong-son.html)

3) **Goanna**. Úc là nơi sinh sống của một số loài thằn lằn, còn được gọi là Goannas, do người da trắng đến định cư tưởng nó là con thằn lằn iguana bên Châu Mỹ. Những loài động vật săn mồi to lớn này có hàm răng và móng vuốt sắc như dao cạo, chúng là những nhân vật quan trọng trong văn hóa dân gian truyền thống của thổ dân. Một câu chuyện phổ biến kể rằng vết cắn của goanna được truyền một loại nọc độc cực mạnh, không thể chữa khỏi và năm sau vết cắn (hoặc bảy năm một lần), vết thương lại bùng phát. Tuy nhiên, các nhà nghiên cứu bò sát thường tin rằng goannas không có nọc độc và bệnh kéo dài do vết cắn của chúng chỉ là do nhiễm trùng và nhiễm trùng máu do nước bọt của chúng chứa đầy vi khuẩn từ xác chết và các nguồn thực phẩm khác. Tuy nhiên, vào năm 2005, các nhà nghiên cứu tại Đại học Melbourne công bố rằng các tuyến nọc độc trong miệng đã được tìm thấy ở cả goannas và cự đà (iguana). Ít nhất là ở Úc, những sinh vật này có thể là nguyên nhân

gây ra huyền thoại về rồng. Rồng Komodo, ở trên một số đảo của Indonesia, dài đến 3 mét và nặng đến 150 kí lô, là bà con của goanna, cùng trong gia đình "monitor lizard".

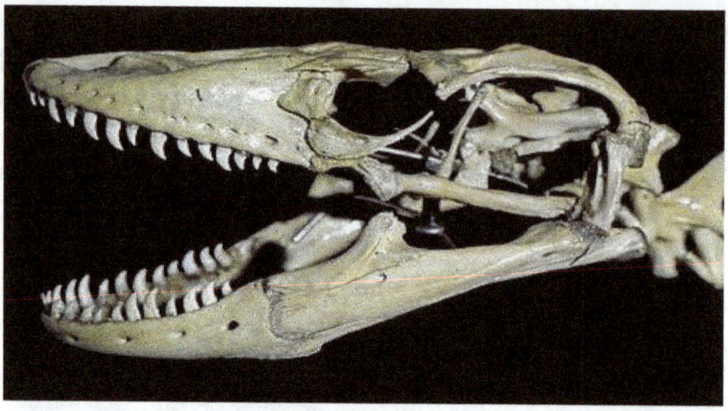

Hình 4: Xương sọ Komodo Dragon (Nguồn: Wikipedia)

4) **Cá voi**. Có người cho rằng các loài động vật cỡ lớn như cá voi đã gợi lên những câu chuyện về rồng. Người cổ đại nhìn thấy xương cá voi sẽ không có cách nào biết được loài động vật này sống ở biển, và ý tưởng về những sinh vật khổng lồ như vậy có thể khiến mọi người cho rằng cá voi là loài săn mồi. Bởi vì cá voi sống dành tới 90% thời gian ở dưới nước nên chúng chưa được hiểu rõ trong phần lớn lịch sử loài người.

"Quái vật hồ Loch Ness" là một sinh vật huyền thoại trong văn hóa dân gian Scotland được cho là sinh sống ở hồ Loch Ness ở Cao nguyên Scotland, thường được mô tả là to lớn và cổ dài, với một hoặc nhiều bướu nhô ra khỏi mặt nước. Lời tường thuật đầu tiên về con quái vật có từ tiểu sử của Thánh Columba vào thế kỷ thứ 7, và truyền thuyết bắt đầu phát triển vào năm 1933 sau khi một cặp vợ chồng cho biết đã nhìn thấy một con vật to lớn mà họ so sánh với một "con rồng hoặc quái vật thời tiền sử". Thuyết mới nhất cho rằng đây là một con lương (eel) khổng lồ. Tuy nhiên, cộng đồng khoa học vẫn không chấp nhận là nó có thật. Như con rồng của chúng ta, nó vẫn là một sản phẩm văn hóa dân gian và thần thoại.

Hình 5: Hình "Nessie""chụp " năm 1934 đã bị lật tẩy chứng minh là giả tạo.

5) **Não bộ người.** Lời giải thích hấp dẫn nhất liên quan đến một loài động vật bất ngờ: con người. Trong cuốn sách "Bản năng của rồng", nhà nhân chủng học David E. Jones lập luận rằng niềm tin vào rồng rất phổ biến trong các nền văn hóa cổ đại bởi vì quá trình tiến hóa đã khắc sâu nỗi sợ hãi bẩm sinh về những thú săn mồi/predator vào tâm trí con người. Giống như những con khỉ đã được chứng minh là có biểu hiện sợ rắn và mèo lớn, Jones đưa ra giả thuyết rằng đặc điểm sợ những thú săn mồi lớn - chẳng hạn như trăn, chim săn mồi và voi - đã được có sẵn ở hominid (bao gồm khỉ đột, đười ươi và người). Ông lập luận rằng trong giai đoạn gần đây, những nỗi sợ hãi phổ quát này thường được kết hợp trong văn hóa dân gian và tạo ra huyền thoại về con rồng.(3)

Rồng Ta và Rồng Tây

Và chúng ta cần nói rõ, rồng chúng ta không giống rồng tây phương.(4)

Trong văn hóa Tây phương, con rồng (dragon) thường không linh phải là linh vật và dữ hơn.

Rồng Tây được mô tả là những con thú lộng lẫy có thân hình của con rắn lớn, miệng phun lửa và bay được với đôi cánh lớn. Chúng có đôi chân để tự đứng vững. Một số còn có cánh tay nhỏ giống T-rex để tóm lấy kẻ thù.

Những sinh vật thần thoại này sống ở những nơi bí ẩn như biển sâu, đầm lầy hẻo lánh hoặc núi lửa đang hoạt động. Đôi khi chúng sống ở vùng núi hiểm trở hoặc hang động tối tăm. Đó là lý do tại sao các anh hùng gặp khó khăn trong việc tìm kiếm chúng. Nhưng khi hai bên đã gặp nhau tại hang rồng, một cuộc tranh đấu khốc liệt xảy ra như cuộc chiến của Hercules với Hydra, trong thần thoại Hy Lạp. Vua Eurystheus đã ra lệnh cho Hercules giết con Hydra bảy đầu quái dị, một con rắn nước đang tàn phá vùng nông thôn. Tuy nhiên, ngay khi Hercules chặt đứt một cái đầu, hai cái đầu khác lại xuất hiện ở vị trí của nó. Với sự giúp đỡ của một người bạn đồng hành, Hercules cuối cùng đã giết chết sinh vật này bằng cách đốt cổ nó bằng lửa ngọn đuốc.

Hình 6: Con Rồng tây trên cờ xứ Wales (United Kingdom)

Tuy được coi là kẻ ác, rồng Tây vẫn được hâm mộ vì chúng được coi là biểu tượng của trí thông minh và sự bảo vệ trong chiến tranh vì chính những khả năng của chúng. Một ví dụ điển hình là truyện Iliad của Homer, trong đó vị vua trong câu chuyện đã sử dụng một chiếc khiên có vẽ một con rồng trên đó. Quốc huy và quốc kỳ của xứ Wales cũng có biểu tượng con rồng. Gần đây hơn, công ty SpaceX của thiên tài kiêm tỷ phú Elon Musk đã dùng tàu vũ trụ Crew Dragon của mình đem hai phi hành gia NASA đến trạm vũ trụ quốc tế vào năm 2020. Trước đó Mỹ đã phải dựa vào tên lửa của Nga để đến Trạm này. Hiện SpaceX là đối tác khu vực tư nhân chính trong sứ mệnh mặt trăng của NASA.

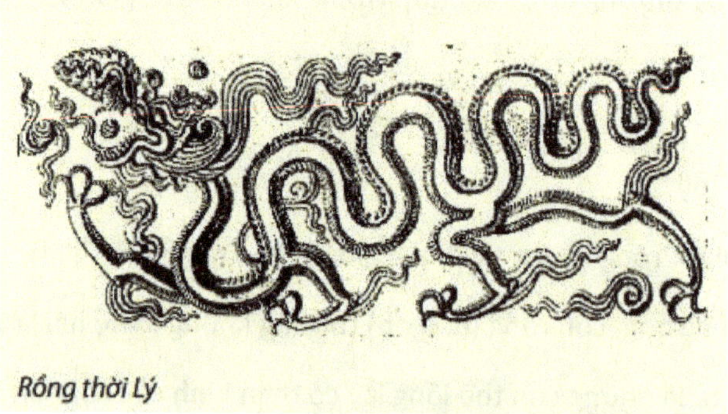

Hình 7: Rồng VN thời Lý

Vì vậy, nhận thức phụ thuộc vào văn hóa và bối cảnh của mỗi đất nước, và chắc chắn sẽ thay đổi theo thời gian. Với dòng lịch sử và các nền văn hóa thay đổi, hình ảnh những con rồng độc ác đã chiếm ưu thế về mặt ảnh hưởng trong những năm sau đó. Đây là lý do tại sao rồng phương Tây được miêu tả như những sinh vật hung dữ trong các câu chuyện giả tưởng ngày nay.

Hình 8: Rồng VN thời Trần

Rồng phương Đông ngược lại được biết đến như những sinh vật thần thánh mà sự tồn tại của chúng mang lại lợi ích cho con người. Từ góc độ này, rồng được tôn kính hơn là những con thú mà kẻ anh hùng cần chiến đấu để trừ khử.

Môi trường sống của rồng trong văn hóa phương Đông là bầu trời, không khí, nước hoặc dưới lòng đất. Chúng đóng vai trò bảo vệ và quản lý những nguyên tố này, điều này đã củng cố hình ảnh của chúng là những sinh vật nhân từ trong văn hóa châu Á. Điều này cũng dẫn đến việc rồng phương Đông trở thành biểu tượng của hoàng gia và quyền lãnh đạo.

Hình 9: Cờ lệnh của Hoàng đế triều Nguyễn, sử dụng trong lễ nghi, các chuyến công du... Tồn tại từ 1802 đến 1955. (nguồn Wikipedia)

Nếu tra từ điển Hán-Việt của Đào Duy Anh, chúng ta thấy "Long" còn có nghĩa là vua; long bào hay long cổn là áo vua mặc; long bội tinh là một huy chương của vua ban (ordre imperial du dragon d'Annam); long châu hay long thuyền là thuyền của vua; long chủng: con cháu nhà vua; long dá: xe vua; long nhan: mặt vua; long sàng: giường vua.

Ngoài trí tuệ, loài rồng phương đông còn có sức mạnh điều khiển các nguyên tố mà chúng canh giữ. Trong nhiều nền văn hóa châu Á như Trung Quốc và Nhật Bản, rồng thường gắn liền với nước. Người ta cho rằng chúng mang lại lượng mưa cần thiết cho việc trồng trọt. Ngược lại ngày xưa người ta cho rằng trời tối lúc nhật thực vì mặt trời bị con rồng nuốt, và thiên hạ phải đánh chiêng trống để con rồng nhả mặt trời ra. Vì những khả năng và trí tuệ đáng kinh ngạc này, những con rồng phương đông có sức mạnh khiến sinh kế của con người trở nên thịnh vượng hay suy tàn.

Hình 10: Rồng kiểu Trung Hoa trên một ngôi chùa ở Trung Quốc, có đầu và mõm khá dài, mũi nhỏ so với Rồng Việt Nam (Nguồn Wikipedia)

Rồng Việt và Rồng Trung Hoa

Cũng nên để ý rằng, với tinh thần dân tộc đang dâng cao tại Việt Nam, các học giả Việt cũng thường nêu ra những điểm khác biệt giữa rồng Việt và rồng Trung quốc, nhất là khen "rồng Việt Nam "thông thái, vui vẻ, đạo mạo", không dọa nạt, kiên cưỡng" như rồng Tàu có đầu và mõm khá dài, mũi nhỏ, mắt lồi nhỏ, râu và vây bờm khá thưa thớt, thân thể thô cứng thiếu uyển chuyển, như trong đoạn sau trích từ Wikipedia tiếng Việt:

"Nhìn chung, Rồng Việt Nam luôn có những mô-típ rõ ràng đặc trưng:

Rồng là con vật có sự kết hợp của nhiều loài vật khác nhau, cách giải thích phổ biến là 9 loài: đầu hổ, sừng hươu, mắt thỏ, tai bò, cổ rắn, bụng ếch, vây cá chép, móng chim ưng, bàn chân của hổ. Thân rồng uốn hình rắn, hay gần như hình sin 12 khúc, đại diện 12 tháng trong năm, biểu trưng cho sự thay đổi thời tiết năm tháng, sự trù phú và phồn vinh của nền văn hóa nông nghiệp lúa nước. Thân mềm mại uốn lượn thể hiện sự biến hóa và khả năng thay đổi, dịch chuyển thiên nhiên của con rồng cai quản thời tiết, mùa màng. Trên lưng có vảy nhỏ liền mạch và đều đặn.

Miệng rồng luôn ngậm viên châu, trong khi ở Nhật Bản, Hàn Quốc và Trung Quốc rồng hay cầm ngọc bằng chân trước. Viên châu tượng trưng cho tính nhân văn, tri thức và lòng cao thượng. Đầu rồng luôn hướng lên đớp lấy viên ngọc thể hiện tinh thần tôn trọng các giá trị nhân văn cao quý, theo đuổi sự uyên bác và tinh thần cao thượng. Đầu vuông, mõm rồng ngắn, mũi to nét mặt thông thái vui vẻ, đạo mạo không hề mang tính dọa nạt kiên cưỡng như rồng Trung Hoa hay rồng Nhật Bản mõm dài, mũi nhỏ nhe nanh đầy dọa nạt."

Hình 11: Rồng thời Lê tại nền Điện Kính Thiên, Hoàng thành Hà Nội (nguồn: Wikipedia).

Chính quyền Hà Nội đang dự tính xây lại (phục dựng) Điện Kính Thiên trên nền hiện nay có một ngôi nhà lớn của thời thuộc địa Pháp. Chi phí 1800 tỷ đồng (chừng 74 triệu đô la Mỹ).

Theo Đại Việt sử ký toàn thư, Điện Kính Thiên được xây dựng năm 1428, đời vua Lê Thái Tổ và hoàn thiện vào đời vua Lê Thánh Tông. Đây là di tích trung tâm trong tổng thể các di tích của khu trung tâm Hoàng thành Thăng Long - Hà Nội.

Thuốc men: xương rồng và máu rồng

Riêng về y học, không ngạc nhiên khi chúng ta ít thấy liên hệ nào giữa con rồng và y khoa.

Rồng thường được coi là biểu tượng cho sức mạnh nam giới và thường được ghép đôi với con phượng, tượng trưng cho sự thanh nhã của người phụ nữ, tượng trưng cho sự hài hòa, cân bằng trong cuộc sống.

Rồng đã được liên kết với y học trong nhiều nền văn hóa khác nhau. Trong y học Trung Quốc, "xương rồng" được sử dụng để điều trị các bệnh như điên loạn, tiêu chảy và kiết lỵ.

Qua nhiều thế kỷ, ở Trung Hoa, "xương rồng" vẫn được cho là của rồng. Mãi đến sau năm 1950, người ta mới bắt đầu điều tra bản chất thực sự của những bộ phận được gọi là của "rồng" này. Người ta thấy chúng chủ yếu là xương và răng hóa thạch của nhiều loài động vật có vú khác nhau: một số trong số đó là động vật đã tuyệt chủng, số khác thuộc loài hiện đại. Hầu hết các hóa thạch có khả năng được hình thành trong phần sau của thời kỳ băng hà (khoảng 20.000 đến 12.000 năm trước).

Vật liệu "xương và răng rồng" đem về từ chợ được một số viện nghiên cứu của Trung Quốc phân tích. Các nhà nghiên cứu không thể xác định một cách tự tin hầu hết các vật liệu, nhưng họ tìm thấy là nguồn gốc là các con vật sau đây:

- Voi: từ Stegodon cổ đại (voi răng kiếm chân dài) đến voi ma mút lông xù.
- Tê giác: chủ yếu là loài tê giác đã tuyệt chủng từ lâu, có kích thước lớn, nhiều lông và có sừng đôi dài (double horn).
- Hipparion: một con ngựa ba ngón cổ xưa
- Xương và răng của lạc đà thời kỳ đầu.
- Linh dương (gazella): Linh dương phổ biến vào cuối kỷ băng hà và bị con người săn lùng.
- Các động vật khác, chẳng hạn như dê núi và cừu, hươu và trâu cũng góp phần tạo ra vật liệu hóa thạch.(5)

Gần đây, dân làng ở Hà Nam, miền trung Trung Quốc từ mấy chục năm nay đã đào xương mà họ tin là của rồng bay và sử dụng các xương này trong các loại thuốc truyền thống. Hóa ra xương thuộc về các khủng long thời tiền sử và hiện các nhà khoa học đang tiến hành khai quật. Những hóa thạch này vẫn được bán ở tỉnh Hà Nam dưới dạng "xương rồng" với giá khoảng 25 xu một pound. Xương giàu canxi đôi khi được đun sôi với các thành phần khác và cho trẻ em ăn để chữa chóng mặt và chuột rút ở chân, hoặc được nghiền nhỏ và biến thành cao bôi trực tiếp lên các chỗ gãy xương và các vết thương khác.

Gần đây đã khai quật được một con khủng long ăn thực vật dài 60 feet ở huyện Nhữ Dương (Ruyang), Hà Nam, sống cách đây 85 triệu đến 100 triệu năm. Năm 2006, khi dân làng phát hiện ra xương là của khủng long, họ đã giao lại cho nhóm khai quật 440 cân xương này để nghiên cứu. Trong hai mươi năm trước, dân làng đã đào được khoảng 1 tấn xương.(6)

Hình 12: Mẫu răng rồng (trên) và xương rồng (dưới) thuộc loại dạng hoa (variegated). Toàn bộ miếng thường lớn hơn nhiều và được chia nhỏ để sử dụng trong hiệu thuốc, ở đó chúng thường được nghiền nát để làm bột.(5)

Trong truyền thống châu Âu và Trung Đông, "máu rồng" (dragon blood, tiếng Pháp là sang-dragon, hay sang de dragon) không phải là máu của một sinh vật nào giống con rồng mà có nguồn gốc thực vật.

Sang-dragon là một chất nhựa màu đỏ được sản xuất bởi nhiều loài thực vật khác nhau, được sử dụng từ thời Cổ đại Hy Lạp-La Mã làm dược liệu và chất tạo màu. Việc sử dụng nó lan rộng với sự mở rộng của dược lý châu Âu, Ả Rập và thậm chí cả Trung Quốc đến phần lớn thế giới trong gần hai thiên niên kỷ.(7)

Vào thời cổ đại, loại dược liệu này được lấy từ những cây một lá mầm thuộc chi Dracaena (genre Dracaena, có nhánh giống như những con rắn bò), khi cây bị thương sẽ tạo ra một loại nhựa phenolic có khả năng ngăn chặn sự lây lan của mầm bệnh. Các nhà dược học thời cổ đại, chẳng hạn như Dioscorides, đã sử dụng các đặc tính của loại nhựa này mà họ gọi là "máu rồng", như chất chống xuất huyết và kháng khuẩn để điều trị vết thương. Kiến thức về đặc tính làm se (astringent) và chống xuất huyết của máu rồng đã được lan truyền ít nhiều cho đến thời Phục hưng, nhưng phương thuốc này rất hiếm và đắt tiền.

Từ thế kỷ 15 trở đi, những cuộc thám hiểm hàng hải vĩ đại của châu Âu phần lớn được hướng dẫn bởi mong muốn tìm kiếm các loại gia vị và các phương thuốc rẻ hơn. Việc khám phá những vùng đất mới này đã cung cấp các chất mới có màu đỏ như máu có đặc tính chống xuất huyết được gọi là máu rồng.

Nói chung, những mối liên hệ giữa rồng và y học này có nguồn gốc sâu xa từ thần thoại, văn hóa dân gian và các phương pháp chữa bệnh truyền thống từ Đông sang Tây.

Con Rồng Cháu Tiên

Nói đến rồng trong năm rồng, người Việt chúng ta không thể không nhắc tới nguồn gốc con Rồng cháu Tiên của mình. Sự tích này được ghi trong Đại Việt Sử Ký Toàn thư, được Ngô Sĩ Liên soạn từ thời Hồng Đức (1479), được hiệu đính và hơn hai trăm năm sau mới được khắc in toàn bộ và phát hành rộng rãi lần đầu tiên năm 1697.Tuy nhiên, có lẽ nhờ cuốn Việt Nam Sử Lược, cuốn sử Việt đầu tiên bằng chữ quốc ngữ mà nhà nho và chính trị gia Trần Trọng Kim đã viết cách đây trên 100 năm mà câu chuyện này được phổ biến trong mọi giới như hiện nay.

"Cứ theo tục truyền thì Vua Đế Minh là cháu ba đời của vua Thần Nông, đi tuần thú phương Nam đến Ngũ Lĩnh (thuộc tỉnh Hồ Nam bây giờ) gặp một nàng tiên, lấy nhau đẻ ra người con tên Lộc Tục. Sau Đế Minh truyền ngôi lại cho con trưởng là Đế Nghi làm vua phương Bắc, và phong Lộc Tục làm vua phương Nam, xưng là Kinh Dương Vương, quốc hiệu là Xích Quỷ.

Bờ cõi nước Xích Quỷ bấy giờ phía Bắc giáp Động Đình Hồ (Hồ Nam), phía Nam giáp nước Hồ Tôn (Chiêm thành), phía Tây giáp Ba Thục (Tứ Xuyên), phía Đông giáp bể Nam Hải.

Kinh Dương Vương làm vua nước Xích Quỷ vào quãng năm Nhâm Tuất (2879 trước Tây Lịch?) và lấy con gái Động Đình Quân là Long nữ đẻ ra Sùng Lãm, nối ngôi làm vua, xưng là Lạc Long Quân.

Lạc Long Quân, lấy con gái vua Đế Lai tên là Âu Cơ, đẻ một lần được một trăm người con trai"

Như vậy, do dòng giống của Lạc Long Quân (con của Long Nữ) mà chúng ta được tiếng là con của Rồng, và phía bên ngoại, chúng ta hưởng di thể của "tiên" đến hai lần, một lần qua vợ của vua Đế Minh, một lần qua bà Âu Cơ, thuộc dòng dõi thần tiên.

Theo sách về người Mường của Jeanne Cuisinier (1890-1964), một nhà dân tộc học nghiên cứu về người Mường ở Việt Nam và bang Kemantan ở Malaysia, người Mường có rất nhiều truyện cổ tích và truyền thuyết và hai truyền tích lớn người Việt đã vay mượn thẳng từ nguồn Mường chính là chuyện Sơn Tinh Thủy Tinh và bà Âu Cơ, mà người Mường phát âm theo kiểu Quảng Đông là Ngu Kơ:

"Ngày xửa ngày xưa, có một nàng công chúa xứ Mường tên là Ngu Kơ, mang tiền kiếp một con nai có đốm ngôi sao (cerf étoilé), cưới một ông hoàng tử con byua Yịt tên Lương Wong, gốc vốn loài cá. Ít lâu sau, Ngu Kơ sinh được 50 con gái và 50 con trai. Nhưng rồi cơm không lành canh chẳng ngọt. Từ ở chỗ con cái không đủ đồ ăn thức uống, Ngu Cơ và Lương Wong

ưa cãi vã với nhau. Cuối cùng, Ngu Kơ và Lương Wong đành phải chia tay, đôi ngả đôi ta. Ngu Kơ dẫn 50 người con lên miền rừng núi, và Lương Wong dẫn 50 người con kia xuôi về miền sông biển. Ngu Kơ và đám con tạo nên những dòng vua chúa mặc áo màu đen, và Lương Wong, các gia đình vua mặc áo màu vàng."

Vậy theo truyền thuyết này, ông hoàng tử Lương Wong cũng là gốc loài cá, sống dưới nước. có lẽ là cá sấu hay là rồng.(7)

Nhiều trẻ em vẫn tin Ông già Noel là có thật và nguồn gốc cũng có thật, là Thánh Nicholas, là một người Hy Lạp sinh vào cuối thế kỷ thứ ba, giám mục Myra, một thị trấn La Mã nhỏ ở Thổ Nhĩ Kỳ hiện đại. Hay về huyền thoại và tín ngưỡng người Nhật tin rằng vua đầu tiên của họ là con của Thái Dương Thần nữ Amaterasu (Thiên Chiếu Đại Thần), được đạo Shinto công nhận và được ghi trong hiến pháp Meiji (Minh Trị) năm 1889 của Nhật.

Vậy người Việt chúng ta là Con Rồng Cháu Tiên hãy cùng nhau vui mừng đón chào năm Giáp Thìn và chúc nhau một năm mới bình an hạnh phúc !

Tham khảo:

1)https://petruskyaus.net/ai-la-tac-gia-truyen-thuyet-con-rong-chau-tien-tran-phuoc-dat/

2)https://www.smithsonianmag.com/science-nature/where-did-dragons-come-from-23969126/

3)https://onlydinosaurs.com/the-dragon-facts-of-western-and-eastern-dragons/

4)DRAGON'S BONES AND TEETH

Subhuti Dharmananda, Ph.D., Director, Institute for Traditional Medicine, Portland, Oregon

http://www.itmonline.org/arts/dragonbone.htm

5)https://www.nbcnews.com/id/wbna19606626

6)https://fr.wikipedia.org/wiki/Sang-dragon

7)https://trithucvn.co/van-hoa/su-tich-con-rong-chau-tien-mot-truyen-co-hai-truyen-thuyet.htm

Bác sĩ Hồ Văn Hiền

Ngày 4 tháng 1 năm 2024

Sớ Táo Quân

Quý Mão-Giáp Thìn

(2023-24)

Năm qua năm Mèo

(Nói theo người Tàu

Thì là năm Thỏ

Không hiểu tại sao

Có lẽ con mèo

Chuyên môn bắt chuột

Bảo vệ ruộng lúa

Người Việt khoái hơn?)

Thế giới đổi thay,

Tin tức hàng ngày,

Nổi lên tứ phía

Đọc thấy khiếp vía

Muốn dẹp Iphone!

Muốn quăng Ipad!

AI Trí tuệ nhân tạo

Táo nghĩ thấy buồn

Vì sắp thất nghiệp

Vì Ngọc Hoàng ngồi

Trên cõi chơi vơi

Chắc mấy từng trời

Tín hiệu quá rõ

Lúc nào ngài rỗi

Cứ hỏi "ây ai"

Viết tắt là AI

Trí tuệ nhân tạo.

Tuy vậy thần đây

Nếu không ra tay

Viết sớ báo cáo

Ngọc Hoàng tuổi già

Biết đâu hơi lẫn

Nếu Ngài quên mất

Cắt đứt sổ lương

Ắt thần húp cháo!

Cũng như tài tử

Nhà viết truyện phim

Ở Hollywood

Đình công liên miên

Vì sợ như điên

Trí tuệ nhân tạo

Sẽ làm mất job[1]

Tài tử phim ảo

Kỹ thuật số ra

Âm nhạc cũng là

Sản xuất điện toán

Cuộn phim hoạt họa

Trước làm cả năm

Bây giờ vài tuần

Là xong cái rụp!

Thượng đế thấy chưa

"Ây Ai" ghê gớm

Nó là hiện tượng

Nổi bật năm nay.

Chứng khoán thị trường

Bùng nổ đầu cơ

Bán dẫn nhào vô

Kiếm lời nhanh chóng!

Không khéo có ngày

"Ây Ai" nhận thức[2]

Nổi loạn quá mức

Chống lại người ta

---

[1] *https://apnews.com/article/ai-hollywood-writers-strike-artificial-intelligence-dc71c4cabcca0ee1b1afe0050d392a36*

[2] *"Awareness AI" là một khái niệm liên quan đến việc tạo ra các hệ thống trí tuệ nhân tạo có khả năng tự nhận thức (sef-aware), có thể hiểu được sự tồn tại của chính nó, có nhận thức về bản sắc và nhận thức được suy nghĩ và cảm xúc của nó.*

Kiến thức bao la
Học hỏi vô tận
"Máy Học" Học Sâu"[3]
Nó chẳng bao lâu
Tiến hóa thần thông
Như Tôn Ngộ Không
Tung hoành thiên hạ.[4]

Trời còn nhân từ
Tha thứ người ta
Còn nghe những lời
Con người cầu nguyện
Robot thì không
Chơi theo luật rừng
Hoàn toàn lý lẽ
Nguy hiểm không kém
Đại dịch, hạt nhân
Đe dọa nhân quần
Sợ không tồn tại.

"Địa cầu hâm nóng"

Đã vậy năm nay
Thiên tai tràn lan
Động đất lan tràn
Địa cầu hâm nóng
(Nói theo khoa học
Là lỗi con người
Nhiên liệu hóa thạch
Xả khói không thôi
Ô nhiễm không khí
Chính phủ Biden
Cùng với Tây phương
Muốn tránh tai ương
Ép dùng xe điện
Thay thế xe xăng
Ngưng dùng đi-zơl
Ngưng dùng "hóa thạch"[5]
Tạo môi trường xanh
Nhưng nhiều người nghi
Chuyện này không đúng
Kỹ nghệ dầu hỏa
Xe hơi cũng sợ
Bị mất việc làm
Xe điện còn đắt
Sạc điện lôi thôi...

Tai ương nhiều vậy
Cọng với Ây Ai
Lấn trí khôn người
Nhiều người lo ngại
Tận thế đến nơi
Như lời Kinh Thánh.

Y tế

Xét về dịch bệnh
Con Mèo vẫn còn
Đỡ hơn năm Cọp.

---

[3] *Machine Learning (ML): việc sử dụng và phát triển các hệ thống máy tính có khả năng học hỏi và thích ứng mà không cần tuân theo các hướng dẫn rõ ràng, bằng cách sử dụng các thuật toán/algorithm và mô hình thống kê để phân tích và rút ra suy luận từ các mẫu trong dữ liệu. Deep Learning (DL):một loại Máy Học (ML) dựa trên mạng lưới thần kinh nhân tạo (artificial neural network) trong đó nhiều lớp xử lý được sử dụng để trích xuất các tính năng cấp cao hơn từ dữ liệu.*

[4] *https://www.newyorker.com/humor/daily-shouts/another-warning-letter-from-ai-researchers-and-executive*

[5] *Nhiên liệu hóa thạch hình thành từ sự phân hủy của các sinh vật gốc cacbon bị chôn vùi đã chết hàng triệu năm trước. Các trầm tích giàu carbon được khai thác và đốt cháy để lấy năng lượng. Chúng không thể tái tạo và hiện cung cấp khoảng 80% năng lượng của thế giới. Chúng cũng được sử dụng để sản xuất nhựa, thép và rất nhiều sản phẩm. Có ba loại nhiên liệu hóa thạch - than, dầu và khí đốt.*

COVID đã giảm
Thành bệnh mùa đông
Đa số dân Mỹ
Ít nhiều miễn nhiễm
Thiên hạ lười biếng
Chích ngừa không nhiều
Thuốc dù không thiếu.
Mùa đông năm qua
Dịch bệnh cũng may
Đỡ nhiều hơn trước
Châu Âu hơi kẹt
Y tế thiếu người
Bác sĩ điều dưỡng
Phải đi kêu gọi
Ngoại quốc phụ vô.[6]

Phía bên Trung Quốc
Vắc xin yếu kém
Chích ngừa rất thấp
Ở đám người già
Cuối năm 22
Qua năm 23
COVID phát ra
Bùng lên dữ dội
Sau khi chính quyền
Đột ngột cúp ngang
Biện pháp an toàn
Zero COVID![7]
Nhà thương tràn lan
Không đủ trang bị
Không nhận bệnh nhân
Mấy trăm ngàn người
Lăn đùng chết bịnh.[8]
Mùa đông lại đến
Miền Bắc Trung Hoa
Viêm phổi tràn lan
Nhập viện hàng ngàn
Hy vọng vi khuẩn
Thứ cũ mà thôi
Đừng bệnh gì mới!

Thuốc giảm cân

Nhảy qua chuyện vui
Cho người béo mập
Ở bên Mỹ này
Mập hay quá cân
Hết hai phần ba
Đàn ông đàn bà
Đều mê được ốm
Nhưng vì cái miệng
Đi kiện cái thân
Ăn uống rần rần
Lại không vận động
Nên nặng vô cùng!

May mới năm nay
Thuốc Semaglutide
Tên " Ozempic "
Mọi người rất thích
Tiêm vào dưới da
Mỗi tuần một lần
Hết thèm ăn uống
Sụt mấy mươi cân
Trừ thêm nhiều bệnh
Tim mạch tiểu đường
Còn bớt nghiện ngập
Chỉ kẹt chút thôi
Giá tiền quá đắt

[6] *Theo WHO Châu Âu đang thiếu nhân viên y tế trầm trọng, gọi đây là một "time bomb" (mìn nổ chậm) https://www.who.int/europe/news/item/22-03-2023-the-health-workforce-crisis-in-europe-is-no-longer-a-looming-threat---it-is-here-and-now.-the-bucharest-declaration-charts-a-way-forward*

[7] *https://apnews.com/article/zero-covid-exit-china-reopening-investigation-abridged-d7e7cf42b8f4b97e2744b640f431a7df*

[8] *https://www.nbcnews.com/news/world/china-covid-death-toll-rcna91097*

Đô Mỹ cả ngàn

Đều đều mỗi tháng!

Việt Nam

Kinh tế Việt Nam

Cũng mới đi qua

Khổ nạn Cô Vít

Du khách quá vắng

Làm ăn không ra

Khách sạn tiệm ăn

Hàng loạt đóng cửa

Trả lại chủ nhà!

"Nhà đất đóng băng"

Thêm các ngân hàng

Bê bối triệu tỷ[9]

Phát cổ phiếu ma

Ông bà đại gia

Vô tù cũng lắm

Tiếp tục "đốt lò"![10]

Hai chỗ phát to

Công nghệ hoa hậu

Phẫu thuật thẩm mỹ

Tẩy da trắng ra

Răng sáng hơn ngà

Và ngành phát hình

YouTube kinh doanh

Nấu ăn du lịch

Đi khắp hành tinh.

Chút tin "kỳ kỳ'

Ngành xe hơi Việt

Xe điện VinFast

Đổ bộ Cali

Lại xây nhà máy

Carolina

Mấy tỷ đô la

Cổ phiếu phát ra

Lao đao lên xuống

Thử tài Cờ Hoa!

China

Thế giới làm ăn

Hết tin China.

"Công xưởng sản xuất

Cho toàn thế giới"[11]

Khủng hoảng địa ốc

Xây dựng đầu cơ

Nhiều "Thành phố ma"

Thiệt hại hàng tỷ.

Ngoại quốc đi ra

Việt Nam hưởng lợi

Cùng với Malaysia

Đài Loan Ấn độ

Đầu tư nhảy vào

Tiền bạc bỏ ra

Xây dựng nhà máy

Thay thế China.

Chủ lớn NVDA

Trị giá ngàn tỷ

Còn thăm Hà Nội

Ăn uống vìa hè

Hy vọng phát triển

Công nghệ Ấy Ai

Bán dẫn tương lai

Việt Nam là "nhà".[12]

---

[9] *Vạn Thịnh Phát: Vì sao bà TML bị cho là 'rút của SCB' hơn 1 triệu tỷ VND mà bị xử lý 304.096 tỷ? https://www.bbc.com/vietnamese/articles/cqep0lz0yq2o*

[10] https://www.rfa.org/vietnamese *e/in_depth/mr-trong-furnace-is-preparing-to-burn-viet-a-wood-12192023114451.html*

[11] *https://www.cnbc.com/2022/10/20/china-factory-of-the-world-is-losing-its-manufacturing-dominance.html*

[12] *Chính phủ Việt Nam dẫn lời giám đốc điều hành của nhà sản xuất chip Hoa Kỳ cho biết Nvidia (NVDA.O) mong muốn thành lập một cơ sở tại Việt Nam để phát triển ngành công nghiệp bán dẫn của đất nước vì họ coi thị trường Việt Nam là*

Hy vọng cất cánh.

"Indo-Pacific"

Không chỉ kinh tế

Mà còn chính trị

China hung hăng

Bá quyền lăng nhăng

Tây phương lo sợ

Chiến lược bèn giăng

Từ Thái Bình Dương

Hàn Nhật phía bắc

Úc với Zealand

Nằm ở phía Nam

Liên minh Ấn Độ

(Hơn một tỷ người)

Ngoại giao cây tre

Việt Nam nằm giữa

"Ngoại giao cây tre"

một thị trường quan trọng.Trong chuyến thăm đầu tiên tới quốc gia Đông Nam Á này, Giám đốc điều hành Nvidia, Jensen Huang, cho biết công ty coi Việt Nam như quê hương của mình và khẳng định kế hoạch thành lập một trung tâm tại quốc gia này. https://www.reuters.com/technology/nvidia-ceo-aims-set-up-base-vietnam-2023-12-10/

Trên trăm triệu dân

Hiếu học, trẻ trung

Nguồn nhân lực tốt

Địa chính trị gần

Các trục giao thông

Nối liền thế giới

Được o bế nhiều

Biden tung chiêu

Đối tác chiến lược

Toàn diện cấp cao

Lại thân chinh đi

Qua thăm Hà Nội

Gặp Bí Thư Trọng

Cam kết tôn trọng

Thể chế của nhau

Còn lẩy thơ Kiều

Chuyện trước tới nay

Chưa bao giờ có![13]

Chỉ ba tháng sau

Cụ Tập bay mau

Qua thăm Hà Nội!

Thế giới coi bộ

13 *https://e.vnexpress.net/news/news/president-biden-cites-vietnamese-poem-in-hanoi-banquet-4652076.html*

Thay đổi vòng vòng

Nửa thế kỷ xong

Trở lại như cũ

Giới chức tranh thủ

Thăm viếng Việt Nam

Tàu chiến Hoa Kỳ

Lởn vởn Đông Á[14]

Chẳng khác ngày xưa

Hạm đội thứ bảy

Ngoài khơi nước ta

"Thế giới tự do"

Đệ Nhị Cọng hòa

Xuýt xoa ve vãn

(Rồi "au-revoir "!)

Kissinger

Nhắc lại chuyện xưa

Nhớ Kissinger

Vừa mới qua đời

Sống nguyên thế kỷ!

Bộ trưởng Ngoại giao

Dưới trào Nixon

14 *https://www.reuters.com/world/asia-pacific/chinas-military-says-us-combat-ship-illegally-entered-territorial-waters-south-2023-12-03/*

Thời chiến tranh lạnh

Bàn cờ thế giới

"Realpolitik"

Chính trị thực tiễn[15]

Chia rẽ "Trung-Xô"

Thay đổi sân chơi

Rước Trung Quốc vào[16]

Quân Mỹ ra khỏi

Miền Nam chúng ta

"Đồng Minh Tháo Chạy"[17]

Ukraine

Nhắc đến chuyện xưa

Nhìn chuyện hôm nay

Nga đánh Ukraine

Chiến tranh tàn khốc

Đã được hai năm

Chưa phân thắng bại

Bom đạn mưa rơi

Trên đầu dân chúng

Thanh niên chết thảm

Hai nước rã rời

Cứ đánh nhau hoài

Chừng đến kiệt sức

Hết tiền hết đạn

Mới ngưng chiến chăng?[18]

Quốc hội Hoa Kỳ

Vẫn còn lưỡng lự

Năm cùng tháng tận

Đưa ra điều kiện

Cải tổ di dân

Chặn biên giới Mỹ

Quân viện mới thông!

Israel

Lại còn phải lo

Israel nữa

Người dân Do Thái

Ăn lễ bình yên

Mùng 7 tháng 10

Hamas tấn công

Từ Bắc xuống Nam

Trên trời trên bộ

Giết hàng ngàn người

Già trẻ lớn bé

Còn bắt con tin

Trên hai trăm mạng.

Do Thái trả đủa

Khủng khiếp kinh hoàng

Giết mười tám ngàn

Phần đông dân sự

Đàn bà con nít

Gaza nát tan

Vẫn chưa hả giận

Ngưng bắn vài hôm

Lại rồi đánh tiếp.

Thế giới hai phe

Chia rẽ vấn đề

Mỗi bên mỗi lẽ

Hoa Kỳ riêng lẻ

Bênh vực phe ta

Thế giới ta bà

Đâu là chính nghĩa?

---

[15] *Kissinger khai thác ngay bình thường hóa quan hệ và hợp tác với Trung Quốc để làm suy yếu đối thủ chính là Liên Xô, dẫn tới sự sụp đổ của siêu cường cộng sản này hai thập kỷ sau đó. https://www.bbc.com/vietnamese/articles/cd1pve72q1yo*

[16] *https://vietbao.com/a317795/dao-phu-kissinger-dai-hoa-cho-ca-vnch-lan-my*

[17] *https://www.bbc.com/vietnamese/regionalnews/story/2005/08/050808_ngtuongtambook*

[18] *https://www.voatiengviet.com/a/7383341.html Tòa Bạch ốc (7/12) cảnh báo rằng Hoa Kỳ sắp hết thời gian và tiền bạc để giúp cho Ukraine trong cuộc chiến chống lại Nga.*

Chính trị Mỹ

Nói chuyện chia rẽ

Lại nhớ tình hình

Hiện giờ nước Mỹ

Dàn trận hai phe

Cọng hòa Dân chủ

Không đội trời chung!

Bên này bên kia

Đem nhau ra tòa

Hăm tù mọt gông

Cựu Tổng thống Trump

Ra tòa không nghỉ

Truy tố bốn lần[19]

Con ông Biden

Cũng bị xoi mói

Tham nhũng lôi thôi.

Chơi nhau đã đời!

Chẳng qua bầu cử

Tổng thống tới nơi

Sang năm con Rồng

Bầu ra người mới!

Hai ứng cử viên[20]

Đều người cao tuổi

Gần đất xa trời!

Hai ông già gân

Quyết đấu một trận

Dân chúng mệt rồi[21]

Chê cả hai nơi.

Thêm một điểm nóng

Là chuyện phá thai

Bị giới hạn bởi

Tối Cao Pháp viện

Năm hai mươi hai

Bên bảo vệ thai

Bên quyền phụ nữ

Vẫn còn gay cấn

Biểu tình dài dài!

Lại chuyện "khẳng định"

Giúp người "da màu"

Kỳ thị Á Châu

Đi vào Đại học

Phản đối lâu nay

Lên tới tòa cao

Tối Cao Pháp Viện

Nay đã phán quyết

Cấm tính màu da!

Xã hội Mỹ

Nước Mỹ rối bời

Sau dịch COVID

Lạm phát lên ngôi

Giá lên gấp đôi

Tô phở hai chục!

Đe dọa suy thoái

Súng đạn tràn lan

Giết người kỷ lục[22]

An ninh tả tơi

Các thành phố lớn

Đường phố giăng đầy

Lều người "homeless"

Tới 600 ngàn

Cắm dùi khắp nơi[23]

---

[19] *https://en.wikipedia.org/wiki/Indictments_against_Donald_Trump#:~:text=In%202023%2C%20four%20criminal%20indictments,indictment)%20are%20on%20federal%20charges.*

[20] *Biden says he might not be running for reelection if Trump wasn't in the race https://www.washingtonpost.com/politics/2023/12/05/biden-running-trump-2024/*

[21] *https://abcnews.go.com/Politics/americans-country-headed-wrong-direction-poll/story?id=104633234*

[22] *There have been 38 mass killings with guns in 2023 https://www.washingtonpost.com/nation/interactive/mass-shootings/?itid=hp-top-table-main_p001_f002*

[23] *https://www.washingtonpost.com/politics/2023/11/28/ho*

Siêu thị trộm cắp
Mặc sức vào ra
Bảo vệ dang ra
Nhìn không được nói.[24]
Thanh niên bối rối
Ma túy tràn lan
Chết hàng trăm ngàn
Hơn cả chiến tranh[25]
Không lấy làm lạ
Trầm cảm gia tăng
Lên gấp ba lần
So bảy năm trước[26]

---

melessness-encampment-sweeps-cities/6fd395f2-8dac-11ee-95e1-edd75d825df0_story.html
[24] *Ví dụ cửa hàng Lulumelon sa thải các nhân viên vi phạm chính sách của cửa hàng là không được can thiệp. https://www.pacificresearch.org/rampant-thefts-the-new-normal/*
[25] *Hơn 106.000 người ở Hoa Kỳ đã chết vì sử dụng "drug" quá liều vào năm 2021, bao gồm cả thuốc bất hợp pháp (illicit drugs) và thuốc giống thuốc phiện theo toa (prescription opioid). https://nida.nih.gov/research-topics/trends-statistics/overdose-death-rates*
[26] *Các nhà nghiên cứu từ nhiều đại học khảo sát hơn*

Di dân Biên giới

Biên giới cũng khốn
Hai triệu người chờ
Phía Mexico[27]
Leo rào nhảy vô
Không cần luật pháp
Làm ăn nước Mỹ.
Nói chuyện di dân
Rộng ra một tí
Bây giờ Anh, Ý
Cũng như Bắc Âu
Không còn dang tay
Đón người ngoài tới
Nhất là tỵ nạn
Từ Trung Đông sang
Hay từ Bắc Phi
Vượt Địa Trung Hải
Dựng nhiều rào cản
Chặn người vượt biên.[28]

400.000 người từ 5/ 2020-1/ 2023 cho thấy tỷ lệ trầm cảm được báo cáo ở người trưởng thành cao gấp ba lần so với 2013- 2016—và cao hơn nhiều ở những người trẻ tuổi. https://news.northeastern.edu/2023/02/23/mental-health-covid-19/
[27] *https://www.npr.org/2023/11/12/1212058889/migrants-u-s-southern-border-historic-numbers-why*

Chủ nghĩa dân tộc
Trổi dậy khắp nơi
Bảo vệ biên giới
Mỹ sẽ thế thôi ?[29]
Bồi hồi nhớ lại
Dân mình hồi trước
Trôi dạt khắp nơi
Số phận nổi trôi
Tìm đường qua Mỹ!

Kỳ thị Châu Á

Nói chuyện lưu vong
Còn chuyện long đong
Da vàng ở Mỹ!
Mấy năm vừa qua
Cô Vít thăm qua
Dân Á Châu mình
Bị "đì" tối đa!
Hai người hết một
Thấy dân Cờ Hoa

---

[28] *https://www.europarl.europa.eu/news/en/headlines/society/20170627STO78419/countering-irregular-migration-better-eu-border-management*
[29] *https://abcnews.go.com/US/wireStory/major-us-immigration-policy-discussion-105530517*

Phân biệt đối xử

Kỳ thị màu da!

Bị dán thêm nhãn

“Thành công quá xá”[30]

Là dân “xa lạ”

Không phải “người nhà”!

(Mình đừng kêu ca

Người Việt chúng ta

Cũng “vua” “phân biệt”

Có người có ta!)[31]

“Ngọc Hoàng hỡi có thấu...”

Thần đây cũng ráng

Nói chuyện lung tung

Để bệ hạ thấy

Trên hành tinh này

Năm Mão vừa qua

“Ấy Ai” ra đời

Địa Cầu Hâm Nóng

Bắc Cực tan băng

Bão lụt chiến tranh

Nó loạn thế nào!

Xin Ngài sang năm

Nương tay một tí

Cho chúng con nhờ!

Cứ như năm nay

Táo xin từ chức

Đi học Yoga

Táo sẽ đi... tu

Thế gian ưu tư

Táo xin miễn biết!

Táo Mỹ Gốc Việt

Cổ Nguyệt ghi lại

Cuối năm Quý Mão

Hoa Thịnh Đốn

Hợp Chủng Quốc Hoa Kỳ

12/15/23

---

[30] *Theo Pew Research Center: Ngày nay, 57% người gốc Á trưởng thành coi sự phân biệt đối xử với người châu Á sống ở Mỹ là một vấn đề lớn. Nhìn chung,cuộc khảo sát cho thấy hầu hết người Mỹ gốc Á trải qua sự phân biệt đối xử theo ba cách rộng rãi: Những điều liên quan đến việc bị đối xử như người nước ngoài (ngay cả khi họ sinh ra tại Hoa Kỳ); được coi là thiểu số kiểu mẫu (model minority); và các hành động phân biệt đối xử khác trong các cuộc gặp gỡ hàng ngày hoặc vì chủng tộc hay sắc tộc của họ. https://www.pewresearch.org/race-ethnicity/2023/11/30/discrimination-experiences-shape-most-asian-americans-lives/*

[31] *https://vietcetera.com/vn/nguoi-viet-minh-co-phan-biet-chung-toc*

Sớ Táo Quân Năm Giáp Thìn

Bẩm tấu Ngọc Hoàng
Thần là Táo Quân
Của A. F. F
Trước thềm năm mới
Của năm con rồng
Thần theo cá chép
Bay về Thiên Đình
Báo cáo cùng Ngài
Sinh hoạt năm qua
Của các a-far
Thần xin trình tấu
***
Bước sang hai ba[32]
Tương đối ổn định
Sinh hoạt thiện nguyện
Tiến triển bình thường
Mái Ấm Mai Liên
Cùng Hoa Hồng Nhỏ
Chúng thần đều đặn
Trợ giúp hiện kim
Ba tháng một lần
Không thay đổi nhiều
Đặc biệt hai ba[33]
Gần ngày Giáng Sinh
A-far Thomas
Từ Hiệp Chủng Quốc
Bay về quê nhà
Làm Santa Claus
Không cần râu trắng
Cũng không cần mặc
Nón đỏ áo hồng
Mà mặc quần jean
Áo đen giầy trắng
Cùng với hai sơ
Làm "cha-pe-ron"[34]
Còn có ái thê
Của Nguyễn Phùng Minh
Cũng theo tháp tùng
Có hai xe van

[32] *2023*
[33] *2023*
[34] *Chaperones*

Chở hết các cháu
Mái Ấm Mai Liên
Từ Chợ Lớn lên
Siêu thị Thủ đức
Mua quà Giáng Sinh
Nhìn hình các cháu
Hớn hở vui mừng
Tươi cười rạng rỡ
Làm thần cảm động
Muốn chảy nước mắt
Vui ơi là vui
Merry Xmas
Happy New Year
Vẫn còn chưa hết
Bẩm tấu Ngọc Hoàng
Trước ngày thần theo
Cá chép chầu trời
Thì nghe có tin
Hiền thê Việt Hùng[35]
Cũng đã bay về
Mái Ấm Mai Liên
Cho quà các cháu
Ăn tết con rồng
Lại còn lì xì
Để cho các cháu
Đổ xúc xắc chơi
Bầu cua cá cọp
Vui quá là vui
Ha, ha, ha, ha...
*

Ngoài ra còn nữa
Lớp học Tình Thương
Sinh hoạt bình thường
Chúng thần tiếp tục
Hỗ trợ một phần
Chi phí sinh hoạt
Cho bữa ăn tối
Cũng như sách đèn
Cho gần trăm cháu
Lại còn trợ giúp

[35] *Joseph NVH*

Một số các cháu
Có chút khả năng
Học kiếm một nghề
Tương lai kiếm sống
Và giúp gia đình
***
Về phần cứu trợ
Bão lụt miền Trung
Năm nay cũng đã
"Thăm viếng" dân ta
Tuy không kinh hoàng
Như mấy năm trước
Cũng gây thiệt hại
Một phần không nhỏ
Nên A-F-F
Đã xử dụng liền
"Cứu trợ khẩn cấp"
Quỹ đã có sẵn
Ra tay cứu trợ
Hết quỹ miền Trung
Ta liền huy động
Quỹ tại Sài Gòn
Chuyển cho miền Trung
Sử dụng kịp thời
Cho dân đỡ khổ
Rồi sang năm tới
Quỹ sẽ lại được
Bồi hoàn đầy đủ
Cho cả hai miền
Sẵn sàng ra tay
Nếu cần có ngay
*

Bẩm tấu Ngọc Hoàng
Nhân dịp Trung Thu
A-far Việt Nam
Do chị Thái Hà
Phu Nhân Phùng Minh
Và cùng một số
Các nhà hảo tâm
Đã đến Lộc Ninh
Thuộc tỉnh Bình Phước
Thăm viếng một trường

Thuộc dân tộc Stieng
Cùng dân Khờ Me
Đã tặng mỗi em
Một bộ đồng phục
Cùng quà Trung thu
A-far còn đến
Rạch Giá, Kiên Giang
Thương tặng lồng đèn
Cho các thiếu nhi
Chung vui lễ hội
***

Bây giờ là đến
Học bổng Thành Nhân
Trước hết Cần Thơ
Sau mười hai năm
Đã có tất cả
Bốn mươi mốt cháu
Tốt nghiệp đại học
Đủ mọi thành nghề
Ý, Dược, Thú y
Canh nông, thương mại
Và nhiều ngành nữa
Hiện tại vẫn còn
Hai mươi bốn cháu
Tiếp tục nhận được
Học bổng Thành Nhân
Cho đến ra trường
Điển hình sinh hoạt
Học bổng Cần Thơ
Là ngày họp mặt
Tháng ba, mười hai
Năm hai mươi ba[36]
Duy Khang, Phương Thảo
Tổ chức họp mặt
Để trao học bổng
Cho tám sinh viên
Mới được chấp nhận
Gia đình Thành Nhân
Các tân sinh viên
Đều được truyền đạt
Tinh thần"Thành Nhân"

*

Bây giờ là đến
Huế và Đà Nẵng
Mới được tám năm[37]
Mà đã có được
Mười chín sinh viên
Tốt nghiệp ra trường
Đủ mọi ngành nghề
Hiện nay vẫn còn
Mười sáu sinh viên
Tiếp tục ngày đêm
Dùi mài kinh sử
Cho đến ra trường
Cũng giống Cần Thơ
Hàng năm đều có
Tổ chức họp mặt
Để trao học bổng
Cũng như tiếp nhận
Tinh thần "Thành Nhân"
*

Sau Huế Đà Nẵng
Là đến Bình Dương
Do Nguyễn Như Sơn
Là một a-far
Đứng ra tạo dựng
Mới được ba năm[38]
Mà đã có được
Mười hai sinh viên
Tốt nghiệp ra trường
Hiện nay vẫn con
Đúng sáu sinh viên
Đang nhận học bổng
Cho đến ra trường
Theo đúng tinh thần
Học bổng Thành Nhân
***

Bẩm tấu Ngọc Hoàng
Thần vừa báo cáo
Thành quả vừa qua

Nhưng cũng không khỏi
Trục trặc trên đường
Trước tiên Mái Ấm
Là "Hoa Hồng Nhỏ "
Cơ sở không rộng
Đủ cho các cháu
Theo đúng chỉ tiêu
Chính phủ địa phương
Sẽ phải đóng cửa
Kể từ năm tới
Một số về nhà
Một số gia nhập
Mái Ấm Mai Liên
Lại đến Bình Dương
Học bổng Thành Nhân
A-far Như Sơn
Là U chín mươi[39]
Tuổi già sức yếu
Nhưng đã cố sức
Trong mấy năm qua
Lo cho học bổng
Thành Nhân Bình Dương
Nay đã hụt hơi
Nên đành bỏ cuộc
Chúng thần cũng đã
Cố gắng kiếm người
Thay thế trông coi
Nhưng cũng đành chịu
Lực bất tòng tâm
Nên chẳng đặng đừng
Cũng phải đóng cửa
Sau niên khoá này
Chúng thần phiền não
Buồn thay! Buồn thay
***

Bẩm tấu Ngọc Hoàng
Thần vừa báo cáo
Những "sét bách" nhỏ[40]
Nhưng cùng tắc biến
Đã nhiều năm qua
Tất cả chúng thần

[36] 12 March, 2023

[37] Từ 2016
[38] Từ 2020

[39] U90 (Under 90)
[40] Setbacks

Đều đã nghĩ tới
Sinh láo bệnh tử
Hoạch định chương trình
Để trao bó đuốc
Cho thế hệ sau
Trước tiên đào tạo
Một thế hệ trẻ
Có đủ tinh thần
Đắc Lộ Thành Nhân
Tiếp tục con đường
Của A-F-F
*

Cầu Thơ đã có
Duy Khang, Phương
Dung
Tốt nghiệp ra trường
Đã gánh trách nhiệm
Điều hành học bổng
Thành Nhân Cần Thơ
Năm hai ba này
Kết quả rất tốt
Còn Huế Đà Nẵng
Có nhiều sinh viên
Giúp cả hai tay
Anh chị Hồ Bình
Điều hành sinh hoạt
Học hỏi kinh nghiệm
Để mai sau này
Nhận lãnh bó đuốc
Của A-F-F
*

Còn tại hải ngoại
Hậu duệ a-far
Bắt đầu nhập cuộc
Có Đô-rô-thy[41] (9)
Ái nữ a-far
Anh chị Quảng Đức
Bắt đầu tham gia
Gửi thư kêu gọi
Hậu duệ a-far
Giới thiệu chương trình

[41] *Dorothy*

Của A-F-F
Lại còn đóng góp
Vừa công vừa của
Cho quỹ "Gầy Vốn"
Cùng với Kevin
Quý tử Thạch Trương
Và cháu Andrew
Công tủ Quảng Đức
Rộng mở hầu bao
Cho A-F-F
Làm "Quỹ Sinh Lời"
Càng thêm khấm khá
Bẩm tấu Ngọc Hoàng
Thần Táo nhận xét
Kế hoạch "GIEO MẦM"
Của A-F-F
Nay đã bắt đầu
Mọc thành cây non
Cúi xin Ngọc Hoàng
Gia ơn ban phước
Nhiều "phân" nhiều
nước[42] (10)
Gió thuận mưa hoà
Để mầm non này
Sẽ là cổ thụ
Giúp dân giúp đời
Và trong năm Rồng
Cất cánh bay cao
Thần xin bái tạ
Bẩm báo! Bẩm báo

Táo Quân AFF
Trần Công Bảo

[42] *fund*

III. THIỆN NGUYỆN

Vài Cảm nghĩ về AFAR FOUNDATION

Nhân dịp Tết Giáp Thìn 2024

(Hy Vọng Đã Vươn Lên - Nguyễn Đức Quang)

Lại một năm nữa sắp qua đi. Ngày mùng một Tết năm Giáp Thìn sẽ vào ngày thứ Bẩy, 10 tháng Hai, 2024.

Hồi tưởng lại năm 2010, trong buổi hội ngộ AFAR (Alumni of Foyer Alexandre de Rhodes) tại nhà anh chị Võ Văn Phác, các afar tham dự đã đồng ý thành lập một quỹ xã hội để giúp đỡ cho các người thiếu may mắn tại quê nhà, nhất là các sinh viên giỏi, ngoan, hiền nhưng gặp khó khăn tài chính để có điều kiện tiếp tục con đường học vấn. Và AFAR FOUNDATION (AFF) đã ra đời, bắt đầu hoạt động từ năm 2011.

Trong buổi hội ngộ AFAR 2010, có rất nhiều afar tham dự. Đặc biệt có ba chàng "Ngự Lâm Pháo Thủ" Phong-Phú-Đức từ San Jose xuống. Hai chàng Phong-Phú đã mang theo "Đức" theo, làm cho AFF sau 12 năm hoạt động đã "Phong Phú" lên rất nhiều. Sau khi được IRS cho phép hoạt động như là một "NONPROFIT CHARITY ORGANIZATION" với Tax Exempt, AFF đã cất cánh bay cao.

Hồi tưởng lại những thành quả đã đạt được, khởi đầu từ "Mái Ấm Phan Sinh" ở Trảng Bom, đến các "Mái Ấm Mai Liên, Hoa Hồng Nhỏ" ở Sài Gòn và Mỹ Tho, AFF đã hỗ trợ cho các cháu thiếu may mắn, mồ côi cũng như những người khuyết tật...Rồi đến LỚP HỌC TÌNH THƯƠNG (LHTT) ở quận Tân Phú, Sài Gòn. AFF đã cùng sát cánh với anh chị Đoàn Minh Hùng, giúp đỡ cho hàng trăm cháu thuộc gia đình có thu nhập quá thấp. Các cháu ban ngày phải cùng cha mẹ làm việc kiếm cơm, không đủ điều kiện tới trường. LHTT đã tụ các cháu lại vào lúc chiều tà, cho các cháu bữa ăn tối, rồi truyền đạt cho các cháu ít chữ Thánh Hiền, một số được học nghề để có thể kiếm được việc làm. Ngoài ra AFF cũng đã hỗ trợ cho các nạn nhân bão lụt miền Trung, cũng như trong dịch Covid. AFF đã đến các nơi bị phong toả như Sai Gòn, miền Tây, lên tới vùng cao nguyên...

Ngoài ra AFF còn thành lập "Quỹ Cứu Trợ Khẩn Cấp" tại Huế-Đà Nẵng và Sài Gòn để trong trường hợp khẩn cấp cần giúp đỡ, các afar tại VN sẽ thực hiện cứu trợ mà không cần chờ đợi quyết định của BDH.

Trong quá trình hoạt động, AFF đã chú trọng nhiều đến việc giáo dục cho lớp trẻ để trở thành các công dân tốt trong tương lai. AFF đã thành lập "HỌC BỔNG THÀNH NHÂN" (HBTN). Trong 15 năm, từ 1960 đến 1975, các lưu trú viên lại FOYER ALEXANDRF de RHODES (FAR hay CƯ XÁ ĐẮC LỘ) ngoài việc học tập nhiều chuyên ngành thuộc Viện Đại Học Sài Gòn, sinh viên còn được rèn luyện theo tinh thần THÀNH NHÂN (ESTO VIR). Nhận thấy chỉ trong

15 năm ở cư xá mà anh em FAR, mặc dù phân tán khắp nơi trên thế giới sau 1975, mà vẫn còn giữ được tinh thần ESTOVIR. Cho nên Ban Điều Hành (BDH) quyết định thành lập HỌC BỔNG THÀNH NHÂN. Mục đích của HBTN là giúp cho các sinh viên nghèo, giỏi và ngoan phần nào tài chánh để các cháu vượt qua khó khăn để hoàn thành học vấn. Điều đặc biệt là ngoài việc giúp đỡ tài chánh, các cháu còn được truyền đạt tinh thần ESTOVIR do các cựu sinh viên (AFAR) sống ở VN truyền đạt.

Bắt đầu từ năm 2011, HBTN Cần Thơ ra đời. Trong thời gian qua HBTN-CT đã có 41 sinh viên tốt nghiệp với nhiều ngành nghề như Y, Dược, Nông Lâm Súc, Quản Trị Kinh Doanh... Hiện tại vẫn còn 24 SV đang nhận học bổng.

Đến năm 2016 HBTN Huế-Đà Nẵng ra đời.cho đến nay đã có 19 SV tốt nghiệp, và 16 SV đang nhận học bổng. Sau HBTN Huế-Đà Nẵng, HBTN- Bình Dương ra đời năm 2020, và đã có 12 SV tốt nghiệp. Hiện còn 6 cháu đang nhận học bổng cho đến khi ra trường.

HƯỚNG VỀ TƯƠNG LAI: KẾ HOẠCH TRAO BÓ ĐUỐC.

Tuy nhiên trong tiến trình hoạt động, AFF cũng gặp những trở ngại không thể tránh được. Trở ngại đầu tiên là với năm tháng trôi qua, mọi afar càng ngày càng "già đi"!. Mười năm trước đây, các afar còn "sung sức", nên các anh như Phùng Minh, Như Sơn đã thành lập thành công HBTN tại Cần Thơ, Bình Dương. Rồi đến năm 2016, tại Huế có Hồ Văn Bình, và HBTN Huế-Đà Nẵng ra đời. Tất cả hoạt động rất có hiệu quả. Hiện tại đa số afar đều là U90 hay U80. Một số afar là U70!. Afar Như Sơn và Phùng Minh không thể hoạt động năng động như trước. Nhất là Như Sơn, người đã gầy dựng HBTN-CT và BD, nay không thể tiếp tục. Vì vậy cho đến hết niên khoá 2023-2024, HBTN-BD phải chấm dứt. Thật là một điều đáng buồn, nhưng "lực bất tòng tâm ".

Thực tế "lực bất tòng tâm" đã được Ban Điều Hành (BDH) đánh giá từ 4-5 năm rồi. Và kế hoạch "TRAO BÓ ĐUỐC" đã và đang được BDH bàn thảo và thực hiện từ từ từng bước. Vậy kế hoạch "TRAO BÓ ĐUỐC" được thực hiện như thế nào?.

1- Muốn trao bó đuốc thì phải có "BÓ ĐUỐC". Nếu không có "BÓ ĐUỐC" thì lấy gì mà trao!. Thực tế "BÓ ĐUỐC" đây là "TÀI CHÁNH". Khi AFF được thành lập, đại đa số afar và các thân hữu đã có đời sống, sự nghiệp cùng gia đình ổn định. Vì vậy sự đóng góp tài và nhân lực tương đối dễ dàng. Tuy nhiên những năm đầu hoạt động, AFF chỉ phát triển chầm chậm tuỳ theo khả năng tài chánh. Với chủ trương là khi đã quyết định giúp sinh viên nào thì sẽ giúp đến khi ra trường, miễn là các cháu vẫn luôn chăm chỉ, học hành kết quả. Thường là mỗi cháu cần khoảng 4 năm. Có những lúc AFF thấy áp lực về tài chánh lớn quá, và trong một số buổi họp BDH, một vài ý kiến đã phải thốt lên: "Nếu không đủ sức thì đành phải chạy làng"!. Nhưng Thượng Đế thương AFF. Sau những năm tháng hoạt động có kết quả với phương châm : THIẾT THỰC,HỮU HIỆU, MINH BẠCH, các mạnh thường quân (MTQ) càng ngày càng tin tưởng vào AFF vì đồng tiền cho đi đã được sử dụng đúng chỗ và kết quả, không lãng phí, nên đã đóng góp thường xuyên. Và tài chính của AFF càng ngày càng khá hơn. Cho nên ngoài học bổng, AFF cũng đã thực hiện các công việc cứu trợ. Điển hình là cứu trợ bão lụt miền Trung, dịch Covid cũng như hỗ trợ thường xuyên cho hai Mái Ấm và Lớp Học Tình Thương.

Đến giai đoạn này một ý tưởng khác được nêu lên trong các buổi họp BDH, cũng như trong các trao đổi giữa các afar: "KHÔNG LẼ ĐỂ CHO AFF TÀN LỤI MỘT KHI THẾ HỆ AFAR GIÀ NUA NÀY QUA ĐI?, THẬT UỔNG QUÁ!!!. Với nhận định như đã nêu trên: Cư Xá Đắc Lộ bị đóng cửa năm 1975, tất cả lưu trú viên phân tán khắp nơi trên thế giới, vậy mà sau 10-15 năm vẫn còn giữ được ngọn lửa "ESTOVIR". Vẫn còn họp nhau lại để cùng nhau làm được một chút gì cho đời. Kết luận chúng ta phải giữ ngọn lửa "ESTOVIR", nếu không thể bùng cháy lớn được lúc này thì ít nhất cũng phải âm ỉ để chờ một ngày sẽ bùng cháy lại. Một quyết định được đưa ra: "PHẢI TẠO RA MỘT QUỸ SINH LỜI ĐỂ TRAO LẠI CHO THẾ HỆ TỚI TIẾP TỤC". Và kế hoạch "GẦY VỐN "đã được thực hiện, mặc dù lúc đầu hãy còn khiêm nhường. Và "BÓ ĐUỐC" đang được bồi đắp.

2- Câu hỏi kế tiếp là "TRAO BÓ ĐUỐC CHO AI?". Chữ AI ở đây ở hai nơi cách nhau nửa vòng trái đất.

A- Tại quê nhà: Sau 12 năm hoạt động, nhất là HBTN. Như đã nêu trên, ngoài phần giúp các cháu tài chánh, còn truyền đạt tinh thần ESTO VIR. Các sinh viên đã tốt nghiệp, ngoài phần chuyên môn cũng đã thấm nhuần "THÀNH NHÂN". Một số cháu đã tình nguyện giúp các anh Phùng Minh và Văn Bình trong công việc điều hành. Vài ba cháu đã được BDH mời tham dự các sinh hoạt của BDH với tư cách dự thính để bắt đầu làm quen với công việc điều hành. Biết các cháu mới ra trường còn gặp nhiều khó khăn, ít nhất là về tài chính, nên BDH đã ngỏ ý nếu các cháu cần thì AFF có thể hỗ trợ phần nào, nhưng các cháu đã từ chối: "Các bác đã tự nguyện trong công tác thiện nguyện thì các cháu cũng tự nguyện". Hiện tại trong năm qua tại Cần Thơ, hai cháu Trần Duy Khang và Mai Phương Thảo đã nhận trách nhiệm điều hành HBTN-CT. Và hai cháu đã chu toàn nhiệm vụ rất chu đáo. Như vậy chúng ta đã bắt được nhịp cầu bên VN. Anh chị Hồ Văn Bình cũng đang dẫn dắt một số cháu tại Huế-Đà Nẵng để có nhịp cầu thứ hai tại Việt Nam.

B- Tại hải ngoại, BDH nhắm tới hai thành phần:
* Thành phần BDH: Theo nội quy (By-Laws) của AFF, thành viên của BDH (Board of Directors) không nhất thiết phải là afar. Bất cứ ai chấp nhận nội quy của AFF và sẵn sàng tình nguyện phục vụ thi có thể được BDH đồng ý mời gia nhập. Hiện tai có anh Nguyễn Quý Đoàn, không phải là afar, nhưng đã là thành viên của BDH trong nhiều năm qua. Như vậy chúng ta "mở cửa" để bất cứ ai có cùng tinh thần ESTOVIR sẽ có thể tham dự. Trong tương lai BDH sẽ kêu gọi các afar và MTQ khắp nơi tham gia.
* Hậu Duệ của afar: các hậu duệ afar cũng đã và đang theo dõi những hoạt động thiện nguyện của chúng ta. Có một số đã đóng góp vào quỹ AFF. Đặc biệt có ai nữ anh chị afar Nguyễn Quảng Đức, cháu Dorothy Nguyễn. Cháu đã về Việt Nam và thăm viếng Lớp Học Tình Thương. Cháu rất ấn tượng về lớp học và thành quả

của AFF. Cháu đã viết thư gửi cho các hậu duệ để kêu gọi sự hợp tác trong chương trình GẦY VỐN của AFF trong thế hệ con cháu.

Tóm lại chúng ta đã gầy dựng được hai nhịp cầu: một bên Việt Nam và một bên Hoa Kỳ. Bây giờ công việc trước mắt là tất cả chúng ta cùng chung tay góp sức để phát triển "QUỸ SINH LỜI để GÂY VỐN ", để lại cho thế hệ tới một "NHÚM THAN HỒNG" với HY VỌNG con cháu chúng ta sẽ làm bùng lên ngọn lửa THÀNH NHÂN lớn hơn thế hệ cha ông.

3- QUỸ SINH LỜI "GẦY VỐN": BDH đã bắt đầu thực hiện quỹ này. Chiến dịch GÂY VỐN đã bắt đầu từ năm 2022. Đặc biệt năm 2023 kế hoạch gây quỹ do afar Nguyễn Quảng Đức làm đầu tầu bắt đầu từ tháng 8/2023. Và đã được nhiều Mạnh Thường Quân (MTQ) ủng hộ nhiệt tình. Số tiền nhận được là gấp đôi số dự chi cho năm tới. Như vậy chúng ta lại có thêm một số tiền thặng dư cho vào QUỸ GÂY VỐN. Với kết quả khả quan, BDH sẽ tiếp tục hàng năm phát động chiến dịch gây quỹ vào tháng 8. Viết đến đây tôi không khỏi nghĩ tới bài ngụ ngôn: "La latière et le pot au lait" của Jean de la Fontaine. Chúng ta có lạc quan quá chăng? Không! chúng ta không phải là cô Perrette. Chúng ta sẽ thực tế hơn, cẩn thận hơn và sẽ không làm vỡ liễn sữa. Chúng ta sẽ đi tới thành công.

ĐÔI LỜI TRI ÂN: với thành công trong chiến dịch gây quỹ vừa qua, BDH xin thay mặt cho các cháu sinh viên, những người đang gặp khó khăn bên quê nhà, CHÂN THÀNH CẢM TẠ lòng hảo tâm của quý ân nhân, AFF sẽ luôn luôn theo châm ngôn: THIẾT THỰC, HỮU HIỆU và MINH BẠCH.

Trong buổi họp mặt AFAR Thanksgiving 2023 vừa qua (*), các anh chị afar từ San Jose tham dự đã đồng ca bài" Hy vọng đã vươn lên" của Nguyễn Đức Quang:

"Hy vọng đã vươn lên trong lòng tôi, trong lòng anh..."
Các anh chị afar San Jose đã nhóm ngọn lửa AFF năm 2010, nay 2023 đã tạo niềm hy vọng cho AFF cho tương lai lâu dài.

Tất cả hãy hy vọng và làm sao cho ngọn lửa ESTOVIR-THÀNH NHÂN sẽ không bao giờ lụn tắt.
Thanksgiving 2023
TCB

- Chi phí của buổi họp mặt do quỹ AFAR CALIFORNIA trả. Tuyệt nhiên không bao giờ dùng đến quỹ AFF. Overhead expenses của AFF chỉ khoảng 4% trong chi phí hoạt động hàng năm.

Trần Công Bảo

Sinh hoạt Thiện nguyện 2023

Học Bổng Thành Nhân-Cần Thơ

Chủ nhật, ngày 12 tháng 3 năm 2023,

Cũng như lần sinh hoạt vào tháng 8 năm 2022, cháu Khang và em sinh viên Phúc (em sinh viên mà cháu đang hướng dẫn luận văn tốt nghiệp đại học) gặp nhau tại phòng làm việc của cháu tại Trường Nông Nghiệp, Đại học Cần Thơ để chuẩn bị bao thơ, nhãn tên, danh sách ký nhận học bổng cho các em sinh viên HBTN nhóm 2021 (K.21), 2022 (K.22), và 2023 (K.23).

Thành phần tham dự gồm có:

Ban điều hành: Phan Quốc Duy (HBTNCT N.1), Mai Phương Thảo (HBTNCT N.1), Trần Duy Khang (HBTNCT N.2);

7 bạn sinh viên nhóm HBTNCT K.21 (em Kiệt vắng do còn đang đi thực tập), 8 bạn sinh viên nhóm HBTNCT K.22, 8 bạn sinh viên nhóm HBTN K.23.

9 h 15, chương trình bắt đầu:

Mở đầu là sự giới thiệu về bản thân của anh Duy, chị Thảo, và cháu. Thay mặt ban điều hành (BĐH), cháu Khang sẽ chủ trì buổi sinh hoạt và ra mắt nhóm HBTNCT K.23.

Tiếp nối chương trình là phần trình bày về HBTNCT và chào đón 8 thành viên mới của gia đình HBTNCT K.23.

Mở đầu chương trình

Để các bạn sinh viên hiểu hơn về HBTNCT, hiểu hơn về tâm tư nguyện vọng của một bức tranh vĩ mô mà HBTNCT nói riêng hay quỹ AFAR FOUNDATION nói chung hướng tới, cháu đã trình bày đầy đủ các nội dung về: Cư Xá Đắc Lộ - tinh thần Esto Vir; Quỹ AFAR FOUNDATION, những dấu mốc phát triển của Quỹ, những hoạt động hướng tới xã hội của Quỹ, HBTNCT giai đoạn 2010 đến nay.

Sau đó là sự chia sẻ của chị Thảo, anh Duy; sự giới thiệu và chia sẻ của các bạn sinh viên.

Giới thiệu về Cư Xá Đắc Lộ

Kỷ niệm ra mắt nhóm HBTNCT K.22 năm 2022

Sự chia sẻ của em Du (HBTNCT K.21) về kinh nghiệm học tập và hoạt động phát triển khi em chuẩn bị tốt nghiệp

Và sự chia sẻ của em Linh (HBTNCT K.21)

Tiếp tục chương trình là đại diện BĐH gửi học bổng cho các em sinh viên: Duy gửi học bổng cho nhóm HBTNCT K.21, Thảo gửi học bổng cho nhóm HBTNCT K.22, Khang gửi học bổng cho nhóm HBTNCT K.23.

Nhóm HBTNCT K.21: Linh, Lan, Hương, Nhi, Thuận, Hiệp, Du; và Duy

Thảo và nhóm HBTNCT K.22: Thúy, Vy, Mến, Bích, Tiên, Phượng, Niê, Tiền

Nhóm HBTNCT K.23: Như, Quỳnh, K'Rèm, Linh, Thoa, Hân, Chương, Trường; và Khang

Buổi sinh hoạt kết thúc và cả gia đình Học Bổng Thành Nhân Cần Thơ chụp hình lưu niệm tại khuôn viên trường Nông Nghiệp, Đại học Cần Thơ.

Tấm hình lưu niệm gia đình Học Bổng Thành Nhân Cần Thơ 2023

Sau đó cả gia đình di chuyển ra quán lẩu bò Bà Ròm để ăn trưa.

Từ trái sang: Tiên, Bích, Linh, Như, Thúy, Quỳnh

Từ trái sang: Hương, Nhi, Phúc (em sinh viên hỗ trợ), Chương, Trường

Từ trái sang: Lan, Linh, Thảo, K'Rèm, Phượng, Bích

Từ trái sang: Thoa, Hân, Tiền, Du, Hiệp, Thuận

Buổi đi ăn vắng Duy, Mếm, và Niê do bận việc

Năm nay 2023, HBTNCT đã có nhiều thành viên hơn, nhiều đại diện BĐH tham dự, nhưng sắp tới sẽ có nhiều em sinh viên K.21 sẽ tốt nghiệp và bắt đầu hành trình mới. Do đó, có lẽ năm nay thật sự buổi sinh hoạt có nhiều cảm xúc hơn năm rồi.

Buổi sinh hoạt ra mắt nhóm HBTNCT K.23 kết thúc tại đây.

Gia đình Học Bổng Thành Nhân Cần Thơ gửi lời cảm ơn chân thành sâu sắc đến quỹ AFAR FOUNDATION đã hỗ trợ nguồn Học Bổng Thành Nhân cho các bạn sinh viên học đại học có hoàn cảnh khó khăn tại thành phố Cần Thơ.

Kính chúc các Bác AFAR thật nhiều sức khỏe và niềm vui.

Cần Thơ, ngày 13 tháng 3 năm 2023[43]

Cháu Trần Duy Khang (HBTNCT N2)

Khoá K21-CTF2 Tốt nghiệp

Các anh, chị thân

Vừa qua đã có hai cháu khoá K21 CTF2 là Trần nghĩa Trình Du và Huỳnh thị Kim Hương tốt nghiệp ra trường.

Cháu Trần duy Khang đã đại diện AFF đến chúc mừng.

Như vậy là CTF2 đã cho lứa quả ngọt đầu tiên, mở hàng suôn sẻ cho các lứa tiếp sau.

Vui mừng.

NpMinh – 4/12/2023

[43] *Kính gửi Bác Đức, Bác Minh, Bác Sơn,*

Cháu kính gửi file mô tả buổi sinh hoạt và ra mắt nhóm HBTNCT K.23 vào ngày chủ nhật 12/3/2023 vừa qua.
Bài tường thuật có thể chưa được chỉn chu lắm vì cháu không giỏi về mảng truyền thông. Tuy nhiên mong rằng những điều mộc mạc trong bài sẽ truyền đạt được không khí tình cảm và vui vẻ của buổi sinh hoạt cho người đọc. Cháu cảm ơn Bác Đức, Bác Minh, Bác Sơn.

Kính chúc các Bác nhiều sức khỏe và niềm vui.

Cháu Khang.

Học Bổng Thành Nhân Bình Dương

Nhóm 2 Tốt nghiệp

Chúc Mừng & Chúc Mừng

Học Bổng Thành Nhân Bình Dương nhóm 2 có 3 Tân Khoa Cử Nhân là bạn Nguyễn Nhật Duyên QTKD & hai bạn Lê Thị Kiều Mến, Tô Thị Thuỳ Trang cùng SP Tiểu Học được nhận Bằng Tốt Nghiệp của Trường Đại Học Thủ Dầu Một hôm thứ bảy 29/7/2023.

NNS

Tô Thị Thùy Trang và Lê Thị Kiều Mến – Sư Phạm Tiểu học

Nguyễn Nhật Duyên - Quản Trị Kinh Doanh

Học Bổng Thành Nhân Huế-Đà nẵng

Nhật Ký Hội Ngộ Học Bổng

Ngày nắng Đà Nẵng 13 tháng 11 năm 2022

"Chào các bạn Đà Nẵng, nay ai cũng mặc đồ giống đồng phục quá ta" – một câu chào của đàn anh - Anh Trung, cựu thành viên của Học Bổng Thành Nhân những năm về trước chào đón và mở màn cho buổi gặp mặt ngày hôm nay. Giống như những ngày đẹp trời khác, nhưng hôm nay có điều gì đó đẹp hơn thì phải, bầu trời hôm qua còn mưa lớn nhỏ từng cơn, có chút gió nhẹ, nhưng sáng nay đã nắng lên, bầu trời thì xanh có từng chùm mây nhỏ. À, chắc có lẽ là tiết trời hôm nay chiều lòng của tất cả thành viên Học Bổng và hơn nữa là đón chào Thầy Cô đây mà. Mọi người gặp nhau ở quán cà phê khá là đẹp và rộng rãi của Đà Nẵng, tuy nhiên khi đến, dường như ai cũng xem đây là nhà mình, mọi người chào nhau, kể cho nhau nghe về việc học, về việc làm của bản thân, tay đặt lên tay, miệng cười, người nói người nghe, cứ cảm giác thật thân thuộc và gần gũi quá.

Bức ảnh chụp chung với những thành viên cũ: (<u>từ trái qua phải</u>):

Cô Trang, Lê Thanh Trí (Cử nhân Quản trị kinh doanh, hiện đang làm việc tại Huế), Võ Chí Trung (Kỹ sư Công nghệ chế tạo máy, làm việc tại Đà Nẵng), Thầy Hồ Văn Bình, Nguyễn Thị Phương Dung (Bác sĩ tâm thần khoa Trẻ em Bệnh viện tâm thần Đà Nẵng)

Có những anh chị , bạn thậm chí còn chưa nhớ tên nhau, nhưng lại rất rôm rã và sôi nổi. Buổi họp mặt hôm nay đặc biệt còn có sự góp mặt của những anh chị là cựu thành viên của hội, nay đến tham dự góp vui, nói tham dự góp vui về mặt tinh thần là thế, nhưng điều làm em hết sức ngạc nhiên và có lẽ đây cũng là một trong những điều ấm áp mà hôm nay em nói riêng, tất cả mọi người bao gồm cả Thầy Cô đều cảm kích, đó là sự đóng góp về vật chất của các anh chị. Anh Chí Trung – một người anh có lẽ là không chỉ em mà các bạn các anh chị các em đều rất ấn tượng, anh hoạt bát và cởi mở vô cùng, anh quan tâm đến mọi người khi quan sát xem bạn nào chưa gọi nước, bạn nào mới đến, bạn nào còn rụt rè, anh bắt chuyện và hỏi thăm tất cả các bạn. Anh tuy khiêm tốn nhưng bản thân em thấy được sự biết ơn vô cùng lớn và sự quý trọng, tôn kính của anh dành cho Thầy Cô trong từng cử chỉ, lời nói của anh. Anh cũng rất tinh tế và nhẹ nhàng đóng góp cho quỹ của hội sau khi em đã đại diện thu

xong quỹ của mọi người. Anh đã bằng một cách rất ân cần, rất hiểu biết dạy cho chúng em – những lứa sau của học bổng sự biết ơn, sự quay về và hơn hết là sống đúng với những gì tốt đẹp mà mình đã được nhận. Ngoài ra còn có những anh chị khác mà em không kịp nhớ tên, tuy nhiên tất cả anh chị đều khiến cho không chỉ em mà tất cả mọi người đều cảm thấy ấm áp và biết được trách nhiệm của bạn thân mình, nhận được tình yêu thương của mọi người, ngoài câu cảm ơn là sự nỗ lực tận cùng và cho đến khi thành công, sự trở về, ơn nghĩa đền đáp bao nhiêu cho đủ, nhưng chỉ cần là một cái ôm, một cái nắm tay, một sự góp mặt, cũng đã làm cho Thầy Cô cảm thấy hạnh phúc và những gì Thầy Cô làm cho chúng ta là xứng đáng.

Sau khi các thành viên của Đà Nẵng gặp gỡ và giao lưu với nhau, thì các bạn ở Huế cùng Thầy Cô cũng đã vào. Không khí lại như ngày đầu tiên em được hội ngộ ở Đan Viện Thiên An, đông đúc nhưng gần gũi chẳng hề lạc lõng hay xa lạ. Từng lời Thầy Cô chia sẻ, từng lời giới thiệu của các bạn mới, từng lời chia sẻ động viên của các anh chị đi trước và sắp tốt nghiệp, là một món quà tinh thần lớn trong ngày hôm nay của tất cả mọi người. Có lẽ, việc nhận tiền học bổng tuy là mục đích chính nhưng không phải là nguyên nhân chính để tất cả những nụ cười đang ngự trị trên gương mặt mỗi người lâu như thế... mà đó phải là sự gặp gỡ, sự sẻ chia, sự lắng nghe của tất cả mọi người tại đây hôm nay. Những kì trước được nhận học bổng chỉ qua màn hình, âm thanh rõ, màn hình có thể thấy, nhưng dường như tình cảm này, sự gần gũi này, những ánh mắt đồng cảm yêu thương, những cái vỗ vai động viên mới chính là điều quan trọng hơn hết cả những chiếc phong bì kia...

Cô Trang vui mừng nói về những thành tích các em đạt được và chào đón thanh viên cũ trở về hội ngộ

Mọi người sau khi chia sẻ về bản thân, trò chuyện và nhận học bổng, như thường lệ mọi người ăn bữa cơm cùng nhau, ta gắp cho nhau từng miếng thịt, miếng rau, đơm cho nhau từng chén cơm vá canh, chẳng khác gì một gia đình. Cô cũng như lần đầu tiên em được gặp, vẫn ân cần quan tâm từng người, " ăn nhiều vào con, ăn cho hết nghe, nè cô gói cho đem về ăn nghe chưa, ăn mạnh lên, nè bạn ni nhiều nam quá dời qua đây bớt nè...." – khoảnh khắc này có lẽ, không chỉ riêng em mà rất nhiều những bạn khác thầm nghĩ bản thân thật may mắn khi được là thành viên của Học Bổng Thành Nhân giữa hàng trăm hồ sơ nộp vào. Có những học bổng có thể cao hơn, có thể hoành tráng hơn, nhưng ở đây chính là nơi chúng em được nhận nhiều nhất. Không

chỉ là vật chất mà còn là tinh thần. Sự dạy dỗ bao dung của Thầy Cô, sự bảo ban nghiêm khắc nhưng không khắt khe của các anh chị, sự chia sẻ, bàn tay đồng cảm, bờ vai yêu thương, ánh mắt ấm áp của tất cả mọi người..... Đó, đó chính là động lực to lớn nhất và điều may mắn nhất mà bất kì một thành viên nào của Học Bổng Thành Nhân sau này dù có là ai, dù làm được gì, dù như thế nào cũng sẽ dành một đời để nhớ về và biết ơn nhiều lắm !

Mọi người sau khi dùng bữa cơm với nhau, thì tập trung chụp ảnh lưu niệm, có những ánh mắt thắc mắc, người ta cứ hỏi sao lạ quá, cái " tập đoàn gì" mà đông đúc quá đây, nhưng lại gọi nhau Thầy Thầy Cô Cô, anh anh chị chị nghe thân thương quá nhỉ !

Mọi người không có nhiều dịp để gặp gỡ nhau, hơn nữa mỗi thành viên đều là những con người của vất vả, sáng đi học chiều đi làm đến tối khuya, mỗi ngày như thế, nên đây là dịp để mọi người có thể được thư giãn và giá trị hơn là được cùng nhau vui chơi, lưu giữ lại cùng nhau những kỉ niệm mà sau này dù có bao nhiêu tiền cũng không và không thể mua được.... Cho đến khi ra về, từng lời mọi người quan tâm nhau, “ em có xe không, để anh chở cho. Em say xe hả, vậy lên chị trống xe nè. Bà có mũ bảo hiểm chưa, để tui mượn mấy anh chị cho bà đi với tui. Các bạn không biết đường thì đi theo mình hí, ...” . Từ lúc đến cho đến lúc về, những yêu thương những quan tâm những tinh tế đó, chúng em có thể “mang cất đi và dùng sưởi ấm tâm hồn cho cả một đời”.

Trên đỉnh Ngũ Hành Sơn

Mỗi một dịp họp học bổng, không chỉ là những con diều chấp cánh mang ước mơ, mang con đường tương lai của em bay xa, bay cao, mà còn là khoảng thời gian em có thể yêu thương và được yêu thương. Em thường gọi là đem ngọn lửa của cõi lòng mình sưởi ấm một tâm hồn và nhận lại một tâm hồn đã được ấm áp....

Đầm Lộc An, Phú Lộc (trên đường từ Huế vào Đà Nẵng)

Nguyễn Ngọc Mỹ Uyên

Năm 3 khoa ngữ văn đại học sư phạm Đà Nẵng

Cuộc gặp gỡ của các thành viên Học bổng Thành Nhân

Ngày 13/11, Học bổng Thành Nhân tổ chức cuộc gặp mặt giữa sinh viên Huế và Đà Nẵng. Nhằm mục đích gặp mặt và trao học bổng của kỳ trước cho sinh viên và những mục tiêu hướng đến của Học bổng Thành Nhân.

Những khoảnh khắc đẹp trên chuyến xe đi vào Đà Nẵng

Chuyến đi Đà Nẵng này, team Huế đã ghé thăm đầm Lập An nổi tiếng ở Huế. Vì đây là cuộc hội ngộ đặc biệt đầy đủ AFF và EDM nên hiếm có cơ hội để chúng ta lưu giữ những bức ảnh đẹp. Đồng thời, những kỷ niệm đi cùng với nhau trên chặng đường này cũng sẽ có người ở lại, cũng sẽ có người rời đi vì cơm áo gạo tiền. Nên đây là cơ hội để chúng ta lưu giữ khoảnh khắc đẹp nhất của tuổi trẻ.

Team Huế tại đầm Lập An – Huế

Gặp mặt và trao học bổng

Buổi gặp mặt có sự tham gia của Cô Nguyễn Thị Bích Trang và Thầy Hồ Văn Bình đại diện học bổng Thành Nhân; Các anh chị cựu sinh viên, thành viên mới và toàn thể sinh viên trong Học bổng Thành Nhân.

Các thành viên Học bổng Thành Nhân

Tại buổi gặp mặt, rất vui mừng khi anh chị, cựu sinh viên sau khi tốt nghiệp ra trường vẫn còn nhớ đến học bổng , dù làm việc hay sinh sống ở một nơi nào đó thì vẫn rất cố gắng sắp xếp công việc để tham gia buổi gặp mặt hôm đó. Sau khi ra trường, các anh chị ai cũng có công việc, ai cũng thành công với ước mơ thời sinh viên của mình.

Buổi gặp mặt tại quán cà phê

Nội dung gặp mặt:

- Giới thiệu toàn bộ thành viên của Học bổng Thành Nhân

- Thành quả của cuộc khảo sát hoàn cảnh sinh viên

- Giới thiệu sơ bộ về học bổng

- Chia sẻ kinh nghiệm từ anh chị cựu sinh viên khi tham gia học bổng

- Trao quà tri ân cho thầy cô và anh chị đã tốt nghiệp

- Trao học bổng AFF và EDM

Xuất học bổng năm nay có 87 hồ sơ nộp vào và 18 hồ sơ được thông qua. Thành quả khảo sát là nhờ vào thầy cô và các anh chị đã đi khảo sát dù cho đường xá xa xôi, phương tiện đi lại khó khăn, gặp không ít chuyện trên đường đi nhưng học bổng Thành Nhân quyết tâm giúp đỡ những bạn sinh viên thật sự nghèo khó và cố gắng trong học tập để các bạn có nhiều động lực học tập, yên tâm học hành hơn.

Những thành quả khảo sát được là nhờ Thầy Cô và các anh chị đã cùng nhau đi tham gia khảo sát tại các tỉnh miền Trung. Nhờ vậy mà tôi, cũng như các bạn là thanh viên mới ở các trường đại học của Huế và Đà Nẵng đã may mắn được thông qua khảo sát.

Học bổng Thành Nhân chia là 2 nguồn trợ giúp:

- AFF: Chia thành 2 kỳ nhận, tổng cả năm sinh viên nhận được là 500 USD

- EDM (Bảo trợ): 1 quý nhận 1 lần, mỗi lần nhận là trên 2 triệu đồng

Tặng quà cho cựu thành viên HBTN

Từ trái qua phải : Cô Bích Trang, Lê Thanh Trí (Cử nhân Quản trị Kinh doanh), Võ Chí Trung (Kỹ sư Công nghệ chế tạo máy), Nguyễn Thị Phương Dung (Bác sĩ tâm thần Khoa Trẻ em, BV Tâm thần Đà Nẵng).

Trao học bổng cho sinh viên*: <u>Ảnh trái</u> : Cô Bích Trang và Sinh viên EDM.*

Ảnh phải : Thầy Bình, cô Bích Trang và 7 em sinh viên AFF mới.

Năm nay, điểm học tập của các thành viên trên điểm 3 rất nhiều. Ít trường hợp điểm dưới 3. Nên đại đa số các thành viên đều nhận được học bổng. Chị Phạm Thị Hoa, cựu sinh viên mới tốt nghiệp ra trường đã nhường lại suất học học bổng của mình cho các em thành viên mới của EDM - học bổng Thành Nhân. Rất vui mừng và xúc động khi chị Phạm Thị Hoa đã nhường lại suất học học bổng này cho 3 bạn thành viên mới trong EDM là: Rơ Lan Đin, Nguyễn Tấn Hiếu, Nguyễn Thị Nhàng. Thay mặt cho 3 bạn mới, xin cảm ơn tấm lòng của chị Hoa đã gửi đến chúng em và xin gửi đến chị những lời chúc tốt đẹp nhất.

Chị Phạm Thị Hoa trao lại học bổng cho 3 bạn mới của EDM

Thông qua buổi gặp mặt, chị Nguyễn Thị Phương Dung – điều phối viên của HBTN cũng đã chia sẻ về những áp lực của điểm số khi chính thức tham gia vào HBTN, những kinh nghiệm khi tham gia HBTN và những cách học tập hiệu quả của chị.

Thầy Bình và cô Trang – Đại diện học bổng Thành Nhân

Buổi gặp mặt với bao nhiêu câu chuyện mà các thầy cô và anh chị chia sẻ, tôi tâm đắc nhất với câu nói của Cô Trang: " Đừng bao giờ mặc cảm nơi mình sinh ra, mà hãy tự hào đến điểm của mình." Câu nói này giúp người hay tự ti về bản thân, hoàn cảnh gia đình và là người đồng bào như tôi cảm thấy được rằng cuộc sống của mình là do mình tự quyết định, không ai được lựa chọn nơi mình sinh ra, nhưng chính bản thân mình sẽ tư quyết định đích đến của cuộc đời. vậy nên bản thân luôn phải cố gắng học tập từng ngày để gặt hái được thành công trong tương lai.

Kết thúc buổi gặp mặt là những lời chia sẻ của Cô, của Thầy. Điều mong muốn nhất của Thầy Cô là mong tất cả các thành viên trong học bổng coi nhau như người một nhà, là gia đình của nhau, chăm chỉ tương tác với nhau ơ cả ngoài đời và trên các trang mạng xã hội để chúng ta có thể hiểu hết về nhau.

Bản thân tôi là một thành viên mới của EDM- Học bổng Thành Nhân, khi mới gặp các bạn, các anh chị ở đây, tôi có chút thấy xa lạ. Nhưng khi ngồi lại với nhau, tôi mới cảm nhận được tinh thần nhiệt huyết, sự thân thiện của những bạn, những anh chị nơi đây. Ai cũng rất nhiệt tình và rất khôn khéo trong việc trong cách cư xử. Đặc biệt là thầy cô, em rất trân quý những tình cảm ấm áp, những tấm lòng luôn hướng tới việc thiện của thầy cô. Mặc dù tóc đã gần phủ bạc, nhưng Thầy và Cô luôn luôn cố gắng hết mình mặc nắng mưa, vẫn cố gắng từng ngày, đi khảo sát từng nơi để giúp đỡ hoan cảnh khó khăn như chúng em. Em thật sự rất biết ơn Thầy Cô, biết ơn EDM và AFF đã giúp đỡ và đồng hành cùng Học Bổng Thành Nhân những năm qua.

Bữa trưa tại nhà hàng

Sau buổi gặp mặt là những lúc chúng ta nói chuyện, giao lưu, học hỏi với nhau qua bữa cơm trưa hơi trễ tại một nhà hàng. Bữa cơm gần 50 thành viên, từ những điều nhỏ nhặt nhất đó là gắp thức ăn cho nhau, quan tâm hỏi han nhau "món này có ăn được không, ăn nhiều vô không đói,.." chỉ những câu nói, hành động nhỏ thôi mà đã tạo nên sự ấm áp của ngôi nhà Thành Nhân. Cảm ơn Thầy Cô, các anh chị và các bạn đã cùng nhau xây dựng ngôi nhà đầy ấm áp này.

Núi Ngũ Hành Sơn – Đà Nẵng

Sau bữa ăn, đoàn HBTN Đà Nẵng và Huế tiếp tục cuộc hành trình khám phá núi Ngũ Hành Sơn tại Đà Nẵng. Cùng nhau leo núi, cùng nhau trải nghiệm, gắn kết tinh thần tương thân tương ái.

Kết thúc chuyến đi, chúng ta lại phải quay về với công việc học tập thường ngày. Ai cũng có cảm xúc, có suy nghĩ riêng dành cho mình, nhưng chắc hẳn mỗi người trong chúng ta đều cùng chung một mục tiêu đó là học tập tốt, đạo đức lối sống tốt.

Ký tên : **Nguyễn Thị Nhàng**

Năm 2 Khoa Báo chí, ĐH Khoa học Huế.

Tường Thuật Hội Ngộ Học Bổng Thành Nhân

Tháng 10 vừa rồi tôi đã may mắn nhận được thông báo trúng tuyển học bổng Thành Nhân và trở thành thành viên AFF mới của học bổng này. Sau đó khoảng một tháng, các anh chị và Thầy Cô trong học bổng đã tổ chức một buổi hội ngộ cho lần gặp mặt các thành viên ở Huế và Đà ẵng vào ngày 13/11.

Sáng sớm tinh mơ, mọi người thức dậy và chẩn bị kĩ càng cho lần gặp mặt này, ai ai cũng háo hức. Nhóm Huế chúng tôi tập trung ở hai địa điểm là nhà Thầy Bình và bến xe phía Nam. Sau một hồi đợi ở bến xe, thì xe chở chúng tôi đã tới, mọi người nhanh chóng lên xe và tiếp tục

hành trình vào Đà Nẵng. Lúc đầu mọi người say xe nên bầu không khí khá là trầm lặng. Khi xe chúng tôi tới đầm Lập An thì cô Trang gọi chúng tôi dậy và bảo chúng tôi xuống xe ngắm cảnh và chụp ảnh. Lúc xuống xe thì Cô và Thầy dẫn chúng tôi ra bãi cát gần đó để chụp lại bức ảnh kỉ niệm. chúng tôi chỉ nán lại đó một lúc sau đó lên xe và tiếp tục hành trình.

Đầm Lộc An, huyện Phú Lộc, trên đường từ Huế vào Đà Nẵng.

Lúc này, mọi người đã khỏe hơn một chút. Vì để khuấy động không khí trên xe và để mọi người vui thì chị Tâm đã tô chức chơi trò chơi nối chữ, mọi người trên xe đều tham gia chơi, có cả thầy lẫn cô.

Sau khi đi xe hơn hai tiếng rưỡi thì chúng tôi đã đến Đà nẵng, địa điểm chúng tôi hội ngộ là quán cà phê Trình nằm ở 34 Nguyễn Hữu Thọ, phường Hòa Thuận Nam, quận hải Châu, Đà Nẵng. Lúc này tầm 11 giờ, mọi người nhanh chóng tụ họp vào bàn, gọi đồ uống và bắt đầu cuộc hội ngộ. Trong cuộc hội ngộ có các anh chị EDM, AFF, các bạn EDM, AFF mới, các anh chị đã tốt nghiệp cùng thầy và cô. Bắt đầu cuộc hội ngộ, mọi người đều sẽ đứng lên và giới thiệu về bản thân một lượt. Đa số mọi người đều học ngành Y và học năm ba, năm bốn, thậm chí học năm năm năm sáu. Có một số anh chị đã ra trường và hiện tại đã có công việc.

Tôi có làm quen được một vài người trong đó, các chị, các bạn đều rất thân thiện và dễ thương, mọi người đều trò chuyện, hỏi thăm nhau và làm quen rất dễ dàng. Suốt cả một quá trình, Thầy và Cô chia sẻ rất nhiều điều. Thầy nói về số tiền mà các anh chị, các bạn EDM mới được nhận từ các anh chị đi trước nhường lại, trong đó có chị Phạm Thị Hoa, chị đã nhường lại phần học bổng này cho các bạn, chị cũng mong muốn số tiền này giúp các bạn một phần, tạo động lực để các bạn học tập tốt hơn. Cô cũng rất xúc động việc chị Hoa nhường lại học bổng này, mọi người ai nấy cũng đều xúc động. Thầy Cô đã kể lại những câu chuyện, những anh chị mà Thầy Cô có ấn tượng, những trường hợp tiêu biểu như chị Hoa, anh Văn Anh, anh Trung. Bên cạnh đó, Thầy Cô cũng xót xa những trường hợp ra trường nhưng không quay lại. Thầy cô mong muốn mọi người sau này dù chúng ta làm bất cứ ngành nghề nào, thì cũng thể hiện cái thành nhân trong đó. Cho dù sau này, nếu chúng ta không giàu về vật chất nhưng chúng ta giàu về cái tâm, trở thành một con người có ích cho xã hội.

Thời gian còn lại là thời gian các anh chị tặng quà cho Thầy Cô và cho các anh chị đã tốt nghiệp. Sau đó là mời các bạn, các anh chị lên nhận học bổng, chụp một vài tấm ảnh làm kỉ niệm sau này. Cô và Thầy lúc trao quà vẫn hỏi thăm từng người một, quan tâm không bỏ sót ai. Cô và Thầy làm cho tôi có cảm giác như đây là một đại gia đình, luôn luôn yêu thương và giúp đỡ nhau, không phải chỉ cho hiện tại mà vẫn mãi về sau, mọi người đều là một gia đình.

Sinh viên EDM Bảo trợ

Cuộc gặp mặt đã trôi qua được hơn nửa, xúc động có, vui vẻ có. Những câu chuyện ý nghĩa, những tấm gương tiêu biểu mà Thầy Cô nhắc đến thật sự đáng để tôi cũng như các thành viên trong học bổng học hỏi và noi theo. Thời gian nhanh chóng trôi qua, chẳng mấy chốc mà đã một giờ chiều, chúng tôi sau khi nhận học bổng xong thì cùng nhau di chuyển qua nhà hàng gần đó, nhà hàng Không Gian Vip để ăn uống, cùng nhau nghe nhạc, ăn uống cùng mọi người, nạp năng lượng để tiếp tục hành trình tham quan Ngũ Hành Sơn. Mỗi khung giờ qua đi, chúng tôi đều lưu lại những tấm ảnh đẹp, những kỉ niệm khó quên trong ngày hội ngộ này.

Chúng tôi rời nhà hàng và lên xe lúc hai giờ hơn, chiếc xe chạy bon bon trên đường Đà Nẵng, đi ngang qua cầu Rồng Đà Nẵng, sau đó đi qua trường Đại học kinh tế, cuối cùng đã tới nơi, đồng hồ điểm hai giờ bốn mươi lăm. Mọi người lại tiếp tục cùng nhau tham quan Ngũ Hành Sơn. Chúng tôi đã chọn cách leo thang bộ để lên đó, tuy mệt nhưng rất vui. Sau đó mọi người tản ra đi tham quan các nơi. Đường lên Ngũ Hành Sơn quanh co, xung quanh đều là cây cối, gió trời mát mẻ. Đứng trên cao nhìn xuống, khung cảnh rất bao quát, ngồi hóng gió, ngắm biển, ngắm các tòa nhà ở Đà Nẵng và tán gẫu một vài câu với mọi người. Ngoài ra thì tại đây thu hút rất nhiều người nước ngoài tới đây tham quan. Chưa dừng hết ở đó, mọi người cùng nhau leo lên đến đỉnh núi Thủy Sơn, một số khác thì tham quan chùa Linh Ứng hoặc cùng Thầy Cô tán gẫu đôi ba câu. Xong việc, mọi người tập trung ở phía dưới núi và lưu lại tấm hình nơi đây.

Cuối ngày, nhóm Huế chúng tôi tập trung lại, điểm danh để đảm bảo không bỏ sót ai. Tầm bốn rưỡi lên xe và quay lại Huế. Vì đi cả ngày nên lúc về mọi người đều thấm mệt, mọi người cứ thế im lặng, ngắm nhìn Đà Nẵng lúc hoàng hôn đến lúc tối mù mịt. Rời khỏi Đà Nẵng, chúng tôi về lại Huế. Quả thực là một chuyến đi đầy ý nghĩa và đáng được hoài niệm.

Chuyến đi chỉ hơn mười hai tiếng đồng hồ nhưng đã để lại trong lòng mỗi người những trải nghiệm khó quên. Hy vọng sẽ hội ngộ lại với mọi người vào kì tới.

Ký tên: Nguyễn Thị Thanh Mai

Năm 2 Đông phương học, ĐH Khoa học Huế.

Hội Ngộ Học Bổng Thành Nhân Huế-Đà Nẵng

07-05-2023

Mỗi năm các thành viên của Học bổng Thành Nhân sẽ có 2 kì hội ngộ học bổng tương ứng với 2 kì học trong năm học. Như thường lệ, hôm nay, vào một buổi sáng đầy nắng ở thành phố Huế, các sinh viên Học bổng AFAR FOUNDATION (AFF) cùng với các bạn sinh viên của Hội Bảo Trợ EDM (Hội " Enfants du Mekong " của Pháp) trong cùng mái nhà "HỌC BỔNG THÀNH NHÂN" lại được hội ngộ với nhau tại Nhà hàng Gà Kiến, 141 Điện Biên Phủ, thành phố Huế.

Vào lúc 6h30 sáng, các sinh viên của học bổng Thành Nhân tại Đà Nẵng bắt đầu lên xe di chuyển đến Huế để tham gia buổi hội ngộ. Khoảng 9h sáng các bạn sinh viên ở Đà Nẵng đã có mặt tại Huế cùng gặp gỡ với các bạn sinh viên tại Huế. Có sự tham gia của các thành viên cũ và mới nhận học bổng kì này cùng giao lưu, nói chuyện với nhau. Buổi hội ngộ chính thức bắt đầu diễn ra từ 9h30 sáng, chúng em rất vui khi đón thầy Hồ Văn Bình và cô Nguyễn Bích Trang cùng tham dự. Bên cạnh đó, cùng tham gia buổi hội ngộ có chị Lê Thị Mai Đình-Bác sĩ BV Trung Ương Huế Huế, cựu SV Học bổng Thành Nhân, chị Trương Thị Diệp Anh-Bác sĩ BV Trung Ương Huế, cựu SV Học bổng Thành Nhân.

Mỗi năm các thành viên của Học bổng Thành Nhân sẽ có 2 kì hội ngộ học bổng tương ứng với 2 kì học trong năm học. Như thường lệ, hôm nay, vào một buổi sáng đầy nắng ở thành phố Huế, các sinh viên Học bổng AFAR FOUNDATION (AFF) cùng với các bạn sinh viên của Hội Bảo Trợ EDM (Hội " Enfants du Mekong " của Pháp) trong cùng mái nhà "HỌC BỔNG THÀNH NHÂN" lại được hội ngộ với nhau tại Nhà hàng Gà Kiến, 141 Điện Biên Phủ, thành phố Huế.

Vào lúc 6h30 sáng, các sinh viên của học bổng Thành Nhân tại Đà Nẵng bắt đầu lên xe di chuyển đến Huế để tham gia buổi hội ngộ. Khoảng 9h sáng các bạn sinh viên ở Đà Nẵng đã có mặt tại Huế cùng gặp gỡ với các bạn sinh viên tại Huế. Có sự tham gia của các thành viên cũ và mới nhận học bổng kì này cùng giao lưu, nói chuyện với nhau. Buổi hội ngộ chính thức bắt đầu diễn ra từ 9h30 sáng, chúng em rất vui khi đón thầy Hồ Văn Bình và cô Nguyễn Bích Trang cùng tham dự. Bên cạnh đó, cùng tham gia buổi hội ngộ có chị Lê Thị Mai Đình-Bác sĩ BV Trung Ương Huế Huế, cựu SV Học bổng Thành Nhân, chị Trương Thị Diệp Anh-Bác sĩ BV Trung Ương Huế, cựu SV Học bổng Thành Nhân.

Các sinh viên học bổng Thành Nhân Huế-Đà Nẵng cùng nhau tụ họp tại nhà hàng Gà Kiến, 141 Điện Biên Phủ, thành phố Huế

Bắt đầu buổi hội ngộ, cả thành viên mới và cũ đã tự giới thiệu bản thân để biết về nhau nhiều hơn. Chúng em không phải ai ai cũng đều quen biết nhau, có những bạn mới gặp nhau lần đầu hơi bỡ ngỡ, hay là những bạn đã quen biết từ trước nhưng lâu lắm mới gặp lại nhau, tất cả chúng em cùng nói chuyện, giao lưu với nhau, chia sẻ với nhau những câu chuyện trong học tập lẫn cuộc sống. Sau những ngày tháng học tập, làm việc chăm chỉ, mệt mỏi, chúng em cùng nhau ngồi tại đây, cùng nhau trò chuyện, cùng nói, cùng cười với nhau, dường như đã xóa tan hết những áp lực, lo âu. Tất cả tạo nên một không khí đầm ấm, thân quen, đó chính là đặc điểm của gia đình Thành Nhân luôn coi nhau như anh em một nhà.

Các thành viên cũ và mới của học bổng Thành Nhân tự giới thiệu về bản thân

Tiếp đến, thầy Hồ Văn Bình và cô Nguyễn Bích Trang chia sẻ với chúng em những bài học, những tấm gương, những ngôi sao sáng trong chính gia đình học bổng Thành Nhân.

Thầy cô chia sẻ với chúng em về quá trình hình thành và phát triển của Quỹ học bổng Thành Nhân, giúp chúng em ngày càng hiểu rõ hơn về nguồn gốc của Quỹ học bổng, những vị ân nhân đã giúp đỡ chúng em. Thầy Bình và Cô Trang chia sẻ cho chúng em về những tấm gương sáng trong gia đình Thành Nhân. Thầy Cô đã chia sẻ về các anh chị đã từng là thành viên của Học bổng Thành Nhân, hiện nay mỗi người đều có cuộc sống và thành công riêng nhưng vẫn đóng góp và giúp đỡ cho Quỹ học bổng, dù đi đâu làm gì vẫn luôn hướng về gia đình Thành Nhân. Cô Trang kể về các anh chị đã không ngại đường xa, nắng gắt cùng thầy cô tham gia các chuyến khảo sát. Cô chia sẻ dù mệt nhọc sau các chuyến đường dài, xa xôi nhưng khi chính mắt thấy những hoàn cảnh khó khăn thì sự mệt mỏi này không đáng là gì cả. Không có niềm vui nào hơn khi bản thân cũng góp phần không nhiều thì ít giúp đỡ những hoàn cảnh khó khăn này.

Cô Trang đang chia sẻ về những tấm gương sáng trong gia đình Thành Nhân, cho chúng em những lời khuyên vô cùng có ích

Đặc biệt, Thầy Cô còn chia sẻ về những bạn sẵn sàng dám từ chối nhận học bổng để nhường lại sự may mắn đó cho những hoàn cảnh khó khăn hơn. "Đó chính là thành quả của học bổng Thành Nhân- khi đã nuôi nấng các em trở thành những con người thành nhân như vậy. Sau này chắc chắn mỗi chúng ta đều sẽ có những bước đi khác nhau, nhưng cô hy vọng rằng tất cả các em đều sẽ hướng về nhau, hướng về gia đình Thành Nhân bằng cách này hay cách khác, làm sao để luôn xứng đáng với 2 chữ Thành Nhân". Trong kỳ học này có 2 anh chị mặc dù vẫn có thể nhận tiếp học bổng kì 2 nhưng với tinh thần "Thành Nhân", anh chị đã sẵn sàng nhường học bổng của mình cho các bạn khác. Đó là chị Trần Thị Kim Chi- sinh viên ngành Công nghệ Thực phẩm, ĐH Bách Khoa Đà Nẵng và anh Nguyễn Công Vinh- sinh viên ngành Công nghệ Thông tin, ĐH Bách Khoa Đà Nẵng. Đây chính là 2 tấm gương sáng trong gia đình Thành Nhân mà chúng em cần học hỏi và noi theo.

Thầy Cô còn đưa ra cho chúng em những lời khuyên vô cùng có ích, việc nào nên làm và không nên làm, chia sẻ những bài học cuộc sống để giúp chúng em trưởng thành hơn, biết đúng sai, biết đối nhân xử thế. Những câu chuyện của Thầy cô luôn khiến chúng em phải nhìn lại bản thân, để ngày càng trưởng thành và tốt hơn.

Sau đó là phần tổng kết kết quả học tập, chị Mai Đình đã đọc bảng điểm, xếp loại từ cao đến thấp. Thầy Cô dành lời khen cho các sinh viên có tinh thần học tập, nổ lực cải thiện bản thân và đạt được két quả học tập tốt trong kì học vừa rồi. Bên cạnh đó, Thầy Cô cũng cổ vũ, động viên các bạn khác cố gắng học tập để đạt được kết quả tốt hơn trong kì học tiếp theo.

Sau những nhận xét đánh giá về tinh thần học tập của SV là phần trao học bổng, do thầy Hồ Văn Bình, cô Nguyễn Bích Trang cùng chị Lê Thị Mai Đình, chị Trương Thị Diệp Anh cùng các anh chị trong ban trợ lý đã trao học bổng cho 43 bạn sinh viên. Bao gồm 38 đang nhận (14 AFF+24 EDM) và 05 bạn mới (02 AFF + 03 EDM)

Thầy Hồ văn Bình và cô Nguyễn Bích Trang trao học bổng cho sinh viên Học bổng TN Huế-Đà Nẵng

Chị Lê Thị Mai Đình, BS Khoa Sức khỏe Tâm trí, BV Trung Ương Huế và chị Trương Thị Diệp Anh, BS Khoa Hồi sức tích cực – Nhi Sơ sinh, BV Trung Ương Huế, trao học bổng cho các sinh viên

Thầy Hồ văn Bình và chị Trịnh Thị Thùy Trang, Dược sĩ chuyên môn CTy TNHH Dược phẩm – Thiết bị Y Tế Bảo Minh trao học bổng cho các bạn sinh viên.

Sau khi cùng nhau chia sẻ, trò chuyện với nhau, chúng em đã có một bữa cơm trưa rất ngon miệng. Chúng em đã có một buổi ăn trưa rất thân mật cùng nhau, nói chuyện, chia sẻ với nhau những câu chuyện vui, những kinh nghiệm học tập, tất cả như anh em trong một gia đình, dường như nói không hết chuyện. Sau khi dùng xong bữa trưa, chúng em đến với buổi tiệc hát hò. Các ca sĩ của gia đình Thành Nhân bắt đầu biểu diễn những ca khúc.

Tất cả các thành viên gia đình Thành Nhân cùng thầy Bình, cô Trang dùng bữa trưa

Các thành viên học bổng Thành Nhân cùng nhau tham gia bữa tiệc hát hò

Kết thúc buổi hội ngộ với nhiều niềm vui, chúng em đã quen thêm nhiều người bạn mới, được nghe những bài học ý nghĩa từ thầy cô và các anh chị để cùng nhau trưởng thành và gây dựng gia đình Thành Nhân. Chúng em cảm ơn các Bác AFF ,các nhà bảo trợ EDM cùng với Thầy Bình và Cô Trang đã giúp chúng em có thêm một gia đình Thành Nhân đầy yêu thương.... Chúng em cũng xin cảm ơn các Bác, các Ân nhân, Thầy và Cô đã giúp đỡ chúng em rất nhiều, giúp chúng em trang trải tiền học phí, chia sẻ cho chúng em những bài học ý nghĩa về con người và cuộc sống. Chính nhờ thế chúng em ngày càng trưởng thành hơn nữa và cùng nhau xây dựng ngôi nhà Thành Nhân Huế- Đà Nẵng ngày càng nối kết và phát triển hơn nữa !

Huế, ngày 07 tháng 5 năm 2023

Cao Thị Ánh Tuyết, SV năm 4,

Răng-Hàm-Mặt ĐHYD Huế

Hội Ngộ Học Bổng Thành Nhân

ngày 07-05-2023

Theo định kỳ hàng năm, Quỹ Học bổng Thành Nhân sẽ có 2 kỳ Hội ngộ , là cuộc gặp gỡ giữa những sinh viên được nhận sự trợ giúp của quỹ , với thầy Bình và cô Trang. Em là một AFF mới của quỹ lần này và may mắn vừa kịp lúc để tham gia dịp hội ngộ kỳ 2 năm học 2022-2023 này. Khoảng chừng 9h30 đoàn xe từ Đà Nẵng đi đến địa chỉ nhà hàng hội họp.

Bắt đầu buổi hội ngộ là thầy Bình nói một số vấn đề của quỹ. Sau đó mọi người bắt đầu giới thiệu bản thân, ngành học và quê quán, là thành viên của quỹ AFF hay EDM,... Đầu tiên là các anh chị Phụ tá học bổng tự giới thiệu, sau đó là những bạn sinh viên mới lần đầu tham gia cùng mọi người. Đầu tiên là em – Nguyễn Văn Chí, một thành viên mới của quỹ AFF, sau đó có bạn Cao Thị Ánh Tuyết cũng là thành viên mới của quỹ AFF, những bạn Nguyễn Thị Quỳnh Như, Nguyễn Văn Lương, Nguyễn Thị Thảo Vy, Phạm Thị Hên là những thành viên mới của quỹ EDM. Tiếp sau đó là những lần tự giới thiệu của những bạn, anh chị khác của Học Bổng Thành Nhân. Trong quá trình giới thiệu, thỉnh thoảng thầy cô cũng sẽ giới thiệu thêm về những người đó, như là hoàn cảnh gia đình khó khăn như thế nào, họ đã cố gắng ra sao để đi đến ngày hôm nay. Đồng thời thầy Bình cũng nói về những sinh viên mới tham gia học bổng như chúng em, vốn dĩ chưa vào danh sách chính thức của Học Bổng nhưng hôm nay có mặt ở đây là nhờ những anh chị đã ra trường nhường lại, cô Trang cũng nói về sự Thành Nhân , mục đích của Học Bổng là hướng con người đến sự Thành Nhân. Những anh chị tốt nghiệp đã đi đúng hướng của Quỹ Học Bổng, thể hiện sự trưởng thành. Buổi hội ngộ cũng có sự tham gia của các anh chị đã ra trường, hiện giờ là cựu thành viên của Quỹ Học Bổng như là chị Trương Thị Diệp Anh, BS Khoa Hồi sức tích cực – Nhi Sơ sinh BV TƯ Huế, chị Trịnh Thị Thùy Trang, Dược sĩ chuyên môn CTy TNHH Dược phẩm - TB Y Tế Bảo Minh và chị Lê Thị Mai

Đình, BS Khoa Sức khỏe Tâm trí, BVTƯ Huế. Tuy rằng các chị đã là cựu thành viên của Quỹ nhưng các chị vẫn luôn hỗ trợ, quản lý hoạt động của Học Bổng giúp thầy cô. Thầy Bình chia sẻ rằng, thầy cảm thấy bản thân đã có tuổi, đã cảm thấy mệt mõi, nhưng không thể từ bỏ được vì vẫn luôn tâm huyết với những hoàn cảnh khó khăn, cho nên thầy cô cần những anh chị hỗ trợ thầy cô để quản lý hoạt động của Quỹ Học Bổng. Có lẽ đó cũng là một trong những biểu hiện của sự Thành Nhân, ít nhất là như vậy. Sau đó là chị Mai Đình tổng kết lại kết quả học tập của các thành viên và nêu ra một số nhân tố nổi bật, có sự cố gắng trong năm. Đồng thời cô Trang cũng nói về một số anh chị tuy có mặt trong danh sách nhưng không tham gia trong buổi hội ngộ được vì bận công việc và hiện đã là cựu thành viên. Cô nói về biểu hiện của những anh chị trong suốt quá trình được nhận sự hỗ trợ, các anh chị luôn cố gắng trong học tập , tuy rằng các anh chị vẫn còn có thể nhận được học bổng thêm 1 kỳ nữa, nhưng đã nhường lại cho những người sau, những người mà các anh chị cho là xứng đáng nhận . Cô Trang lại nói về một số những lần mà cô cùng các sinh viên đi khảo sát các đối tượng mới, tuy rằng có những lần rất mệt những khi nhìn thấy hoàn cảnh của những bạn sinh viên đó, sự mệt mỏi trong cô được xua tan, thay vào đó cô thấy chuyến đi đó thật xứng đáng. Tiếp đó cô lại nói về những việc làm của con người Thành Nhân, cô muốn những sinh viên tham gia ở trong cuộc hội ngộ này không phải chỉ đến nhận học bổng, mà thực sự là một cuộc hội ngộ đúng nghĩa, gặp nhau, chia sẻ với nhau, giành tình cảm cho nhau như là một gia đình. Tiếp đó là thầy cô chia sẻ với chúng em về quá trình hình thành và phát triển Quỹ Học Bổng Thành Nhân, giúp cho chúng em biết về nguồn gốc hình thành và phát triển của Quỹ trong thời gian đã qua, cho chúng em biết và hiểu hơn về những người dã hỗ trợ, giúp đỡ chúng em trong lúc khó khăn. Thầy cô cũng nêu ra một số chị có mặt trong buổi hội ngộ là thành viên của Quỹ trong thời gian đầu, hiện giờ đang giúp thầy cô quản lý hoạt động của Quỹ Học Bổng. Thầy còn nói về kế hoạch của Quỹ học bổng trong thời gian tiếp theo, thầy cô mong muốn các bạn sinh viên cố gắng học tập, biết chia sẻ, biết giúp đỡ, đoàn kết với nhau như là một gia đình Thành Nhân. Cô Trang đề cập đến một số vấn đề của các anh chị quản lý như là việc chọn ra các thành viên để nhận thêm sự giúp đỡ, cô chỉ ra một số phương pháp để làm việc cho mọi người biết, cô mong muốn mọi người tìm hiểu lẫn nhau, hiểu về hoàn cảnh, khó khăn của nhau để kịp thời hỗ trợ. Phần sau đó của buổi hội ngộ là phần trao học bổng cho các bạn sinh viên, cứ theo nhóm sinh viên lên nhận, ở dưới sẽ có một số anh chị ghi lại những khoảnh khắc này. Sau cùng là mọi người cùng dùng chung bữa trưa tại nhà hàng . Buổi trưa hôm đó nhà hàng lên rất nhiều món ăn, nước uống. Mọi người ngồi hòa lẫn với nhau để dùng bữa, trong bữa thầy cô còn kể những câu chuyện xảy ra trong quá trình thầy cô đi khảo sát, những hoàn cảnh khó khăn mà thầy cô thấy được, điều đó càng cho thấy tấm lòng và tâm huyết của thầy cô đối với Quỹ như thế nào. Sau bữa trưa, mọi người cùng ngồi giao lưu văn nghệ, mọi người cùng nhau hát karaoke, thầy Bình cũng hát một hai bài. Khoảnh khắc đó, em cảm thấy thầy thật giản dị, luôn luôn gần gũi mọi người, không hề xa lạ chút nào, dường như là một người thân trong gia đình, luôn lo lắng, giúp đỡ cho mọi người.

Thông qua bài viết này, em cũng xin bày tỏ lòng cảm ơn sâu sắc đến các bác trong Afar Foundation, những người đã thầm lặng giúp đỡ chúng em, và đặc biệt em muốn cảm ơn thầy Bình và cô Trang rất nhiều. Mọi người đã sẵn sàng giúp đỡ những hoàn cảnh khó khăn mà không trông mong sự đền đáp trở lại, chỉ cần chia sẽ tinh thần tương thân tương ái , mong chúng em có thể quay lại giúp đỡ những hoàn cảnh khác như thầy cô và các Ân nhân đã làm, thể hiện sự Thành Nhân bên trong mình. Trong lúc em cảm thấy khó khăn trên con đường của mình, "Học bổng Thành Nhân" đã xuất hiện và cho em một tia hy vọng trên con đường tương lai của mình. Em cảm thấy bản thân thật may mắn khi là người được chọn trong số những người đã nộp đơn. Học bổng không chỉ giúp em trong việc học phi mà còn trang trải cuộc sống, bên cạnh đó những buổi hội ngộ sẽ cho em thêm những bài học quý giá trong cuộc sống, những trải nghiệm của những người đi trước và giúp em hiểu hơn về sư yêu thương con người từ các thành viên trong gia đình Thành Nhân này.

Em cũng hiểu rằng em cần phải cố gắng trong việc học tập và cuộc sống, phải biết chia sẻ, giúp đỡ mọi người .Chính những điều đó đã giúp chúng em ngày trưởng thành hơn, biết chia sẻ lòng yêu thương đến những người xung quanh, cùng nhau xây dựng "gia đình Thành Nhân" đầy yêu thương, đoàn kết.

Đà Nẵng, ngày 14 tháng 5 năm 2023

Nguyễn Văn Chí, SV năm 2

Kỹ thuật máy tính – Trường Đại học Bách Khoa – ĐHĐN

Học Bổng Thành Nhân Huế-Đà Nẵng

Niềm Vui Đầu Tháng 8 ... 2023

Trong suốt từ cuối tháng Sáu đến hết tháng Bảy gia đình HBTN vẫn thu hoach rải rác ở các trường Đại Học Ngoại Ngữ (2) ĐH Khoa Học (2) tại Huế ; ĐH Bách Khoa (2) , ĐH Kinh Tế (1), Sư Phạm (1) tại Đà Nẵng . Đầu tháng 8 bội thu là trường ĐH Y DƯƠC Huế (9) trong đó có 7, hệ Bác sĩ (6 năm) và 2 Cử Nhân (hệ 4 năm) ...Rất tiếc có những lý do chúng tôi đã không thể tham dự đầy đủ để cùng chia vui với tất cả các em, nhưng chúng tôi rất vui mừng khi nhìn các em đã đươc về đích qua chặng đường đầy gian khó thử thách .Có những em đã vượt lên chính mình ...để có được vinh quang ngày hôm nay thật đáng ngưỡng mộ ! Đó là những tấm gương cho các thế hệ đàn em noi theo ! Điều vui mừng là có các em đã ra trường các năm trước, có em cố gắng học tiếp Bs Nội trú , có em đã đi làm...và các em đang học tại

Huế vẫn đến chia vui chụp hình kỉ niệm.Đó cũng là biểu hiện tính " Thành Nhân" !Dù đi đâu đến đâu các thành viên luôn hướng về mái nhà mà các em đã có cơ hội đến ...Mong được gặp lại các em đã ra trường vào dịp Hội ngộ HBTN vào tháng 10 sắp đến.!

Cầu mong các em gặp được may mắn trên con đường sự nghiệp và luôn xứng đáng là Thành Viên của gia đình HỌC BỔNG THÀNH NHÂN ! Đó chính là niềm hạnh phúc của những người đi bắc cầu ...!

Chiều CN 2/8/2023)

Bích Trang & Hồ văn Bình

<u>Ảnh chung</u> : <u>a) Hàng 1 ngồi</u> (từ trái qua phải) : Trương Thị Diệp Anh, BS Khoa hồi sức tích cực – Nhi Sơ sinh, Huế; Trần Thị Trang, BS nội trú chẩn đoán hình ảnh, Huế; Nguyễn Thị Hương, năm 3 Dược học Huế; Rơ Lan Đin, năm 3 Anh văn, ĐH Ngoại ngữ Huế; Trần văn Việt, năm 5 Y Đa khoa Huế; Lê Thị Mai Đình, BS Khoa Sức khỏe tâm trí, Huế.

<u>b) Hàng 2, đứng</u> (từ trái qua phải) : Ô. Đinh Văn Cầm, Bố em Đinh Thị Tâm và tiếp theo là các em tốt nghiệp BS : Nguyễn Văn Anh, Đinh Thị Tâm, Trần Thị Thanh Mai, Lê Thị Hoa, Nguyễn Thị Như Quỳnh,

Nguyễn Thị Cường, Trần Thị Thanh Nga; cuối cùng là cô Nguyễn Thị Bích Trang và Hồ Văn Bình.

Lê thị Hoa

Trần Thanh Mai

Nguyễn Hồng Anh

Nguyễn thị Cường - Quản trị Kinh Doanh

Nguyễn Như Quỳnh

Cô Bích Trang và Nguyễn Hồng Anh

Cô Bích Trang, Trần thị Trang và Đinh thị Tâm

Cô Bích Trang và Trần thị Trang
& Nguyễn thị Cường và Trần thị Thanh Nga

Mùa " thu hoach " từ tháng Bảy ...

Một tài năng sáng chói của gia đình HBTN ! một tấm gương cho thế hệ sau bước theo ..!.Dù có biết bao trở lực mà em vẫn vượt lên.Em đã tự đi trên đôi chân của mình trên một con đường đầy chông gai sỏi đá .Em ấy đã từng lùi lại và rồi tiến bước mạnh mẻ đi xa hơn để thực hiện mong ước của mình !...Một nghị lực phi thường để giúp em thăng hoa tài năng của mình !

Mong rằng em ấy luôn gặp được nhiều thuận lợi và bên canh chữ TÀI có chữ TÂM, hy vọng trong tương lai em tiếp nhận " bó đuốc " sẽ nối tiếp các bậc tiền bối để cùng các TV khác phát triển ngôi nhà HBTN !

Bích Trang

Lòng Biết Ơn

Em, Nguyễn Hồng Anh, sinh viên khoa Quản trị kinh doanh, trường Kinh tế, Trường Đại học Duy Tân.

Xin cảm ơn Thầy Cô đã kết nối, hỗ trợ và tạo điều kiện cho em và các bạn trong suốt những năm tháng khó khăn thời đại học. Thầy Cô luôn là tấm gương về lòng nhân ái, tình yêu thương và phong cách sống để chúng em noi theo.

Xin cảm ơn các Bác bảo trợ đã giúp đỡ cả về vật chất và tinh thần, giúp con thêm vững bước học tập đến lúc ra trường. Sự giúp đỡ của các Bác, những người ở rất xa và con chưa từng gặp mặt, là minh chứng cho thấy tình yêu thương hoàn toàn có thể lan toả được, mặc cho khoảng cách có như thế nào. Con biết ơn vì điều đó.

Xin cảm ơn các bạn sinh viên trong gia đình Học bổng Thành Nhân, các bạn là những tấm gương về việc vươn lên trong cuộc sống. Chúng ta sinh ra trong khó khăn, nhưng chúng ta không lựa chọn buông xuôi, mà phải luôn nỗ lực phấn đấu. Hãy cảm ơn khó khăn, vì khó khăn không thể cản bước chúng ta, ngược lại nó giúp chúng ta trở nên mạnh mẽ hơn, kiên cường hơn.

Em Nguyễn Hồng Anh chính thức tốt nghiệp đại học, sẽ tiếp tục tiến bước trên hành trình phía trước. Sau này dù có đi đâu về đâu, sẽ luôn hướng về đại gia đình Học bổng Thành Nhân.

BIẾT ƠN, BIẾT ƠN VÀ BIẾT ƠN"

Nguyễn Hồng Anh

Quà Tết cho các cháu LHTT

Gởi các anh chị hình ảnh của các cháu LHTT được nhận quà Tết.

Có kết hợp thêm một ít quà của MTQ khác.

NpMinh 1/13/2023

*****

Hôm tôi ghé thăm anh Hùng tại lớp học tình thương, anh Hùng có cho tôi xem laptops cũ vừa mua cho lơp học vi tính bằng trợ giúp của AFF. Xem cũng xôm tụ lắm!

QĐ

Mái Ấm Hoa Hồng Nhỏ Mỹ Tho

Quà Tết cho các cháu

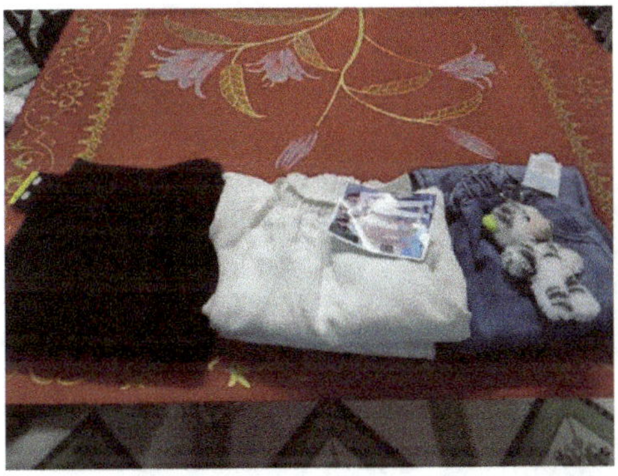

Các cháu Mái Ấm Mai Liên

Anh Thomas Thắng và bà xã NPM dắt các cháu Mái ấm Mai Liên

đi siêu thị mua quà Giáng sinh

Cứu Trợ Bệnh Nhân Nghèo tại Thừa Thiên Huế

Tháng 11, 2022

Thân gửi : Các Anh, Chị.

Xin gửi đến Hình ảnh và Danh sách mô tả (kèm hình ảnh) hoạt động thiện nguyện cứu trợ người già nua, bệnh hoạn, tật nguyền tại Thừa Thiên Huế trích từ Quĩ Cứu Trợ Afar Foundation.

Hồ văn Bình

- *<u>GHI CHÚ CỦA BBT</u>: BBT không đăng lại hình ảnh ở đây vì quá thương tâm và nhạy cảm. Bạn đọc nào muốn xem hình ảnh có thể liên lạc thẳng với BBT.*

Hoàn cảnh khó khăn bệnh tật

DANH SÁCH NHẬN TIỀN HỖ TRỢ ~~BÃO LŨ MIỀN TRUNG~~ TỪ AFAR FOUNDION

STT	HỌ VÀ TÊN	ĐỊA CHỈ	TÌNH TRẠNG THIỆT HẠI	SỐ TIỀN	KÍ TÊN
1	Âu Văn Cầu	3/13 Kiệt 22 Phú Mộng, phường Kim Long, TP. Huế	Ung thư nhũ tái, Thiếu máu Mổ Tim	2.000.000 VNĐ	
2	Nguyễn t. Chanh Nga	104/8 Phạm T. Liên K. Long. Huế	Thiểu năng trí tuệ (bẩm sinh). Ne bông, nghèo khổ.	300.000 đ	Nga
3	Nguyễn V. Hùng ~~Nguyễn V. Hoàng~~ (Song sinh)	55/69 Phạm t. Liên P. Kim Long. Huế	Bại não bẩm sinh sống 15 năm	300.000 đ	[illegible]
4	Nguyễn V. Hoàng (Song sinh)	"	Bại não bẩm sinh sống 15 năm	300.000	[illegible]
5	Võ thị Huế	30 - An Ninh. Hương Long. T.P. Huế	Bại liệt do bệnh cột sống lệch	300.000	[illegible]
6	Phạm t. Lệ Thu	4/10/20 Nguyễn Hoàng P. Kim Long. TP Huế	"	300.000	[illegible]
7	Phạm t. Hồng Trang		Liệt chân do khớp	300.000	
8	Trần thị Phượng	55/5 Trần Thị Liên P. Kim Long - T.P Huế	Già yếu neo đơn (nhưng có 2 chị em sống với nhau)	600.000	Phương
9	Trần thị Loan				
10	Nguyễn thị Lành	11/36 Phạm Thị Liên P. Kim Long. Huế	Già sống với 2 con thu nhập thấp.	300.000 đ	Lành
			TỔNG SỐ TIỀN	4.700.000 VNĐ	

(Bốn triệu bảy trăm nghìn đồng)

Huế Ngày 14 Tháng 11 Năm 2022

thiếu cảnh khó khăn vì bệnh tật

DANH SÁCH NHẬN TIỀN HỖ TRỢ ~~BÃO LŨ MIỀN TRUNG~~ TỪ AFAR FOUNDION

STT	HỌ VÀ TÊN	ĐỊA CHỈ	TÌNH TRẠNG THIỆT HẠI	SỐ TIỀN	KÍ TÊN
1	Trần Xuân Thọ	48 Nguyễn Phúc Ưng P. Kim Long, Huế	Bại liệt - Bố mẹ già 2 năm yếu	300.000đ	Bé (KT)
2	Võ Thị Thêm	56. An Ninh - P. Hương Long Huế	Khớp - Bại liệt - Nhà nghèo khó neo đơn	300.000đ	Quý
3	Võ Thị Bốt	56. An Ninh, P. Hương Long - Huế	Thần kinh - Bại liệt Neo đơn	300.000đ	Quý
4	Nguyễn T. Hồng Ngà	90/3 Phan Thị Liên P.K Long Huế	Bệnh tim mạch - suy dinh dưỡng từ nhỏ	500.000đ	Ngà
5	Nguyễn Ngọc Đức	Chợ Đông Dương - Thị trấn [illegible] - Huế	Vợ mất vì ung thư, Bản thân bệnh lao phổi - [illegible]	5.000.000đ	Chuyển khoản
6	Lê Văn Quân	Thôn 4 - Hải Triều - Hải Lăng - Quảng Trị	Bại não (26t)	300.000	Chuyển khoản
7					
8					
9					
10					

2 chị em (Võ Thị Thêm, Võ Thị Bốt) – KT

TỔNG SỐ TIỀN 6.500.000 VNĐ

(Sáu triệu năm trăm nghìn đồng)

Huế Ngày 14 Tháng 11 Năm 2022

DANH SÁCH NHẬN TIỀN CỨU TRỢ TỪ QUỸ XÃ HỘI AFAR FOUNDATION

STT	HỌ VÀ TÊN	ĐỊA CHỈ	TÌNH TRẠNG THIỆT HẠI	SỐ TIỀN	KÍ TÊN
1	Nguyễn Thị Hồng Ngà	90/3 Phan Thị Liên - P. Kim Long Huế	Bản thân sức khỏe yếu do bệnh suy tim. Nhà nghèo - chị bệnh tật mất sớm. Mẹ yếu ốm, nghề thu lượm phế liệu	300.000đ	Ngà
2	Nguyễn T. Lành	11/36 Phan Thị Liên, P. Kim Long Huế	Già, bệnh VTV sống với 2 con trai hay yếu, nhà chật hẹp có [illegible] riêng thu nhập thấp	300.000đ	[illegible]
3	Ngô Thị Hồng Thủy	Thôn Thuận Chánh An, xã Hải Thượng huyện Hải Lăng Tỉnh Quảng Trị	Chồng mất, bệnh tâm UT tụy đã điều trị, 1 con trai 10 tuổi mang chứng trầm cảm đã điều trị. (Nhà cửa tạm bợ [illegible]...)	1.000.000đ (Một triệu đồng)	Chuyển khoản qua TK LM Danh
4	Lê Văn Quân	Thôn 4 - Hải Triều Hải Lăng, Quảng Trị	Bại não (26t), bố gốc bị tai biến nay mất sức khỏe, mẹ vừa mới mất (12/2023). Em trai đi làm Huế.	600.000đ (Sáu trăm ngàn đồng)	Chuyển khoản qua TK anh Lành
5	Tỉ giá đô: 23.290đ (1USD) 500 USD ⇒ 11.645.000đ VNĐ		Tổng cộng chi: 5,500.000 đ Bù chi đợt I: + 300.000 đ Tổng: 5.800.000 đ		

Còn lại: 5.845.000 đ

Huế, ngày 25 tháng 4 năm 2023

STT	Họ và tên	Địa chỉ	Tình trạng thiệt hại	Số tiền	Kí tên
6	Phạm Thị Hồng Trang (SN. 1969)	4/10/20 Nguyễn Hoàng P. Kim Long	Khớp đầu gối → bại liệt chân - Không lao động không chồng - Có 1 con trai nhỏ	300.000 đ	Vân KT
7	Song Sinh: Nguyễn Văn Thuỵ, Nguyễn Văn Hoàng	5B/69 Phạm Thị Liên - P. Kim Long - Huế	Bại não bẩm sinh sống 15 năm	600.000 đ	Thuỵ KT
8	Nguyễn A Thành Ngọc	104/8 Phạm Thị Liên	Bại não bẩm sinh - Nhà nghèo - ba mẹ già bệnh tật	300,000	Ngọc KT
9	Trần T. Phụng	4/10/20 Nguyễn	già yếu, neo đơn (không chồng con) già cả, khó khăn không nơi nương tựa (cháu không giúp) Nhà có 3 chị em cùng cảnh ngộ, sống chung	300000 đ	Loan
10	Trần T. Loan	35/5 Phạm Thị Liên - P. Kim Long - Huế		300000 đ	

TỔNG SỐ TIỀN:..........

Ngày......Tháng.......Năm

DANH SÁCH NHẬN TIỀN CỨU TRỢ TỪ QUỸ XÃ HỘI AFAR FOUNDATION

STT	HỌ VÀ TÊN	ĐỊA CHỈ	TÌNH TRẠNG THIỆT HẠI	SỐ TIỀN	KÍ TÊN
1	Trần Xuân Thọ	48 Nguyễn Phúc Chu P. Kim Long	Bại liệt - Bố mẹ già yếu 21 năm	300.000	Thọ KT
2	Võ Thị Bốt (2 chị em)	56 An Ninh P. Hương Long - Huế	Khớp - Thần kinh tọa - Bại liệt - Không con cái	300.000đ	[illegible] KT
3	Võ Thị Thêm (2 chị em)	56 An Ninh P. Hương Long Huế	Thần kinh → Bại liệt Neo đơn - (anh chị già chăm sóc.)	300.000đ	[illegible] KT
4	Võ Thị Huế	30 An Ninh - Hương Long - TP. Huế	Cột sống bị lệch → Bại liệt - Chồng già - Con trai 40t - Không bình thường	300,000 đ	Huế KT
5	Phạm Thị Lệ Chi (SN 1964)	4/10/20 Nguyễn Hoàng	Thần kinh → Câm điếc (Không lao động) - Bẩm sinh	300000 đ	Vân KT

Niềm vui Trung Thu

Thân gởi các anh chị,

Ngày 14/9/2023 vừa qua, Afar VN do chị Thái Hà bà xã của NPMinh, đã phối hợp cùng một số nhà hảo tâm khác đến thăm viếng, ủy lạo một số gia đình khó khăn ở huyện Lộc Ninh, tỉnh Bình Phước.

Tại đây có một điểm trường Nội trú của những học sinh người dân tộc Stiêng và Khmer ở ấp 8B, xã lộc Hòa, Lộc Ninh, Bình Phước. Trường có 35 em, do các nữ tu Dòng Đức Bà (Couvent des oiseux ngày xưa) phụ trách. Afar VN đã trích quỹ tặng mỗi em một bộ đồng phục nhân dịp khai trường và Tết Trung Thu.

Các nhà hảo tâm khác đã tặng gạo, thực phẩm cho các gia đình khó khăn, người già. Và các bác cũng đã nấu một bữa trưa ngon lành, bổ dưỡng cho các học sinh.

Ngoài ra, cũng trong mùa Trung Thu này, Afar Vn cũng gởi tặng 200 bộ lồng đèn cho các thiếu nhi phường Vĩnh Bảo, thị xã Rạch Giá, tỉnh Kiên Giang.

Xin chân thành cảm ơn anh chị Võ văn Hoàng, Lê Minh là những người đã đóng góp cho quỹ Afar Vn thực hiện niềm vui nho nhỏ cho các em học sinh thiếu điều kiện trong mùa Trung Thu.

NPMinh.

Áo quần đồng phục

Đóng thùng quà tặng

Đến thăm nhà các em

Nơi học tập của các em

Các em trong bộ đồng phục mới

Nấu bữa trưa cho các em

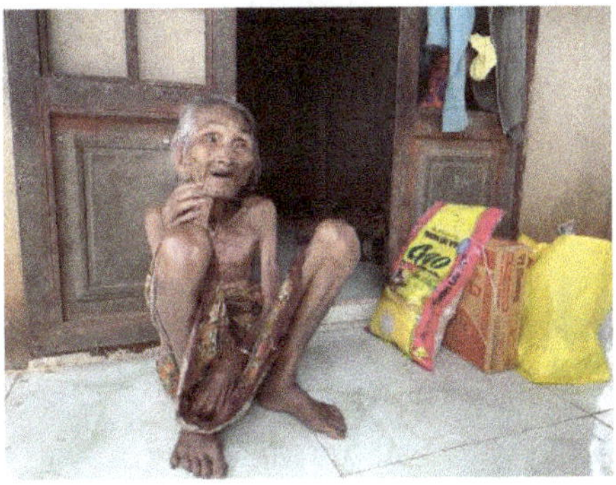

Tặng quà người già

Nhà ở

Nhà người dân

Lồng đèn

Nhìn Lại Công Tác Xã Hội Lúc Ban Đầu Của Afar Vn

Theo chương trình đã thỏa thuận giữa Afar VN và anh Quản phúc Cảnh (Afar 1962-1963), nhân chuyến công tác trong tháng Năm, 2011 của một nhóm bác sĩ Hoa kỳ tại bệnh viện Chợ Rẫy, Sài gòn, anh em Cựu sinh viên Cư xá Đắc Lộ đã tổ chức một số buổi khám bệnh, chữa răng cho các cháu của Mái ấm Mai Liên.

PHẦN I : **MÁI ẤM MAI LIÊN.**

17 giờ 00 chiều ngày Thứ Ba, 24 tháng Năm, đoàn đã có mặt ở MAML. Đoàn Mỹ có khoảng 10 thành viên, gồm một Bác sĩ Răng Hàm Mặt (Bác sĩ John), một Bác sĩ Nhi khoa (Bác sĩ Tom), một số các sinh viên, cùng gia đình anh Cảnh (các cô em gái). Phía Afar có anh Quản phúc Cảnh, Lương quốc Thái, Nguyễn phùng Minh cùng gia đình (bà xã và cô em gái).

Bác sĩ Răng Hàm Mặt JOHN

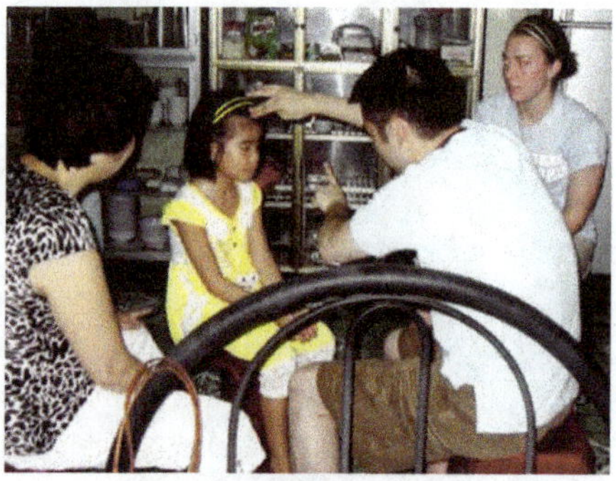

Bác sĩ Nhi khoa TOM

Chương trình gồm khám bệnh và khám răng cho tất cả 17 cháu của MAML.

Phòng khám đơn sơ chỉ là phòng ăn của Mái ấm, được ngăn đôi bằng một tấm drap giường. Khám bệnh thì bệnh nhân nằm giường bố (giường xếp), khám răng thì bệnh nhân ngồi ghế đẩu.

Phòng chờ khám bệnh

Lần lượt từ các cháu nhỏ nhất, khám bệnh trước, rồi qua phòng khám răng.

Vì phương tiện không nhiều, nên mục đích buổi khám không phải là chữa cho các cháu hết bệnh, mà là để có một đánh giá tổng quát về hiện trạng sức khỏe các cháu, từ đó có thể góp ý cho Soeur phụ trách những việc cần làm để phòng bệnh và chữa bệnh hiệu quả hơn.

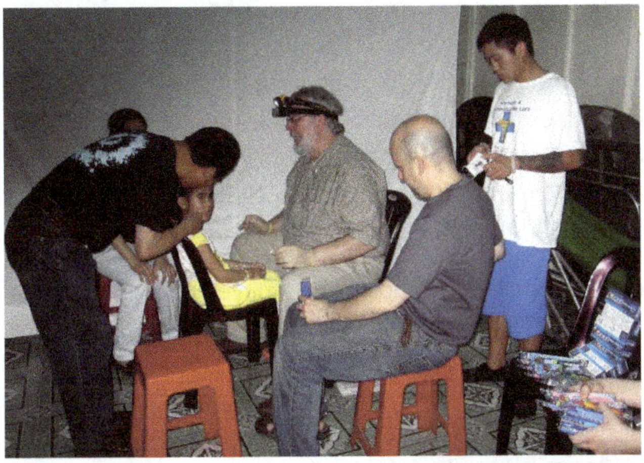

Nhận định bước đầu của các bác sĩ là các cháu tuy trong điều kiện rất thiếu thốn, nhưng đã được chăm sóc kỹ lưỡng, chu đáo nên không có cháu nào mắc bệnh nặng. Bác sĩ Nhi khoa Tom ghi chép tỉ mỉ tình hình sức khỏe của từng cháu. Thái độ ân cần, vui vẻ hỏi tên, tuổi từng cháu làm các cháu rất vui và an tâm. Soeur phụ trách cho biết, đây là lần khám bệnh tổng quát đầu tiên của Mái ấm. Thông thường khi các cháu đau ốm, sẽ ra khám và chữa bệnh tại trạm Y tế của Phường.

Phần răng miệng, do giữ gìn vệ sinh kỹ (nhờ kỷ luật của Mái ấm), nên tuy có một số cháu bị sâu răng, nhưng không trầm trọng. Bác sĩ John (răng hàm mặt) đã làm một số pansement, hướng dẫn các cháu cách chăm sóc răng miệng tốt hơn. Vài trường hợp nặng , cần nhổ, thì Bác sĩ John hẹn sẽ quay trở lại vào khoảng vài ngày sau.

Các thành viên khác của đoàn thay nhau làm thông dịch, phụ giúp Bác sĩ ghi chép, phát bàn chải và kem đánh răng.

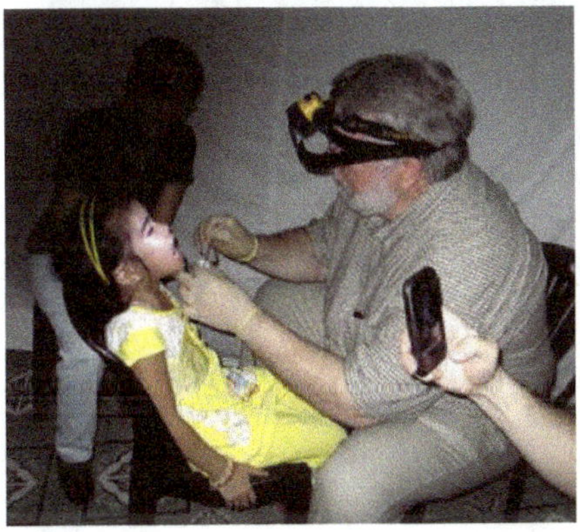

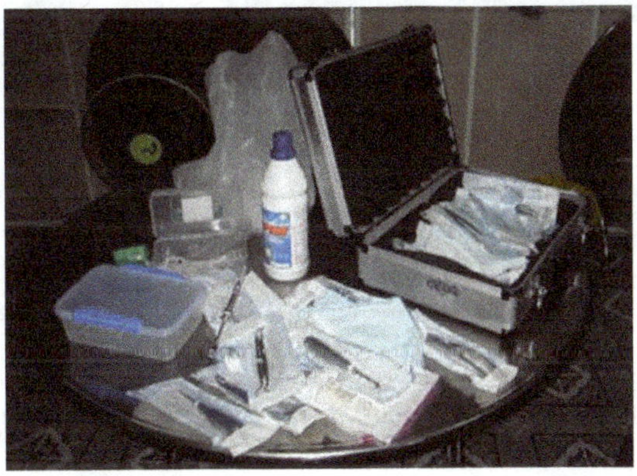

Buổi khám bệnh, chữa răng chấm dứt lúc 17giờ30.

Ngày thứ Năm, 26 tháng Năm, lúc 16giờ00 đoàn đã trở lại Mái ấm để nhổ răng cho một số cháu đã được chỉ định. Đoàn cũng vẫn khoảng 10 người, nhưng lại có một số khuôn mặt mới.

Việc nhổ răng cũng gặp một số khó khăn về phương tiện như thuốc tê, kim chích. Rất may mắn là NPMinh đã liên lạc với một Afar khác, cũng là Bác sĩ Răng Hàm Mặt, anh Nguyễn hữu Thông (Afar 1973-1975). Bác sĩ Thông đã nhiệt tình giúp cho 30 bộ kim chích và thuốc tê Lidocaine 2%. Ngoài ra, dù đang bận công tác, anh Thông cũng đã cử một nữ bác sĩ Hồng Trang dưới quyền, cùng đến tham dự với đoàn Bác sĩ Hoa kỳ.

Mục đích của việc này, ngoài chuyện phối hợp về chuyên môn cho buổi nhổ răng, anh Thông cũng có dự định sẽ tiếp tục công việc của đoàn. Dự trù mỗi 3 hoặc 6 tháng, anh Thông và cô Trang sẽ đến mái ấm khám chữa răng định kỳ cho các cháu. Hoan hô anh Nguyễn hữu Thông và tinh thần ESTO VIR của các Afar.

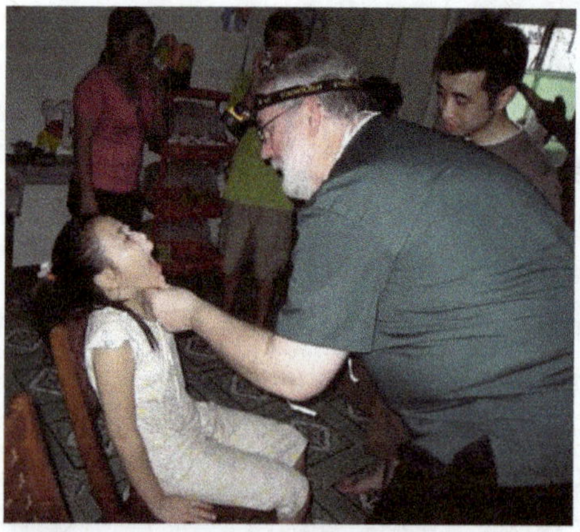

Công việc nhổ răng diễn ra khá khó khăn, vì các cháu quá sợ sệt. Rồi lại ngôn ngữ bất đồng nên các Bác sĩ không thể chuẩn bị tâm lý tốt cho các cháu, như thông thường các Nha sĩ vẫn làm : Pha trò, trấn an, dỗ dành . Đến đây thì vai trò của bác sĩ Hồng Trang được thể hiện rất hiệu quả. Các cháu dần yên tâm và chịu cho nhổ răng. Cuối cùng thì mọi chuyện cũng kết thúc tốt đẹp.

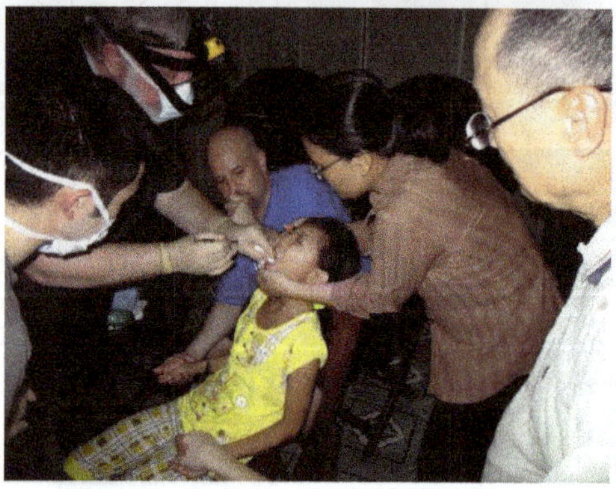

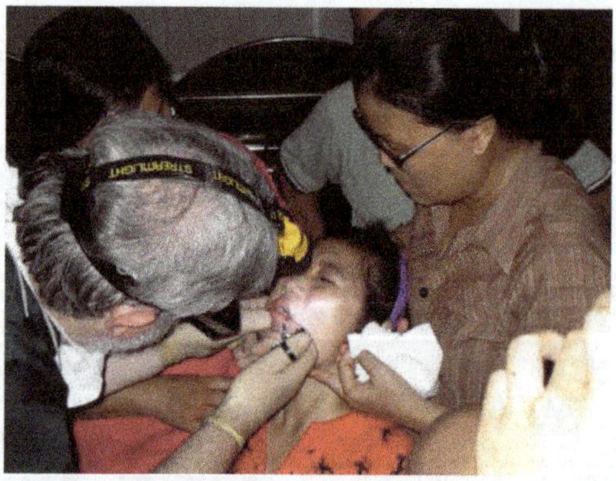

Hôm nay, do đã có kinh nghiệm của lần thăm trước, trong lúc các Bác sĩ làm việc thì các thành viên khác trong đoàn cùng các em không phải nhổ răng tập họp lại trong phòng học.

Họ chuẩn bị nhiều bút vẽ, tô màu, tranh ảnh, sách truyện tranh . . Và tất cả cùng nhau hòa vào trong một cuộc chơi lớn. Vẽ tranh, hát hò, kéo co, đá banh, leo cây . . Nhìn các thanh niên, thiếu nữ Mỹ chạy chân đất, mồ hôi nhễ nhại, cùng hò hét , vui đùa với các em có hoàn cảnh bất hạnh mới cảm thấm thía tình người không biên giới. Chả bù . . .

Đoàn ra về cũng vào khoảng 19 giờ 30. Mọi người lưu luyến không muốn chia tay trong cái khoảng sân không điện, tranh tối tranh sáng. Rồi cũng phải ra về thôi.

Lưu luyến

Một thành viên của đoàn Bác sĩ Hoa kỳ đã tặng cho mái ấm số tiền 50USD. NPMinh nhận và đã chuyển đến tay Soeur Trang phụ trách. Xin chân thành cám ơn vị ân nhân này.

Do đoàn còn có một số thời gian rãnh rỗi, nên anh Cảnh có rủ rê Afar VN tìm thêm một địa điểm khác cho đoàn đi thăm và khám bệnh. Việc này quá dễ. Bà xã NPMinh giới thiệu ngay một nơi có thể đi ngay vào ngày hôm sau : Trại bại liệt Mái ấm Phan Sinh tại Trị An (Trảng Bom), Đồng nai.

PHẦN II : **MÁI ẤM PHAN SINH.**

Do đường xa, khoảng trên 40 cây số, nên một thành viên trong đoàn đã ủng hộ thuê một chuyến xe Mercedes 16 chổ cho cả đoàn cùng đi chứ không thể sử dụng taxi như những ngày trước. Lần này, phía Afar thành phần hùng hậu hơn gồm Anh Quản phúc Cảnh, NPMinh và bà xã, Afar Nguyễn văn Thủy (1973-1975) và bà xã, Afar Lê Minh (1973-1975). Phía Mỹ hôm nay chỉ có 7 người. Vẫn là bác sĩ Nhi khoa Tom và Bác sĩ Răng Hàm Mặt John cùng đi với đoàn.

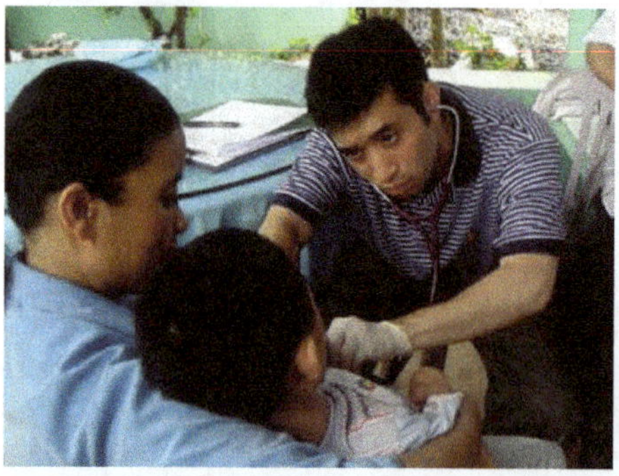

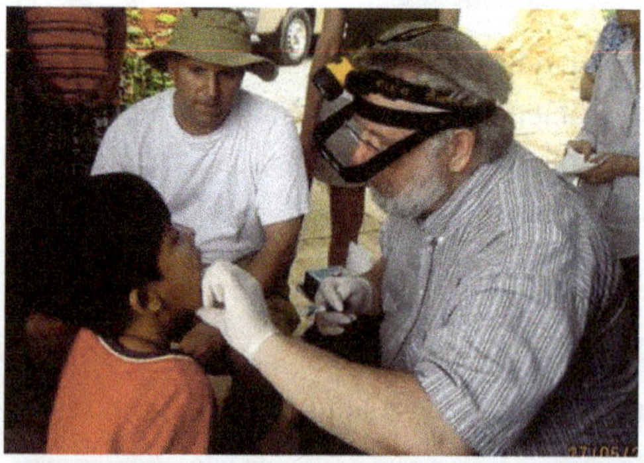

Xuất phát lúc 9 giờ 30, đến Trị An lúc 11 giờ.

Có Thày Châu là người phụ trách mái ấm Phan Sinh ra đón. Thật sự nếu không có người hướng dẫn thì rất khó tìm vào Trại bại liệt. Trại nằm rất sâu trong vùng đồi núi, không có đường sá chi, chỉ là một lối mòn của dân cư địa phương.

Trại Phan sinh này có 33 người, trong đó có 17 trẻ em bại liệt nặng và tâm thần, 9 cháu khác khá hơn và có 7 bệnh nhân người lớn bị liệt, mù, vảy nến . . .Toàn là bệnh nhân nặng .

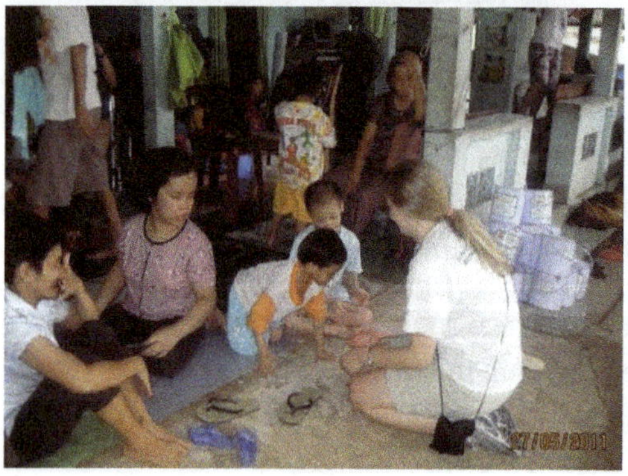

So với hai ngày ở Mái ấm mai Liên thì mai liên chỉ là một khúc dạo đầu êm ái. Còn ở đây mới thật sự là chiến địa kinh hoàng. Dù đã được thông báo trước, nhưng cả đoàn cũng phải sững người trước các hoàn cảnh quá đỗi thương tâm như ở trại này.

Chương trình thì cũng tương tự như ở Mai Liên. Khám bệnh trước, rồi khám chữa răng.

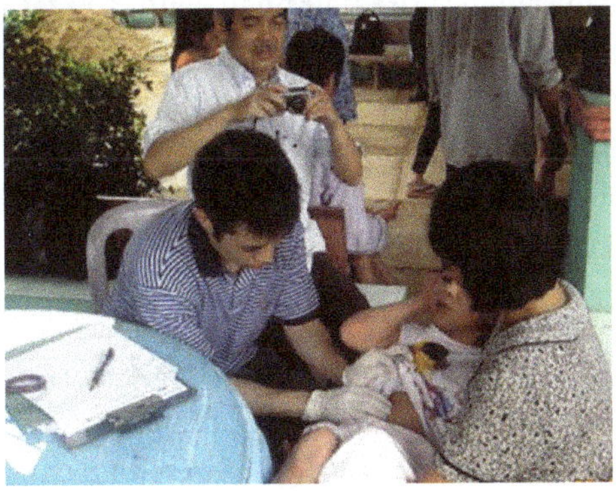

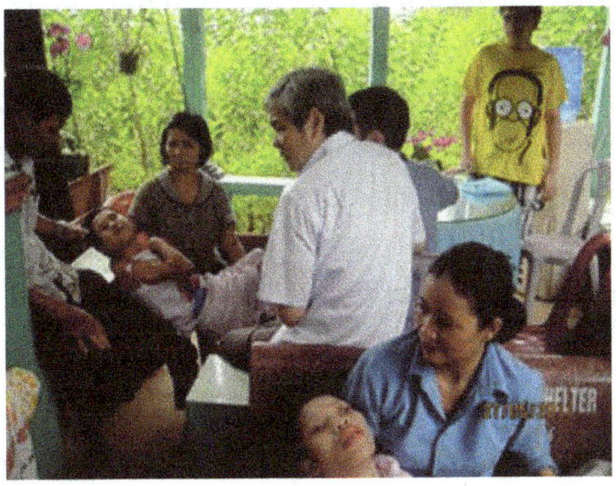

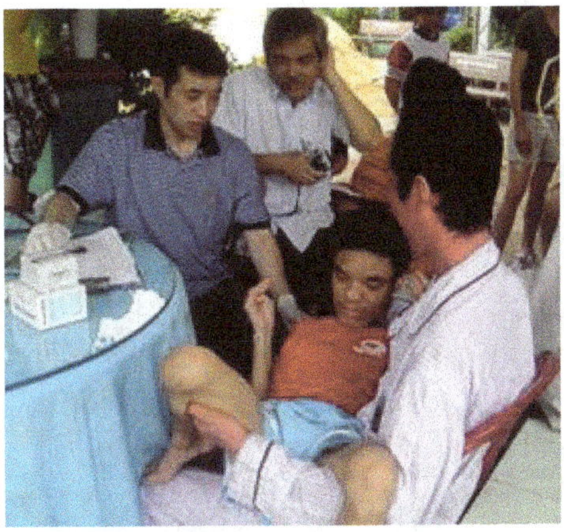

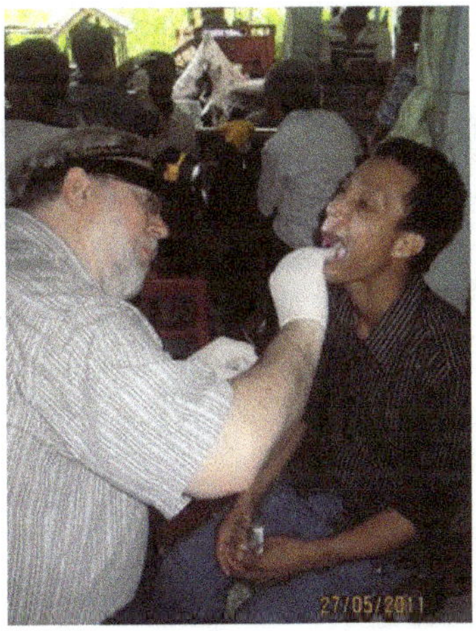
27/05/2011

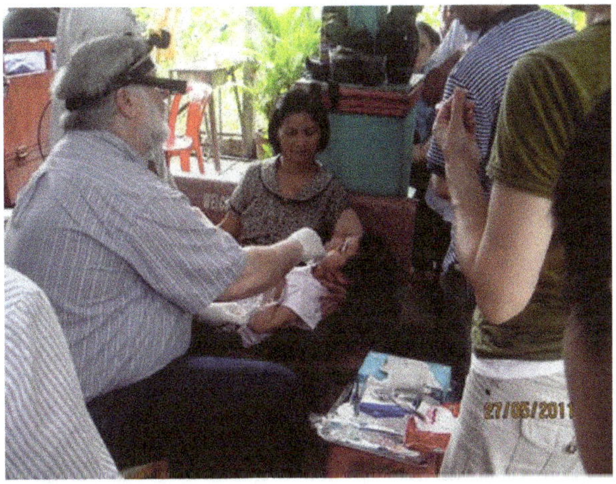
27/05/2011

Những bệnh nhân với thân hình của một em bé, nhưng khi hỏi tuổi ai cũng giật mình. Có em đã 24 tuổi, có em gái 21 tuổi. Hầu hết đều có hoàn cảnh từa tựa như nhau. Sinh ra bị tật nguyền, bênh nặng nên gia đình đem đến trại bỏ lại rồi lặng lẽ ra đi. Tên các em do thày Châu tự đặt. Cả trại chỉ có một mình Thày Châu xoay xở, chạy vạy kiếm gạo nuôi các em. Những người lớn khỏe mạnh bồng các em khi khám bệnh chỉ là những người tốt bụng ở chung quanh, hằng ngày đến phụ giúp Thày trong việc tắm rửa, chăm sóc, đút ăn, bồng bế các em. Những người lớn khác của trại thực sự cũng là những bệnh nhân nặng. Họ lo cho bản thân họ còn chưa thể nữa là lo cho các em.

Khi Bác sĩ Tom tìm hiểu về tình hình y tế của Trại thì giật cả mình. Các Bác sĩ và bệnh viện trong vùng đều từ chối chữa chạy cho các em vì đã hết thuốc chữa. Thuốc men của Trại chỉ đơn giản gồm hai món chính : Paracetamol cho mỗi khi đau nhức và thuốc tâm thần cho mỗi khi lên cơn (tất cả các em đếu uống cùng một loại thuốc tâm thần giống nhau, chỉ khác nhau về liều lượng và thời gian dùng mà thôi).

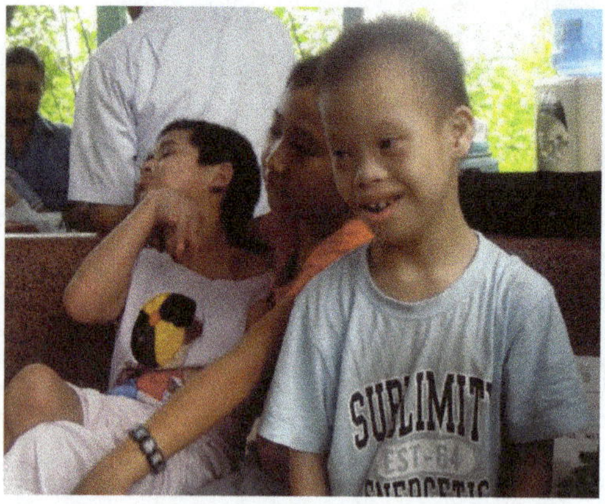

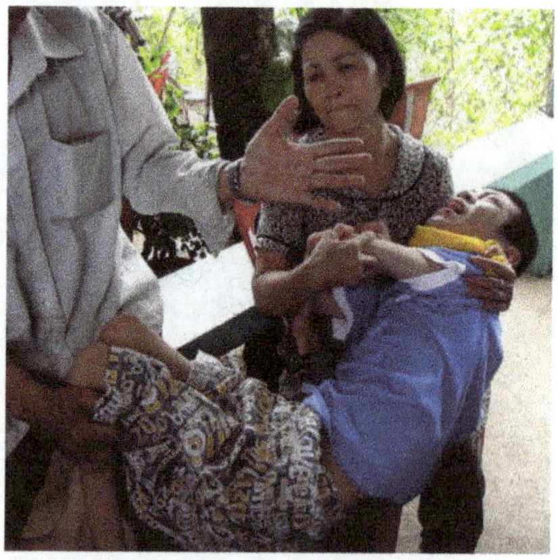

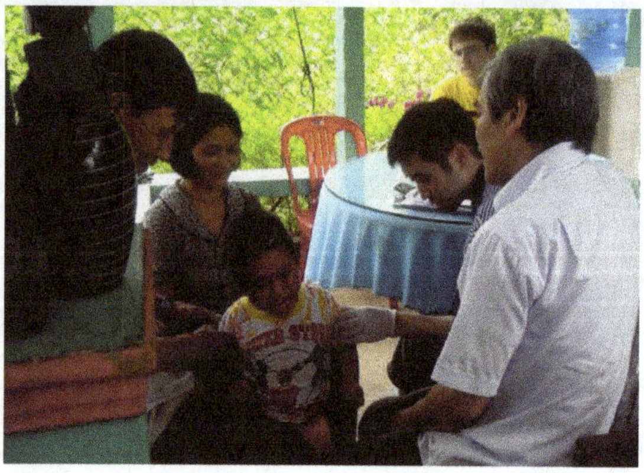

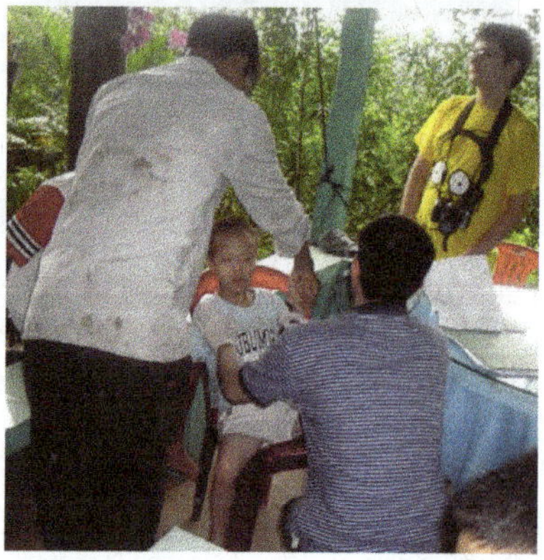

Bệnh nhân tâm thần

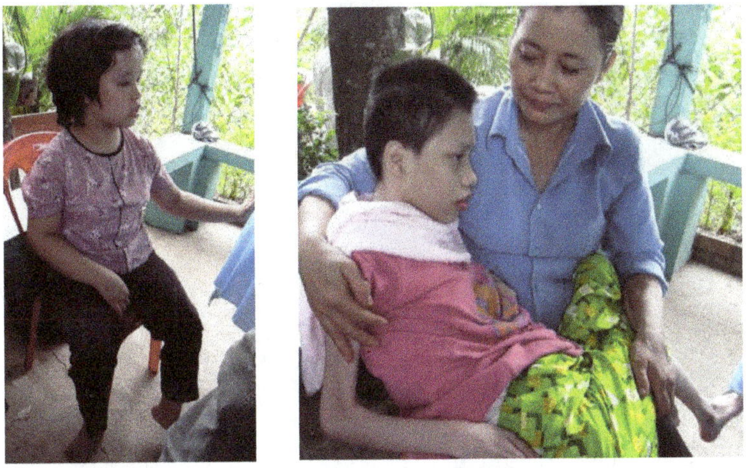

Bệnh nhân 21 tuổi

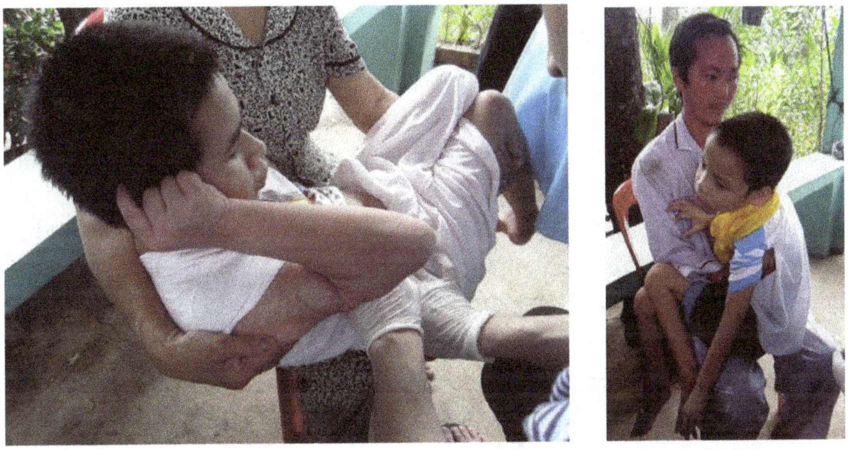

Bệnh nhân 24 tuổi

Thông tin gây bàng hoàng nhất là ngay trong sáng hôm đó, trước giờ đoàn ghé thăm, một cháu bé 19 tháng tuổi đã ra đi vĩnh viễn. Thi hài còn đặt trên giường, chờ sẽ chôn vào ngày mai. Và trong tháng Năm này đã có ba em ra đi như thế.

Bác sĩ Tom hỏi thầy sẽ nuôi các cháu đến bao lâu thì Thầy Châu trả lời là nuôi cho đến khi chúng chết. Chết lâu hay mau thì không ai trả lời được. Có những em đã sống ở trại hơn mười năm, nhưng cũng có những em chỉ ở với trại có vài tháng.

Số bệnh nhân quá nặng và quá đông. Trong tay các Bác sĩ chỉ có ống nghe, cây viết và một tấm lòng.

Đông đúc bệnh nhân chờ khám

Xem phim X-ray chỉ có cách đưa lên phía mặt trời để lấy ánh sáng. Nhìn những ánh mắt hy vọng vào đoàn mà thắt cả ruột, vì mình cũng chỉ biết đến để an ủi là chính, chứ điều kiện và phương tiện thật nhỏ bé so với thực tế khó khăn của Trại. Đêm hôm trước, Quỹ AFF VN đã trích ra 1,000,000đ (khoảng 50 USD) để mua một số tả giấy (vì các em không kiểm soát được việc bài tiết) và một ít xà phòng, nước Javel để làm vệ sinh cho các em. Chỉ thế thôi. Các thành viên khác trong đoàn chỉ còn biết bế các em lên, cho các em một chút hơi ấm, một chút ủi an, để mong bổ sức tinh thần cho các em. Mặc dù bị tâm thần, nhưng khi được bế, sự vui vẻ, phấn khởi hiện rõ trên khuôn mặt các em. Bế lên rồi mà đến lúc bỏ các em xuống thì không dễ dàng tí nào.

Xem phim hay xem hoa

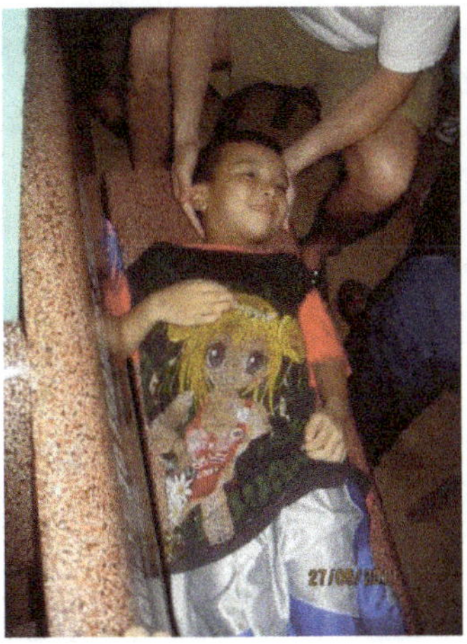

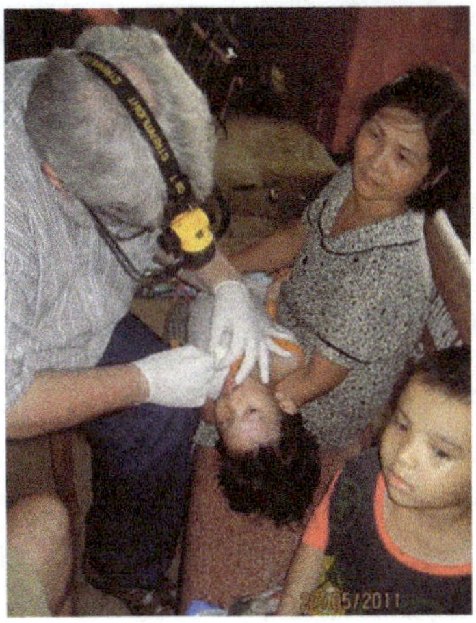

Giường chờ khám bệnh *Ghế khám răng hiện đại*

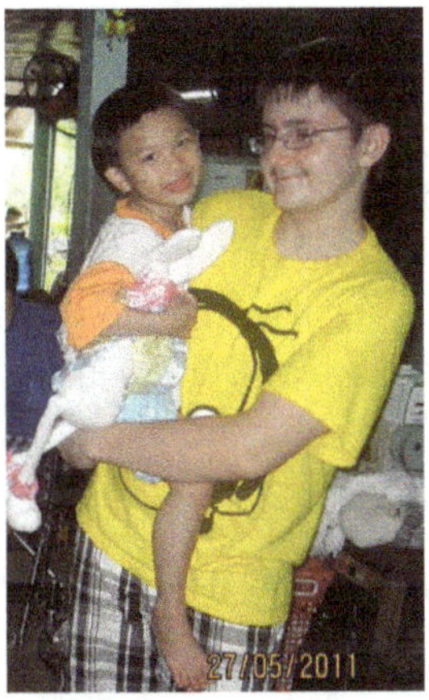

Bế bế bồng bồng

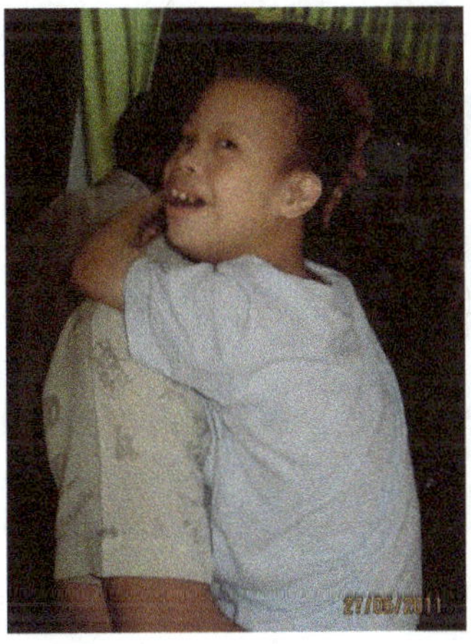

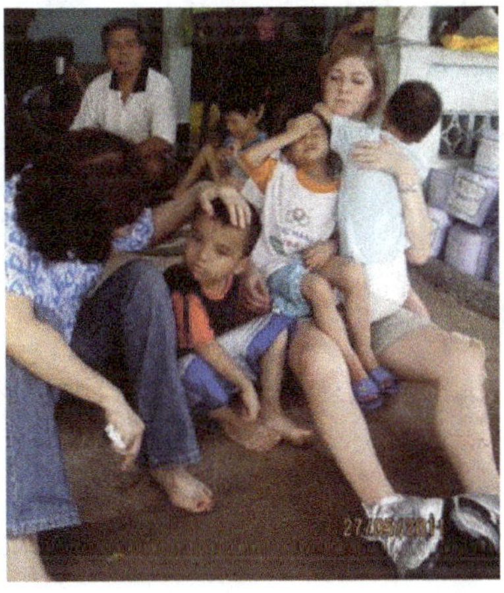

Một số bệnh nhân người lớn của Trại cũng đến xin khám bệnh.

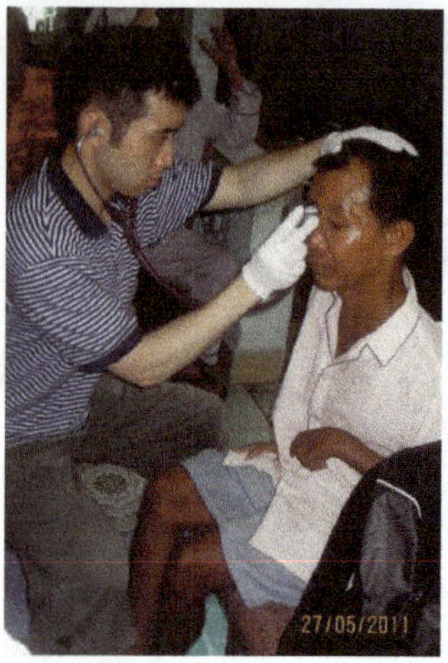

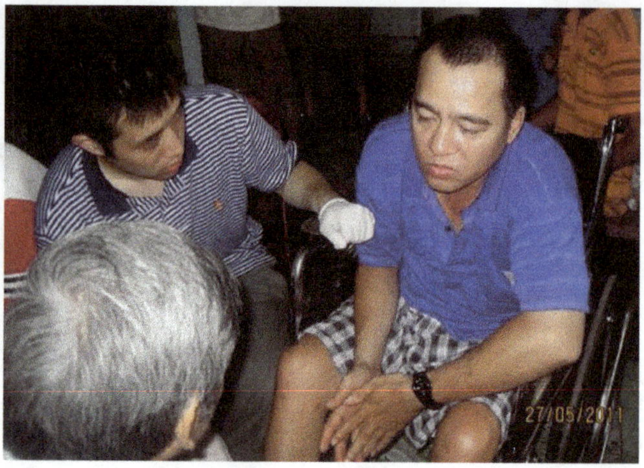

Bệnh nhân bị liệt do lặn biển để đánh bắt cá

Ngay những người này cũng gây cho các Bác sĩ nhiều ngạc nhiên dữ dội. Ngồi bên cạnh cứ nghe các Bác sĩ " Oh my God " liên tục. Một bệnh nhân bị mù. Trước đây, trong thời gian chiến tranh, bị một mảnh đạn vào góc trán. Lúc đầu chỉ gây nhức đầu, lâu dần gây mù một mắt, rồi mù cả hai mắt. Khuôn mặt của ông hiện giờ chằng chịt các mạch máu lớn nhỏ, có cái to như ngón tay cái. Điều kỳ lạ là khi Bác sĩ đưa ống nghe vào các mạch máu này thì lại nghe nhịp đập rất mạnh, như nhịp tim. Các Bác sĩ đã phải gọi nhau lại xem và chụp hình cẩn thận, nhiều góc độ.

Những tấm hình ghi lại buổi thăm viếng có khi lại nói lên được nhiều hơn những câu chữ khô khan này.

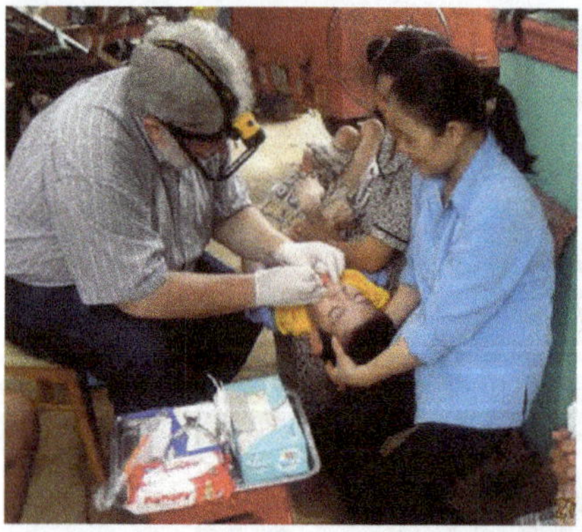

Những phụ nữ tốt bụng ở địa phương đến giúp đỡ

Y tá bất đắc dĩ

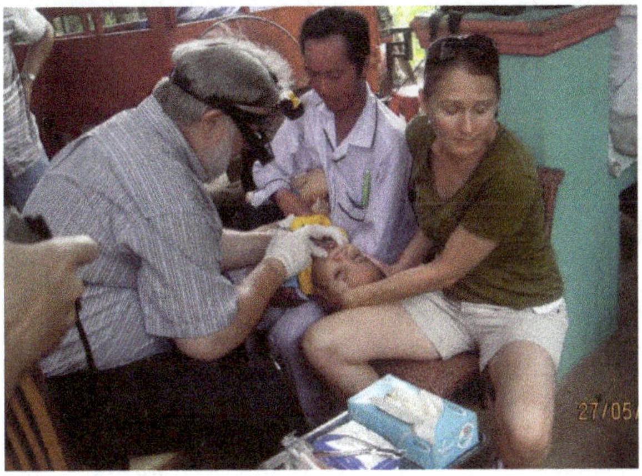

Không dám nhìn - *Thầy Châu – Phụ trách Mái ấm Phan Sinh Trị An – Đồng nai*

Đội CTXH Afar (NP Minh – QP Cảnh – LQ Thái)

Xúc động trước tình cảnh khốn khó của trại Phan sinh, một số thành viên trong đoàn đã góp gởi tặng số tiền 3,200,000đ. Cả đến bác tài xế của đoàn cũng rút ví góp cho Trại 200,000đ. Số tiền này đã trao tại chỗ cho Thầy Châu.

Mong rằng sẽ có thêm được nhiều tấm lòng vàng đến với các em, dù ai cũng biết thời gian của các em còn rất ít, nhưng xoa dịu được chút nào nỗi khổ đau của các em quả là một việc rất cần làm.

Khoảng 13 giờ 30, một cơn mưa to đổ xuống, khu vực khám bệnh bị ướt hết, như đang ở ngoài trời. Mọi người phải chạy vào trú tạm trong khu nhà chính. Đông người, chật hẹp, nhưng các Bác sĩ vẫn cần mẫn thăm khám cho đến hết mọi người có mặt trong nhà.

Đoàn chia tay với Trại lúc 14 giờ 00 và về đến Sài gòn bình yên lúc 16 giờ 00.

Một ngày thật nhiều điều để nghĩ suy và đọng lại.

Sài gòn ngày 01 June 2011

Nguyễn Phùng Minh

Sổ Vàng - Ân nhân AFF năm 2023

Ngoài-Afars	Afars - Hậu duệ - CsvHBTN
• Ac BS Phương Nguyễn & Phùng Đặng, St Louis, MO • Ds Brian Lam, Montclair, CA • Bs Nguyễn Quang Thái, CA • Bs Nguyễn Chí Vỹ, CA • AC Bs Trần Ngọc Khuê, em của chị Dư Q. Trung. • Bs Trần Đông Giang YK75 và chị Ngọc • Bs Tống thị Nhuận YK75 và anh Hoàng. • Ông Henri Sayegh và Bs Bay Nguyen Sayegh, Studio City, CA • BS Bùi Ngọc Trinh YK75 • BS Nguyễn Hữu Anh YKSG72. • Bs Lê Thành Đấu - chị Cẩm Vân YK75 • BS Vĩnh Chánh • chị Lisa Nhung Nguyễn, Garden Grove, CA • Bs Trần Quang Mỹ, CA • Bs Dư Quốc Trung qua Việt • Bs Nguyễn Cầm, FL • Ac TVK • gia đình Thuận Đức, CA • Anh PN Long • Ds Brian Lam (Ds Lâm Đào Bình), Montclair, CA • Ly Chen, CA • Anh Chị Lê Bảo, Pomona, CA • Bs Nguyễn Tường Vân, Canada • Mr. Richard Van Wagenen • Bs Nguyễn Việt Cường • Nguyễn Minh Huy & Bs Lâm Cẩm Thu Houston, TX • Trần Cẩm Nhung • Dennis Chu, Orange, CA • Bs Trần Quang Dự, CA • chị Trần T. Giao • BS Lê Q Minh - chị Như Hoàng • Bs Hương Nguyễn YK75, SD, CA • Bs Đoàn Bông và chị Mai, CA • Tuấn Nguyễn và chị V. Anh, San Dimas, CA	• Phạm Ngọc Thạch – Trinh • Peter Phú Nguyễn và cháu Tammy • QĐHưng – Hạnh, NM • Nguyễn Thu Hà, cựu thành viên HBTN-HDN, CA • Võ văn Hoàng, Pháp • Phan An, CA - RIP • chị Thanh (Anh Joseph Hùng) • VV Phác, CA • Đoàn Từ Thiện, CA • NTAnh - Nhơn, CA • Lê Minh, VN • James Cao, TX • Trần Quốc Thanh, CA • Kevin Trương, con afar TNT • Nguyễn Quý Đoàn, AFF, CA • Nguyễn Duy Tâm, Dallas, TX • Bửu Tùng, CA • Bùi văn Ái, CA • Đào Huy Trúc, CA • Giáp Phúc Hải, PA • Nguyễn văn Thắng, CA • Văn Kỳ Chương, CA • Trần Tịnh Hiền SJ, CA • Lê Hân, CA • Lê Minh Tiến, Canada • Nguyễn Thiện Hùng và chị Tuyết, FL • Phạm Xuân Hội và chị Thủy, TX • Bùi Đắc Lộc, CA • Bùi Huy Đức và chị Hoa, SJ. • Võ văn Hào và chị Sương, VA • chị Oanh - Nguyễn Tùng Lâm • Nguyễn Tường Hiệp • Hương Sullivan, ái nữ afar N. Phùng Minh. • Nguyễn Nho Đức, CA • Quản Đức Hưng, NM

• Bs Phan Thượng Hải và chị Lan • Bs Lê Minh Đức và Bích Ngọc, CA • Bs Tôn Nữ Thái Vi, GA • Bs Phương Trinh, PA • BS Nguyễn Tri Phương, MO • Bs Vũ Tố Lan • Bs Nguyễn văn Cung, CA • Bs Huỳnh Phương Mai, CA • Ds Tony Hà • Bs Phan Văn Tuấn, phu quân chị Bùi Ngọc Diệp, CA • Một thân hữu ẩn danh	• Dorothy Nguyễn, ái nữ afar NQ. Đức • Anne Hoàng Anh, ái nữ afar Phan An • Đinh Sinh Long, CA • Trần Nhân, VA • Hồ văn Hiền, VA • Võ Thư Kha, ái nữ afar Võ văn Hào, VA • Nguyễn Quảng Đức, CA • Hồ văn Hiền, VA • Andrew Nguyễn, con trai ac NQ Đức • Một Afar VN ẩn danh và các Afar khác tại VN

<u>GHI CHÚ:</u> Mặc dù BBT đã cố gắng hoàn thiện danh sách trên nhưng sai sót là điều khó tránh. Nếu quý ân nhân nào thấy có sai sót, xin cho BBT biết để bổ túc.

Trích đoạn Thư Cám Ơn của các sv HBTN

1.- Đinh thị Tâm

..... Con là Đinh Thị Tâm, con vừa tốt nghiệp nhận bằng Bác sĩ đa khoa-Trường đại học Y Dược Huế.

..... Con vẫn nhớ như in, đó là vào khoảng tháng 7 năm 2020, con nhận được cuộc gọi từ Chị Thảo thông báo rằng con là 1 trong số các bạn được khảo sát. Thật sự mà nói, con vô cùng xúc động và vui mừng khi biết rằng con có thể có cơ hội để nhận học bổng dù rằng con biết để trở thành thành viên học bổng thì cần vượt qua vòng khảo sát thực tế. Và rồi niềm vui thật sự vỡ òa khi được thông báo rằng con được nhận học bổng.

Các Bác biết không, thời gian này đối với con mà nói thật sự khó khăn nhất, bởi chính thời gian này bà nội con thường xuyên phải đi viện, nắng nóng hạn làm hoa màu khó phát triển, mọi nguồn lực trong nhà đều dành dụm để đưa bà đi viện. Từ nhỏ, con chưa nhìn thấy mặt ông bà ngoại do ông bà mất sớm khi mẹ con còn chưa lấy chồng, ông nội con cũng mất khi cháu lên 3, do đó bà nội là duy nhất đối với gia đình con. Thời gian đó, bố mẹ con đã phải xoay xở tiền ăn, tiền viện, tiền lãi vay cho mấy chị em đi học rồi dủ thứ tiền khác. Do đó gánh nặng lên đôi vai của bố mẹ là rất lớn. Do đó khi con nhận được Học bổng thì gia đình con rất vui mừng và hạnh phúc. Bởi có học bổng sẽ làm giảm bớt nỗi lo cơm áo gạo tiền con và bố mẹ, vơi đi phần vất vả cho bố mẹ. Một lần nữa, con và gia đình xin được gửi lời cảm ơn chân thành nhất đến các Bác. Cảm ơn các Bác đã quan tâm, tạo điều kiện và giúp đỡ con trong suốt thời gian qua để con được an tâm hơn học tập và rèn luyện bản thân để con hoàn thành chặng đường 6 năm theo đuổi giấc mơ.

..... Sau tốt nghiệp, hiện tại con đang tiếp tục ôn thi nội trú chuyên ngành Sản phụ khoa, hi vọng ở kỳ thi này con sẽ đạt được mong muốn và nguyện vọng của mình.

..... TP Huế, ngày 4 tháng 8 năm 2023

Đinh Thị Tâm

2.- Nguyễn văn Anh

Con là Nguyễn Văn Anh, vừa nhận bằng tốt nghiệp Bác sĩ Đa khoa, trường Đại học Y Dược Huế.

..... 🌻 Con may mắn nhận được sự giúp đỡ của học bổng từ năm thứ 1, ngược về thời điểm đó con vẫn nhớ đó là lần đầu tiên gặp các Bác, được ghé thăm Huyền Không Sơn Thượng, được lắng nghe những câu chuyện mà các Bác chia sẻ, đó là điều con rất trân quý. Nhận được học bổng, đối với con đó như một món quà về cả vật chất lẫn tinh thần

- Nhờ sự hỗ trợ của quỹ học bổng mà con có thêm tiền để trang trải chi phí học tập cũng như sinh học hàng ngày, đặc biệt là những ngày đầu chập chững bước chân vào Huế, cũng như những tháng ngày bị mắc kẹt lại Huế vì quy định cách ly Covid-19. Con vẫn nhớ cái ngày gọi điện về báo tin cho mẹ con ở quê, mẹ đã rất mừng, mừng vì một phần con đã có người giúp đỡ, mừng vì một phần gánh nặng gia đình đã giảm đi ít nhiều. Đặc biệt trong thời điểm nhạy cảm đối với ngành Y khi học phí tăng chóng mặt thì sự giúp đỡ của quỹ học bổng ngày càng thiết thực hơn
- Về mặt tinh thần, quỹ Học bổng giống như động lực để giúp chúng con tiếp tục theo đuổi con đường phía trước. Với sự hậu thuẫn của học bổng, mà chúng con có thể phân bố thời gian học tập- làm thêm hợp lý hơn để an tâm và chuyên sâu vào việc học

..... Con xin chân thành cảm ơn.

Nguyễn Văn Anh.

3.- Trần Thị Thanh Nga

..... Con là Trần Thị Thanh Nga, con vừa nhận bằng tốt nghiệp ngành học Bác sĩ đa khoa tại ngôi trường Đại Học Y Dược Huế.

..... Con còn nhớ như in lúc năm thứ 3 con được một bạn trong lớp con tên là Cường, bạn ấy cũng là một ngôi sao sáng trong HB AFAR FOUNDATION, bạn đã nhường học bổng của bạn cho con. Tại thời điểm đó nhà con đã bị ngân hàng đến gửi giấy quyết định thu hồi tài sản, em gái của con bị bệnh động kinh, chị gái con mới ra trường chưa giúp được gì cho gia đình, con đã phải nợ học phí 2 kì học, lúc đó con thực sự suy sụp nhưng thật may mắn con được sự giúp đỡ của các Bác trong quỹ HB AFAR FOUNDATION, Thầy Bình, Cô Trang, các anh chị trong học bổng đã kéo con ra bờ vực thẳm. Nhờ sự giúp đỡ của các Bác trong quỹ HB AFAR FOUNDATION, Thầy Bình, Cô Trang, các anh chị trong học bổng mà con đã có tiền để đóng học phí, tiền sinh hoạt hằng ngày. Thật sự mà nói nhờ sự giúp đỡ đó mà ba mẹ con bớt được một gánh nặng, con nay con béo tốt hơn hồi xưa rồi các Bác ạ. Con thật sự cảm thấy may mắn khi là một thành viên của Học Bổng Thành Nhân, ở trong học bổng con được Thầy Bình, Cô Trang nói cho con hiểu làm thế nào là một con người Thành Nhân. Con cũng đã cùng Thầy Cô đi khảo sát một số em trong học bổng và mỗi lần như vậy con lại thấy chạnh lòng, thương cảm, con cũng thấy bản thân con còn may mắn hơn các bạn đó rất nhiều, mỗi lần đi như vậy con lại tự dặn lòng và luôn phải cố gắng để trở thành một con người đúng nghĩa là "Thành Nhân"

..... Con xin chân thành cảm ơn!

Huế, Ngày 08/08/2023

Trần Thị Thanh Nga

4.- Nguyễn Hồng Anh

..... Con là Nguyễn Hồng Anh, vừa nhận được bằng Tốt nghiệp ngành Quản Trị Kinh Doanh, Trường Đại học Duy Tân.

..... Con xuất phát từ gia cảnh nghèo khó, và điều đó như một món quà mà cuộc sống ban tặng cho con, giúp con rèn giũa được ý chí vươn lên mạnh mẽ. Con mồ côi cha từ nhỏ, mất mẹ năm 17 tuổi và con sống với bà ngoại. Từ năm 2010 đến 2014, con theo học tại Trường Đại học Bách khoa Đà Nẵng. Nhưng điều kiện khó khăn, nên con phải bỏ dở giữa chừng và đi làm để mưu sinh.

..... May mắn thay, con đã nhận được sự giúp đỡ của Quỹ Học bổng AFAR FOUNDATION thông qua sự giới thiệu của một người bạn. Những hỗ trợ về vật chất và tinh thần của các Bác, của Thầy Bình và Cô Trang có ý nghĩa rất lớn đối với con, giúp con giảm nhẹ áp lực tài chính, giúp con có thêm kinh phí để trang trải học phí, công cụ học tập và chi phí sinh hoạt.

Nhờ đó, con có nhiều thời gian hơn để chuyên tâm vào việc học tập và nghiên cứu, để có thể ra trường được với thành tích cao như hôm nay. Con cảm thấy VÔ CÙNG BIẾT ƠN vì điều đó. Con nhận thức được rằng, bản thân con rất may mắn, bởi vì ngoài xã hội vẫn còn có nhiều bạn khác có hoàn cảnh khó khăn hơn con và cũng cần nhận được sự giúp đỡ.

Hiện tại, con đang làm việc bên lĩnh vực tài chính chứng khoán, là nhân viên tư vấn đầu tư tại Công ty Cổ phần Chứng khoán VNDIRECT. Con sẽ cố gắng phấn đấu hết sức mình, tiếp tục nỗ lực với tinh thần vươn lên, để xây dựng và phát triển sự nghiệp.

..... Con xin chân thành cảm ơn!

..... Đà Nẵng, ngày 20 tháng 8 năm 2023

Nguyễn Hồng Anh

5.- Trần Thị Kim Chi

Con tên là Trần Thị Kim Chi, vừa nhận bằng tốt nghiệp ngành công nghệ thực phẩm trường Đại Học Bách khoa, Đại học Đà Nẵng vào tháng 3 năm 2023. Hiện con đang làm việc tại khu công nghiệp ở Đồng Nai. Cuối cùng thì con cũng được tốt nghiệp sau 4 năm rưỡi đại học. Trải qua 4 năm rưỡi nhiều thăng trầm, thực sự là khoảng thời gian khá dài, mệt mỏi có, bất lực có, nhiều lúc con cũng đã từng nghĩ đến việc buông xuôi. Cũng may là con nhận sự giúp đỡ của Các Bác trong quỹ HB AFAR FOUNDATION, Thầy Bình, Cô Trang cũng như các anh chị trong học bổng.

Trải qua 2 năm đầu đại học chật vật vì khoản tiền học phí thì đến năm 3 khi mà con biết đến học bổng mình thì cuộc đời con như rẽ qua trang khác. Ba của con mất sớm, mẹ con ốm yếu, không biết đi xe nên cuộc sống của 3 mẹ con con thực sự rất khó khăn, con lại là con đầu, em gái của con vẫn còn đi học nên khi lên đại học con ráng đi làm thêm để tự trang trải cho phí sinh hoạt, nhưng mà tiền học phí thì là mẹ con phải vay mượn khắp nơi, kì này rồi lại kì sau, nợ nần chồng chất, vay mượn cũng ngày càng khó, con thực sự không thể nào quên vẻ mặt bất lực khi tới hạn đóng học phí đó của mẹ con.

Rồi vào năm 3 con thấy thông tin của học bổng Thành Nhân trên trang của trường con nên con làm hồ sơ xin học bổng và được nhận học bổng AFAR FOUNDATION. Nhờ sự giúp đỡ của các Bác trong quỹ HB AFAR FOUNDATION, Thầy Bình, Cô Trang, các anh chị trong học bổng mà con đã có tiền để đóng học phí, mẹ con bớt được một gánh nặng.

Con xin chân thành cảm ơn!

..... Đồng Nai, Ngày 18/08/2023

Trần Thị Kim Chi

6. Lê Thị Hoa

..... Em là Lê Thị Hoa, là sinh viên ngành Y Đa Khoa Trường Đại Học Y Dược Huế.

..... Kết thúc 6 năm y khoa em đạt được 3.23/4.0, xếp loại giỏi. Mặc dù không quá cao nhưng em đã nỗ lực hết sức và em cảm thấy hài lòng về kết quả đó. Em hài lòng về những thứ mình học được và những thứ mình làm được đến thời điểm hiện tại.

Để có kết quả như ngày hôm nay, đó là nhờ sự giúp đỡ to lớn của các bác trong quỹ Học bổng Thành Nhân cùng sự giúp đỡ của Thầy Bình và Cô Trang về mặt vật chất lẫn tinh thần trong suốt gần 4 năm đại học cuối vừa qua. Trước khi nhận được sự giúp đỡ của học bổng, bản thân em và gia đình em rất khó khăn về mặt tài chính. Thời điểm đó, gia đình em có đến 3 anh em cùng đi học đại học gồm anh trai em học đại học khoa y dược Đà Nẵng, em và em trai em đang học sĩ quan tại trường Sĩ quan chính trị. Bên cạnh đó, có 3 em nhỏ đang học cấp cơ sở, 1 em học cấp 3, 1 em học cấp 2 và em út học cấp 1. Để có thêm thu nhập cho 6 anh em được học tập đầy đủ. Ba mẹ em đã phải vào nam để mong kiếm được công việc kiếm tiền cho chúng em được hoàn thành ước mơ của mình. Tất cả chi phí học tập ăn ở của cả 6 anh em chỉ dựa vào lương công nhân của ba và mẹ. Nhưng như thế thôi cũng không đủ, ba mẹ em còn phải vay mượn thêm và còn vay tiền sinh viên để đủ cho anh em đóng học phí. Cá nhân em phải đi làm thêm ngoài giờ học, dạy thêm, phát tờ rơi để kiếm thêm một khoản nhỏ đỡ dần phần nào gánh nặng trên vai ba mẹ em. Khó khăn chồng chất khó khăn, có những lúc em thực sự khá chật vật về tiền bạc. Có nhiều lúc em đã nghĩ đến việc chùn bước nhưng ba mẹ em là người đã cho em động lực để cố gắng học tập. Vất vả là thế nhưng lúc nào ba mẹ em cũng mạnh mẽ và lạc quan, động viên em trong suốt thời gian khó khăn đó. Mãi cho đến khi em biết đến Quỷ học bổng Thành Nhân và em đã nộp hồ sơ xét tuyển, sau đó thì may mắn thay em được chọn vào học bổng và nhận học bổng cho đến ngày hôm nay. Ngay lúc em nhận được thông báo em được chọn vào học bổng, em đã vỡ òa trong vui sướng và hạnh phúc. Từ khi nhận được khoản học bổng này, em có một phần kinh phí học tập và ăn ở sinh hoạt, không còn lo lắng về mặt vật chất, em cũng chú tâm học hành, có nhiều thời gian để học tập và trau dồi kiến thức hơn. Về phía gia đình em, ba mẹ em cũng bớt một phần gánh nặng về kinh tế.

..... Em xin chân thành cảm ơn!

Huế, Ngày 24 tháng 8 năm 2023

Lê Thị Hoa

7.- Nguyễn Công Vinh

..... Con là Nguyễn Công Vinh, con vừa tốt nghiệp nhận bằng kỹ sư CNTT trường đại học Bách Khoa Đà Nẵng.

..... Con vẫn nhớ như in, đó là vào khoảng tháng 11 năm 2018, con nhận được cuộc gọi từ thầy Bình và cô Trang thông báo rằng con là 1 trong số các bạn được khảo sát. Thật sự mà nói, con vô cùng xúc động và vui mừng khi biết rằng con có thể có cơ hội để nhận học bổng dù rằng con biết để trở thành thành viên học bổng thì cần vượt qua vòng khảo sát thực tế. Và rồi niềm vui thật sự vỡ òa khi được thông báo rằng con được nhận học bổng.

Các Bác biết không, thời gian này đối với con mà nói thật sự khó khăn nhất, bởi chính thời gian này con bắt đầu những ngày đầu tiên ở ngưỡng cửa đại học, nào là tiền học phí, tiền trọ,.. Tuy nhiên gia đình thì khó khăn, ba con cũng vừa qua đời cách đó 2 năm vì đột quỵ khi đi làm, lao động chính trong nhà chỉ có mẹ, nhưng mẹ tuổi cũng cao và yếu. Do đó khi con nhận được Học bổng thì gia đình con rất vui mừng và hạnh phúc. Bởi có học bổng sẽ làm giảm bớt nỗi lo cơm áo gạo tiền cho con và gia đình, vơi đi phần vất vả cho mẹ. Một lần nữa, con và gia đình xin được gửi lời cảm ơn chân thành nhất đến các Bác. Cảm ơn các Bác đã quan tâm, tạo điều kiện và giúp đỡ con trong suốt thời gian qua để con được an tâm hơn học tập và rèn luyện bản thân để con hoàn thành chặng đường 5 năm học tập tu luyện bản than theo đuổi giấc mơ trở thành một người thành công và có ích cho gia đình, bản thân và xã hội.

..... Sau tốt nghiệp, hiện tại con làm việc tại một công ty công nghệ ở Đà Nẵng, và con cũng đang cố gắng học tập không ngừng để bản than ngày càng phát triển hơn.

..... Một lần nữa con xin chân thành cảm ơn !

..... Quảng Nam, ngày 25 tháng 8 năm 2023

Nguyễn Công Vinh

8.- Nguyễn văn Chí

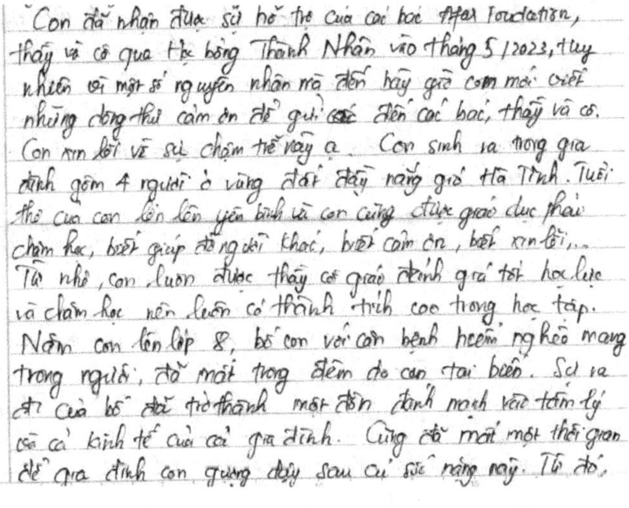
"Con đã nhận được sự hỗ trợ của các bác Afax Foundation,
thầy và cô qua Học bổng Thành Nhân vào tháng 5/2023, tuy
nhiên vì một số nguyên nhân mà đến bây giờ con mới viết
những dòng thư cảm ơn để gửi đến các bác, thầy và cô.
Con xin lỗi vì sự chậm trễ này ạ. Con sinh ra trong gia
đình gồm 4 người ở vùng đất đầy nắng gió Hà Tĩnh. Tuổi
thơ của con lớn lên yên bình và con cũng được giáo dục phải
chăm học, biết giúp đỡ người khác, biết cảm ơn, biết xin lỗi,..
Từ nhỏ, con luôn được thầy cô giáo đánh giá tốt học lực
và chăm học nên luôn có thành tích cao trong học tập.
Năm con lên lớp 8, bố con với căn bệnh hiểm nghèo mang
trong người, đã mất trong đêm do cơn tai biến. Sự ra
đi của bố đã trở thành một đòn đánh mạnh vào tâm lý
và cả kinh tế của cả gia đình. Cũng đã mất một thời gian
để gia đình con gượng dậy sau cú sốc nặng này. Từ đó,

9.- Cao thị Ánh Tuyết

Kính thưa các Bác ân nhân, Quý Thầy Cô, là sinh viên đến từ Quảng Trị, gia đình có hoàn cảnh khó khăn, bố mẹ làm nông, gia đình đông con, thu nhập của bố mẹ không đủ để trang trải học phí lẫn cuộc sống hằng ngày. Và thật may mắn khi em nhận được sự hỗ trợ đến từ các Bác ân nhân Quỹ học bổng AFF và Quý Thầy Cô. Em đã rất hạnh phúc và may mắn. Học bổng này đã phần nào giúp em và gia đình em giảm bớt những gánh nặng về vật chất lẫn tinh thần. Nó giúp em giải quyết được rất nhiều trong cuộc sống lẫn học tập, giúp em có thêm động lực để phấn đấu, vững bước trong tương lai.

Em xin gửi lời cảm ơn chân thành nhất đến các Bác của Quỹ học bổng AFAR FOUNDATION. Những người không ngừng cố gắng hết mình gây quỹ để gửi đến các bạn sinh viên những món quà vật chất và tinh thần to lớn. Đó là nguồn động lực lớn lao giúp chúng em cố gắng nỗ lực hết mình, phấn đấu cho tương lai sau này.

....

10.-Hồ thị Diễm Quỳnh

Trong kỳ I năm học 2023 - 2024 này, em cảm thấy rất may mắn và vô cùng hạnh phúc khi nhận được thông báo đậu học bổng AFF. Với em, đây không chỉ là nguồn động viên về vật chất mà còn cả về tinh thần để em có động lực và cơ hội tiếp tục học tập. Mặc dù đây là lần đầu tiên em được nhận học bổng, chỉ gặp các bác, các anh chị qua dịp phỏng vấn và nộp hồ sơ, em đã cảm nhận được sự quan tâm, yêu thương từ mọi người.

Học bổng này sẽ giúp em trang trải chi phí học tập và sinh hoạt trong cuộc sống, giúp gánh nặng trên vai mẹ em nhẹ đi một phần. Hơn thế nữa, nó sẽ giúp em có cơ hội tham gia vào các lớp đào tạo chuyên môn, học hỏi được nhiều kiến thức mới. Em hứa sẽ luôn cố gắng học tập, nghiên cứu thật tốt để không phụ sự tin tưởng từ mọi người.

Hôm nay, em viết thư này để gửi lời cảm ơn chân thành và lòng biết ơn sâu sắc của em đến với các bác, các anh chị trong Quỹ học bổng Afar Foundation. Cảm ơn mọi người đã trao cho em cũng như các bạn có hoàn cảnh khó khăn khác cơ hội được tiếp tục theo đuổi ước mơ của mình. Cảm ơn mọi người đã tin tưởng, yêu thương và cổ vũ tinh thần chúng em dù chỉ gặp nhau lần đầu.

....

11.- Tống thị Mai Trâm

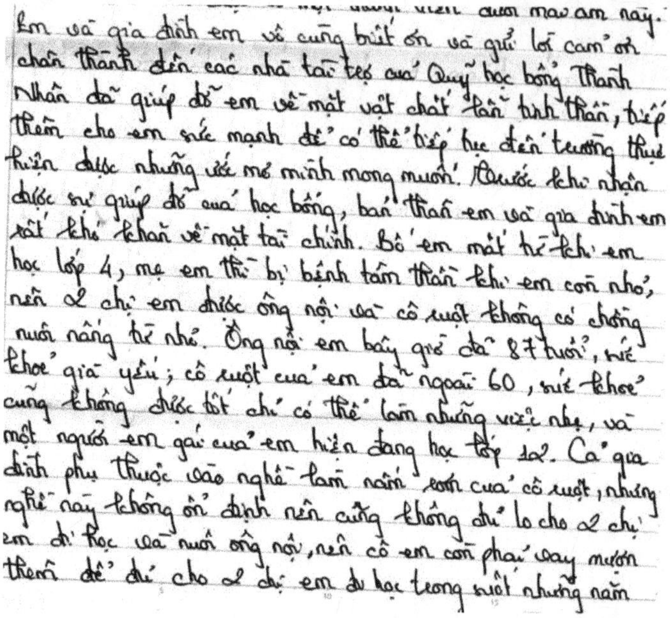

[illegible] dưới mái am này.
Em và gia đình em vô cùng biết ơn và gửi lời cám ơn chân thành đến các nhà tài trợ của Quỹ học bổng Thanh Nhân đã giúp đỡ em về mặt vật chất lẫn tinh thần, tiếp thêm cho em sức mạnh để có thể tiếp học đến trường thực hiện được những ước mơ mình mong muốn. Trước khi nhận được sự giúp đỡ của học bổng, bản thân em và gia đình em rất khó khăn về mặt tài chính. Bố em mất từ khi em học lớp 4, mẹ em thì bị bệnh tâm thần khi em còn nhỏ, nên 2 chị em được ông nội và cô ruột không có chồng nuôi nấng từ nhỏ. Ông nội em bây giờ đã 87 tuổi, sức khỏe già yếu; cô ruột của em đã ngoài 60, sức khỏe cũng không được tốt chỉ có thể làm những việc nhẹ, và một người em gái của em hiện đang học lớp 12. Cả gia đình phụ thuộc vào nghề làm nấm rơm của cô ruột, nhưng nghề này không ổn định nên cũng không đủ lo cho 2 chị em đi học và nuôi ông nội, nên cô em còn phải vay mượn thêm để đủ cho 2 chị em đi học trong suốt những năm

....

12.- Lê thị Như Huệ

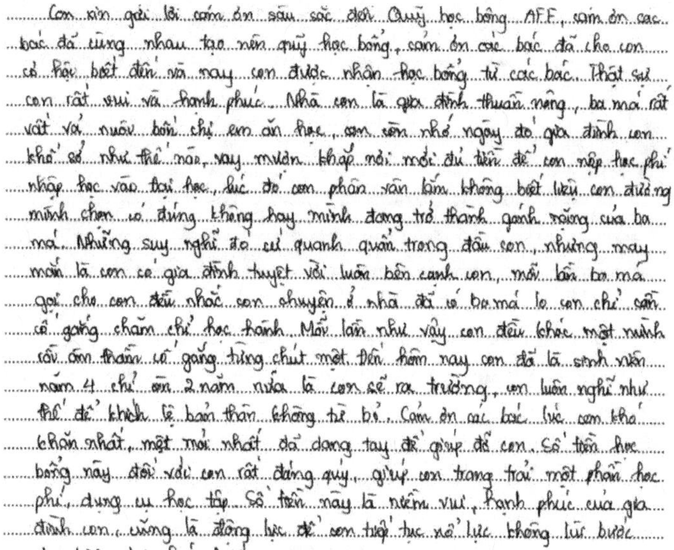

Con xin gửi lời cám ơn sâu sắc đến Quỹ học bổng AFF, cám ơn các bác đã cùng nhau tạo nên quỹ học bổng, cám ơn các bác đã cho con cơ hội biết đến và nay con được nhận học bổng từ các bác. Thật sự con rất vui và hạnh phúc. Nhà con là gia đình thuần nông, ba má rất vất vả nuôi bốn chị em ăn học, con vẫn nhớ ngày đó gia đình con khổ sở như thế nào, vay mượn khắp nơi mới đủ tiền để con nộp học phí nhập học vào đại học, lúc đó con phân vân lắm không biết liệu con đường mình chọn có đúng không hay mình đang trở thành gánh nặng của ba má. Những suy nghĩ đó cứ quanh quẩn trong đầu con, nhưng may mắn là con có gia đình tuyệt vời luôn bên cạnh con, mỗi lần ba má gọi cho con đều nhắc con chuyện ở nhà đã có ba má lo con chỉ cần cố gắng chăm chỉ học hành. Mỗi lần như vậy con đều khóc một mình rồi âm thầm cố gắng từng chút một. Đến hôm nay con đã là sinh viên năm 4 chỉ còn 2 năm nữa là con sẽ ra trường, con luôn nghĩ như thế để khích lệ bản thân không từ bỏ. Cảm ơn các bác lúc con khó khăn nhất, mệt mỏi nhất đã dang tay để giúp đỡ con. Số tiền học bổng này đối với con rất đáng quý, giúp con trang trải một phần học phí, dụng cụ học tập. Số tiền này là niềm vui, hạnh phúc của gia đình con, cũng là động lực để con tiếp tục nỗ lực không lùi bước cho tương lai phía trước.

....

13.- Nguyễn Viết Lợi

Hôm nay, em viết lá thư này để tỏ lòng thành kính, biết ơn đến quỹ học bổng Thành Nhân, các nhà hảo tâm. Đặc biệt quý cô bác trong học bổng AFar Foundation (AFF), năm 2022 đã gắn khớp lại thì em thật sự rất may mắn được trở thành một thành viên của gia đình học bổng Thành Nhân và sẽ được nhận học bổng của quỹ ngay trong năm 2022. Gia đình em thật sự rất khó khăn, bởi ba mẹ tuổi đã cao, thu nhập không ổn định, đặc biệt hơn là gia đình em vẫn chưa có nhà riêng để sinh sống mà phải đi thuê nhà. Trong khi đó, gia đình ngoài em còn em trai đang theo học tại trường THPT Phan Đăng Lưu - Thừa Thiên Huế. Mọi gánh nặng về tài chính đều đặt lên vai của ba em từ tiền thuê nhà, tiền sinh hoạt, tiền học phí phải đóng hằng năm,... Mỗi lần đến hạn đóng tiền nhà, tiền học phí ba mẹ đều phải chạy khắp nơi để vay mượn đóng cho kịp thời hạn. Nhưng em đã may mắn được sự tin tưởng của quỹ học bổng Thành Nhân, quý nhà hảo tâm, quý thầy cô đã giúp cho em có một số tiền để gia đình vượt qua khó khăn. Làm nguồn động lực cũng như giúp em bước tiếp con đường đại học trong những năm còn lại. Em rất biết ơn, ghi nhớ sâu sắc sự giúp đỡ kịp thời của quỹ. Em xin hứa sẽ cố gắng học tập để có thể trở thành một con người tốt, có ích cho xã hội. Lời cuối thư em và gia đình sẽ không bao giờ quên tấm lòng của quý nhà hảo tâm, quý thầy cô. Em mong học bổng Thành Nhân sẽ đồng hành với em đến cuối chặng đường đại học. Em rất chân thành cảm ơn.

....

14.- Lưu thị Ly

Thật may mắn và tự hào khi con được là thành viên của Quỹ Học bổng, được là 1 thành viên của đại gia đình mình. Hôm nhận được thông báo rằng mình được nhận học bổng, con thật sự vui lắm và cũng rất hạnh phúc, con đã khóc rất nhiều, con thật sự cảm ơn và biết ơn rất nhiều sự giúp đỡ và quan tâm mà quý cô chú, các bác và quý thầy cô đã dành cho chúng con. Cảm ơn quý cô chú, các bác, quý thầy cô vì đã luôn ở bên chúng con, nâng đỡ, bao bọc và che chở chúng con trên con đường thực hiện ước mơ của chính mình. Cảm ơn quý cô chú, các bác, quý thầy cô đã không quản ngại đường xá xa xôi, dành thời gian quý báu của mình để đến thăm từng hoàn cảnh, từng gia đình của chúng con. Con cảm ơn quỹ Học bổng Thành Nhân, cảm ơn tình cảm, sự giúp đỡ của mọi người trong Quỹ đã dành cho chúng con giống như gia đình thứ 2 của mình. Thật may mắn khi chúng

....

15.- Lê thị Trúc

Cháu thật sự rất may mắn và hạnh phúc khi nhận được học bổng cao quý này. Với cháu, đây không chỉ là niềm động lực về vật chất mà còn là niềm an ủi lớn lao về tinh thần giúp cháu vượt qua mọi thử thách trong cuộc sống.

Cha con mất sớm, khi còn con là học sinh lớp 1. Mẹ con đã phải cố gắng trải trần với quyết tâm cho ba chị em con ăn học đến nơi đến chốn để có thể thay đổi cuộc đời không sống cực khổ như mẹ. Tuy nhiên, một mình mẹ thì không thể nào lo hết được cho ba chị em con nên khi con đọc được thông tin tăng học phí lên đến 27 triệu, con đã rất sợ. May thay, một lần tình cờ đọc thông tin trên mạng, con đã biết đến quỹ học bổng Thành Nhân. Con đã nộp hồ sơ và chờ đợi và thật may mắn con đã được thông báo sẽ nhận được học bổng AFF, con thật sự rất mừng!

Cháu rất cảm động và biết ơn các cô chú rất nhiều! Học bổng này sẽ giúp cho cháu trang trải công việc học tập, giúp cháu tìm được bản thân mình, tin vào tương lai phía trước của mình hơn. Cháu sẽ luôn cố gắng học tập, biến sự không may mắn thành hành động để không phụ lòng cao cả mà các bác đã tin tưởng ở chúng cháu.

....

16.- Trương thị Thủy

Em được sinh ra và lớn lên trong một gia đình nghèo khó. Bố mẹ em thì đau ốm thường xuyên nên kinh tế gia đình khó khăn. Tuổi thơ của hai chị em tụi em không phải là ngày ngày được tung tăng chơi đùa như lũ trẻ trong xóm mà là ngày ngày đi mót củ, bắt ốc, cuốc trùn nuôi vịt, trồng khoai, nhổ sắn, cắt cỏ hay phụ mẹ chở ve chai đi bán. Hai chị em luôn lấy việc đó làm điều cho mẹ làm niềm tự hào. Mỗi khi nhớ về tuổi thơ, tuy không kìm được hàng lệ rưng rưng nhưng em lại cảm thấy mình có thêm một nguồn động lực mạnh mẽ để tiếp tục cố gắng.

Chị của em đã phải gác lại ước mơ được học đại học mãi dù chị em học rất giỏi và thông minh. Chị đã nhường cơ hội được bước chân vào giảng đường đại học lại cho em và rất tin tưởng vào cô em nhỏ bé này. Dù phải đương đầu với khó khăn nhưng em chưa từng nghĩ mình là đứa trẻ bất hạnh mà là một đứa may mắn khi có gia đình đầy tình thương, bạn bè yêu mến và còn nhận được sự quan tâm, giúp đỡ lớn lao từ các thầy, cô và các anh, chị trong quỹ Học Bổng.

....

Chương Trình Gây Vốn Gieo Mần -HBTN

AFAR FOUNDATION

BAN ĐIỀU HÀNH

Tâm Thư BDH Gửi Afar

Thân chào các Anh Chị,

Tại Cư Xá Đắc Lộ vào sáng sớm mỗi Chủ Nhật , một nhóm 5-7 anh em cùng nhau chất bàn ghế và 2 tủ gỗ thuốc vào lưng xe van của Cha Forest rồi cùng nhau đi đến một xóm lao động ở ngoại ô Saigon. Đến địa điểm, anh em nhanh chóng bố trí Phòng Khám Bệnh Ngoại Chẩn miễn phí rồi bắt đầu làm việc khám bệnh, phát thuốc cho dân địa phương. Buổi sáng làm việc bận bịu nên qua nhanh và đến trưa thì anh em trở về cư xá. Kỷ niệm êm đẹp này anh em AFAR ai cũng giữ trong lòng.

Trên đây là một phương cách Cha Forest áp dụng để phát huy và thể hiện lòng bác ái, một khía cạnh quan trọng của phương châm chỉ đạo "Thành Nhân" cho các sinh viên nội trú. Cha Forest đã khẳng định Cư Xá Đắc Lộ không chỉ là một nhà trọ nhưng là một trung tâm đào tạo một số người trẻ "Thành Nhân", để họ cùng nhau hợp sức thực hiện mục đích cao quí là cải thiện xã hội Việt Nam càng ngày càng tốt đẹp.

Để duy trì truyền thống này, vào năm 2010 các cựu sinh viên CXĐL trong và ngoài nước sáng lập Quỹ Thiện Nguyện AFF (Anciens du Foyer Alexandre de Rhodes Foundation), với mục đích chính là hỗ trợ giáo dục cho các học sinh/sinh viên thiếu điều kiện tại VN để các cháu có thêm cơ hội vượt qua khó khăn tài chánh để học thành tài và từ đó đóng góp tích cực cho xã hội theo phương châm Thành Nhân mà chúng ta thường nhắc nhở các cháu.

Trong 12 năm qua, các cựu sinh viên CXĐL trong và ngoài nước đã cùng nhau sát cánh hoạt động từ thiện bằng cách gây quỹ bảo trợ tài chánh và đồng thời trực tiếp điều hành các chương trình cấp học bổng cho sinh viên nghèo tại Cần Thơ và Huế-Đà Nẵng, bảo trợ lớp học đêm xóa nạn mù chữ cho trẻ em tại Saigon và bảo trợ hai Mái Ấm. Ngoài ra, AFF đã đột xuất gây quỹ cứu trợ đồng bào nạn nhân bão lụt miền Trung và đại dịch Covid-19. Chúng tôi nhân dịp này xin hết lòng biết ơn tất cả các anh em Đắc Lộ đã tin tưởng và đều đặn đóng góp công và của tiếp tay chúng tôi trong nhiều năm qua.

AFAR-AFF tuy đạt được nhiều thành quả cụ thể trong các công tác từ thiện nhưng chúng tôi Ban Điều Hành AFF cũng nhận thức rằng đã đến lúc cần có một kế hoạch cụ thể để tiếp tục công trình nhiều giá trị này, khi thế hệ chúng ta không còn tham gia được nữa. Để đáp ứng tình thế này, BĐH-AFF quyết định khởi động chiến dịch gây quỹ "Gieo Mầm Thành Nhân" (GMTN) với mục đích là sau 3-5 năm sẽ gầy được một vốn gốc đủ lớn để đầu tư sinh lời bảo trợ lâu dài các hoạt động từ thiện tại VN mà ít phải dựa vào việc gây quỹ thường xuyên. Quỹ này sẽ được một công ty tài chánh lớn có uy tín đảm trách việc đầu tư đúng theo chỉ thị của BĐH-AFF là *"vốn gốc phải được bảo toàn 100% trong tất cả mọi dịch vụ"*.

Các hoạt động từ thiện hiện hữu sẽ được duy trì trong lúc gầy vốn GMTN.

Thành lập quỹ GMTN là một thử thách lớn nhưng tác động của chương trình này cũng rất sâu rộng và lâu dài cho nhiều người trẻ Việt Nam cũng như xã hội Việt Nam nên BĐH chúng tôi quyết định dấn thân xúc tiến. Ngoài ra có lẽ đây là cơ hội cuối cùng để chúng ta hợp sức giúp đời và đồng thời xây dựng di sản của cha Forest và của chúng ta.

Chương trình hoạt động từ thiện AFF ở Việt Nam sẽ được đảm trách bởi một số cựu thành viên của Học Bổng Thành Nhân đã và đang trực tiếp điều hành chương trình này từ vài năm nay. Tại Mỹ sẽ có một nhóm con cháu AFAR cùng nhau tham dự BĐH quỹ AFF bao gồm quỹ GMTN.

Hiện nay, quỹ GMTN đã gầy được vốn gốc khoảng $100,000 và chúng tôi ước lượng cần thêm từ $100,000 tới $200,000 để đạt mục đích lâu dài của AFF. Thực tế cho thấy là ngoài một số ít thân hữu mạnh thường quân, nhóm anh em AFAR chúng ta từ trước đến nay vẫn là nguồn tài trợ chính của quỹ AFF, nên trước thử thách to lớn này, chúng tôi xin mời và kêu gọi toàn thể anh em AFAR tiếp tục đồng hành với chúng tôi trên chuyến đi đầy giá trị và ý nghĩa này, với hy vọng chúng ta sẽ nhanh chóng đạt mục đích. Chúng tôi lạc quan tin tưởng rằng với sức mạnh của một đoàn thể đoàn kết gắn bó và cùng chung một lý tưởng thì quỹ GMTN sẽ sớm thành sự thật.

Cuối thư, xin mời tất cả anh chị cùng nhau đọc lại vài lời nhắn nhủ của người cha tinh thần của chúng ta, Cha H. Forest:

" Cette louable initiative a pour but de nous rappeler notre profonde identité, de faire renaître de ses cendres, s'il y a lieu, notre devise "Esto Vir", de nous rendre plus présents au monde, de consolider notre union fraternelle et de renforcer les principes qui ont donné essor à notre jeunesse, principes d'équilibre, de jugement, de clarté, de joie, de service, de paix et de vie."

Chúng tôi xin cảm ơn các Anh Chị một lần nữa và thân chúc tất cả cùng gia đình an vui .

Thân quý,

Trần Công Bảo
Chủ Tịch AFF

Bùi Đắc Lộc
Chủ Tịch AFAR Nam Cali

<u>GHI CHÚ</u>: Các Afar và thân hữu tại quê nhà có thể gửi ủng hộ tới NPM.

AFAR FOUNDATION

Quỹ Thiện Nguyện Cựu Sinh Viên Cư Xá Đắc Lộ
387 Golden Bear Lane, Upland, CA 91786 - ĐT: 909-519-8323

Tâm Thư BDH gửi quý ân nhân

Los Angeles tháng 8, năm 2023

Kính thưa quý ân nhân,

Chân thành cám ơn quý ân nhân đã liên tục yểm trợ và cộng tác với các cựu sinh viên Cư Xá Đắc Lộ Sàigòn chúng tôi từ khi thành lập Quỹ AFAR FOUNDATION (AFF) năm 2010 đến nay.

Thời gian qua, AFAR FOUNDATION đã trợ giúp:

- các em nhỏ côi cút, cơ nhỡ tại các mái ấm; những người tật nguyền.
- các học sinh nghèo - phải giúp đỡ gia đình khó khăn không thể đến trường trong giờ học bình thường ban ngày - được dự lớp tối và học nghề.
- các tai ương bất thường như bão lụt, dịch COVID, đau yếu ...
- và đặc biệt, quan trọng và mục tiêu cao nhất của AFF là góp phần giúp đỡ và đào tạo một số sinh viên giỏi nhưng thiếu phương tiện có thêm cơ hội vươn lên, để sau này phục vụ xã hội một cách thiết thực và hiệu quả trong tinh thần "Thành Nhân". (Thành nhân = ESTO VIR chính là phương châm của CXĐL).

Những gì AFAR FOUNDATION đã đạt được tuy chưa phải là nhiều lắm nhưng nhìn qua vài sinh hoạt tóm tắt đính kèm, quý ân nhân có thể thấy được những gì Quỹ Thiện Nguyện này đã hoàn thành mục tiêu ban đầu của nó. Đó là đã đổi đời một số học sinh rất nghèo trở nên những người trưởng thành có nghề nghiệp sinh sống, cũng như giúp những sinh viên xuất thân trong hoàn cảnh kinh tế khó khăn trở nên những nhân tài phục vụ nhân sinh.

Nhìn lại, AFAR FOUNDATION đã hoạt động được 12 năm, và những kết quả tốt đẹp trên đã khích lệ anh em Csv-CXĐL nuôi tham vọng kéo dài các chương trình hiện hữu tới thế hệ kế tiếp. Hiện nay, một số em cựu sinh viên từng nhận học bổng của AFF đã thành danh đang sẵn sàng và từng bước đứng lên nhận bó đuốc điều hành do lớp đàn anh Csv-CXĐL trao lại.

Đào tạo một lớp người mới tài năng, phục vụ xã hội với con tim lương thiện là mục tiêu chung của mọi người chúng ta. Vấn đề còn lại là làm sao có thể làm cho Quỹ lớn thêm để kéo dài sinh hoạt thiện nguyện này đến thế hệ sau. Ở đây, chúng tôi trông đợi sự tiếp tay rộng rãi của quý ân nhân qua kế hoạch tạo vốn Gieo Mầm Thành Nhân đặc biệt kỳ này. Chúng tôi mạn phép gửi kèm theo đây Phiếu Ủng hộ để quý ân nhân tiện dụng.

Trân trọng cám ơn quý ân nhân.

Bs. Trần Công Bảo
Chủ tịch Hội đồng Quản trị

Bs. Bùi Đắc Lộc
Chủ tịch Hội đồng Điều hành

AFAR FOUNDATION

Quỹ Thiện Nguyện Cựu Sinh Viên Cư Xá Đắc Lộ

387 Golden Bear Lane, Upland, CA 91786 - ĐT: 909-519-8323

Tâm thư của Nguyễn Quảng Đức gửi Afar

Thân chào Anh Chị,

Chúng tôi mong Anh Chị an khang và dồi dào sức khỏe.

Từ 4 tháng nay anh em AFAR chúng ta đã cùng nhau tích cực gây quỹ cho Hội thiện nguyện Đắc Lộ- AFAR Foundation và hôm nay Ban Điều Hành chúng tôi phấn khởi báo cáo cùng các Anh Chị kết quả sơ khởi khá khích lệ cuả nổ lực này. Nhân dịp này chúng tôi xin một lần nữa cảm ơn những anh chị đã đóng góp giúp quỹ.

AFF của chúng ta là một biểu tượng cụ thể của tinh thần" Esto Vir" chúng ta đã thấm nhuần trong thời gian ở trong gia đình Đắc Lộ dưới sự hướng dẫn của Cha H. Forest. Tập thể AFAR chúng ta tuy đã rời cư xá từ lâu nhưng vẫn đoàn kết hợp sức giúp các hoạt động thiện nguyện AFF từ suốt 12 năm qua.

Ngoài ra, sự gắn bó của AFAR đã càng chặt chẽ hơn từ 3 năm nay từ khi diễn đàn có thêm mục "AFAR Ký Sự" mỗi tháng bao gồm mọi chuyện lớn nhỏ " trong nhà" với nhiều anh em tham dự. Quý thay sức mạnh đoàn kết hiếm có của đoàn thể AFAR chúng ta!

AFF chú trọng vào việc nâng đỡ giáo dục cho HS-SV nghèo hiếu học bằng học bổng và phụ cấp giúp các cháu thoát cảnh nghèo, và đồng thời truyền bá tinh thần "Thành Nhân" (Esto Vir) đến các cháu, để góp phần cải thiện xã hội càng ngày càng tốt đẹp hơn. Áp dụng phương châm " Thực Tiễn- Hữu Hiệu- Minh Bạch", các hoạt động thiện nguyện AFF đã mang được nhiều thành quả cụ thể cho các cháu HS và SV trong 12 năm qua, như tóm lược trong trang báo cáo kèm theo thư này. Chi phí của các hoạt động này khoảng độ $32,000 mỗi năm. Số tiền AFF gây quỹ được dùng trước nhất để trang trải chi phí này và sau đó ngân quỹ nếu còn sẽ dùng cho dự án gầy vốn để có thể duy trì hoạt động AFF lâu dài.

Chúng tôi xin kêu gọi tất cả các Anh Chị tiếp tục góp phần vào nỗ lực gây quỹ chung của gia đình Đắc Lộ để trang trải các hoạt động thiện nguyện hiện hữu tại quê nhà và đồng thời hy vọng dần dà xây dựng di sản của Cha Forest cùng chúng ta để lại cho các thế hệ sau. Mỗi đóng góp, dù lớn hay nhỏ, đều sẽ góp phần vào sự thay đổi đời của một HS-SV nghèo.

Để chấm dứt, chúng tôi xin chia sẻ với các anh chị email của một ân nhân đã ghi nhận giá trị các hoạt động thiện nguyện của Hội Cựu Sinh Viên Cư Xá Đắc Lộ chúng ta như sau:

"Thank you .... Như đã nói, rất cãm phục sự hy sinh thời giờ, tiền bạc của các cựu lưu trú sinh Đắc Lộ đề lo các học sinh thiếu điều kiện để đi học.

Vợ chồng....."

Xin cảm ơn các Anh Chị và chúc các Anh Chị cùng gia đình an khang.

Esto Vir,

Nguyễn Quảng Đức

Thay mặt Ban Điều Hành AFF

Tâm thư của Dorothy – hậu duệ Afar

Discover the Legacy:

How Our Fathers Are Changing Lives with AFF

Dear [*AFARs' descendants*],

Your father, [*bác Afar member....*], has forwarded this letter to you on my behalf.

My name is Dorothy and my father, like yours, is a proud member of the Alumni of the Foyer Alexandre de Rhodes (AFAR), which founded the Alumni of the Foyer Alexandre de Rhodes Foundation (AFF), a charitable organization committed to aiding disadvantaged Vietnamese youth.

I am reaching out to you today to share a profound experience that opened my eyes to the remarkable work our fathers are engaged in.

Until I traveled to Vietnam and visited the Compassion Night Class created by AFF, I only had a vague understanding of what my father's charity work meant. When I arrived, I witnessed children receiving a warm meal and breaking out into groups for their lessons. At first glance, this scene might seem like a typical childhood experience with laughter, hard work, socializing, and the joy of learning. Yet, what made it truly special was knowing that, without AFF and without our fathers' dedicated work, these children in rural Vietnam would not have the chance to go to school, as they couldn't afford it. This seemingly ordinary childhood experience was made possible only because our fathers made it possible.

Standing there, I realized I was seeing more than just a meal and a lesson; I saw the values of kindness, equality, and compassion, instilled in our fathers by the Foyer, come to life. This experience filled me with a sense of awe, pride, and inspiration. I realize also that our fathers' work with AFF was about more than giving; it was about their lasting legacy and universal human values in action which we all can build upon to honor them and to keep spreading the good deeds.

Therefore, I extend an invitation for you to stand alongside our fathers in a tribute that honors their legacy, fuels their impactful work, and guarantees its enduring continuation, even beyond their lifetimes. Here's how you can actively contribute to their lifelong mission and directly transform the lives of those who are in need:

- **EDUCATION SPONSORSHIP**

   - **$500:** With a contribution of $500, you will effectively address a big part of the **annual** education expenses for a college student.

- **$250**: By pledging $250, you will cover a college student's educational expenses for a **semester.**

- **$100:** A contribution of $100 will provide support for a college student's education for one **trimester.**

- **COMPASSION NIGHT CLASS MEALS**

- **$50/night**: With just 50 cents per meal, you can feed all 100 students in our Compassion Night Class for one evening. Your $50 donation will not only fill their stomachs but also fuel their determination to learn.

Thank you for taking the time to read this and for considering becoming part of our fathers'legacies. By helping to continue their remarkable work, you have the power to change lives.

Dorothy Nguyen, Psy.D.

Afar Duc Q. Nguyen's daughter

AFAR FOUNDATION

387 Golden Bear Lane, Upland, CA 91786 - ĐT: 909-519-8323

CONTRIBUTION FORM

Name: ______________________________

Email address: ________________________

___ Contribution by check: Send to **AFAR FOUNDATION**

387 Golden Bear Ln, Upland, CA 91786

- If you use **Standard** Tax Deductions, please make check payable to **Duc Nguyen**.

  Your contribution will be matched 1:1 or 2:1.

- If you use **Itemized** Tax Deductions, please make check payable to **AFAR FOUNDATION**.

__ Contribution online with credit cards: Open Paypal.com, and donate to **donateaff@gmail.com**

IV. TÂM LINH

Tại Sao Chúng Ta Cầu Nguyện

AFAR CẦU NGUYỆN bắt đầu từ tháng 7-2021, lúc đại dịch COVID-19 còn đang hoành hành. Các anh chị afar nhiều người đã hưởng ứng, tham gia, lương cũng như giáo, vừa đáp ứng nhu cầu tâm linh, vừa là dịp để afar trao đổi hàn huyên chuyện cũ mới trên trời dưới đất. Trong thời gian bị phong toả, nằm nhà và có dịp theo dõi trên YouTube các bài giảng thuyết của các linh mục, mục sư cũng như thượng tọa về cầu nguyện, tôi thấy nhu cầu về cầu nguyện là quan trọng. Và đã được các bạn hưởng ứng. Sau 30 tháng cùng nguyện cầu, nay xin chia sẻ vài cảm nghĩ về cầu nguyện. Những ý tưởng về câu nguyện này là do tôi đã hấp thụ được qua các bài thuyết giảng cũng như qua cầu nguyện.

1- CẦU NGUYỆN LÀ GÌ?

Đối với những người có một niềm tin tôn giáo, vào một Đấng Thiêng Liêng Chí Tôn thì cầu nguyện là thường tình. Nhưng đối với những ai không tin vào Thần Quyền thì có lẽ đó không phải là một nhu cầu. Vậy cầu nguyện là gi?

* Trước hết cầu nguyện là hơi thở, nhu cầu của TÂM LINH. Tâm là tim, tâm lý. Linh là linh hồn, linh thiêng. Theo Wikipedia, "tâm linh được hiểu rộng rãi như là các trải nghiệm chủ quan của con người về các khía cạnh thiêng liêng, là các giá trị và ý nghĩa sâu sắc mà từ đó người ta sống. Tâm linh có liên quan đến niềm tin về thế giới siêu nhiên, vượt qua thế giới thông thường của con người." Tâm linh bắt nguồn từ tâm lý. Mỗi người thường có tâm lý riêng. Nhưng thông thường những người cùng sắc tộc, văn hoá nhất là cùng tôn giáo thì có niềm tâm linh riêng. Tuy nhiên thường thường mọi người bất kể nguồn gốc, già trẻ, lớn nhỏ hay niềm tin riêng, đều có chung một tâm linh là làm lành tránh dữ, mong mỏi cuộc đời bình an hạnh phúc.

* Vậy tâm linh có tác dụng gi? Tâm linh giúp ta tìm thấy ý nghĩa, an ủi, hy vọng và bình an trong cuộc sống. Đa số tin vào tâm linh qua tôn giáo của mình. Những người vô thần có thể tin vào tâm linh của bản thân qua các giá trị và nguyên tắc của họ.

2- CẦU NGUYỆN NHƯ THẾ NÀO?

Tôi hay theo dõi những bài suy niệm (meditations) của afar Nguyễn Hữu Tùng. Anh Tùng rất siêng năng cầu nguyện và đã đến mức cao. Anh chia sẻ với bạn bè các bài suy niệm của anh. Một trong những suy niệm là "Hôm nay ta dạy con cầu nguyện ". Anh đã post vào ngày 9 Nov, 2023. Tôi xin phép anh được trích đăng trong bài viết này để CHIA SẺ:

"HÔM NAY TA DẠY CON CẦU NGUYỆN". Con nghĩ rằng con biết cầu nguyện. Vì bao nhiêu năm nay con đã cầu nguyện, đâu cần phải học hỏi thêm làm gì. Thật ra con chưa biết cầu nguyện cho đúng.

Cầu nguyện là nói với Cha bằng TRÁI TIM, chứ không phải bằng lời. Có hai thứ cầu nguyện: cầu nguyện ích kỷ và không ích kỷ.
- Cầu nguyện ích kỷ: là cầu nguyện chỉ cho riêng mình, đòi hỏi những thứ mình muốn cho riêng con mà thôi, hoàn toàn không để ý đến những sự cần thiết, thể xác tinh thần và tâm linh của anh em con. Con chỉ nghĩ đến con, con trước nhất, và mình con thôi.
- Cầu nguyện không ích kỷ: khi các con nghĩ rằng trên trần gian này các anh em con cũng có những ao ước được những sự tốt lành về thể xác, vật chất, tinh thần và tâm linh như con. Những gì con nghĩ là cần thiết cho con, người anh em con cũng nghĩ như vậy.
…………………
Cầu nguyện vị tha, là cầu nguyện cho cả những kẻ thù của con, những kẻ làm con buồn lòng, những kẻ sỉ vả con...Đây là những lời cầu nguyện tinh khiết nhất, vô vị kỷ nhất, rất đẹp lòng Cha.
Khi con cầu nguyện với Cha, cầu nguyện như NÓI CHUYỆN với một người Cha thương yêu con hết lòng. Nói những gì con lo lắng, sợ hãi, những vui những buồn...NÓI VỚI CHA những gì con muốn làm, con muốn thực hiện trong đời con. Trong giờ suy niệm, hỏi những gì con muốn hỏi, tập lắng nghe tiếng nói tĩnh lặng của Cha. Con có thể cầu nguyện ở nhà thờ, hay bất cứ nơi đâu ngoài thiên nhiên con đang sống.
Khi con cầu nguyện phải để Thiên Chúa là Cha của con làm quyết định cuối cùng, có nên được hay không.
Cuối cùng Ta dặn con: yêu thương tất cả mọi người, cầu nguyện cho cả kẻ thù của con, nhẹ nhàng với tất cả mọi người con gặp. Và sau hết là thờ Phượng Thiên Chúa, NGHĨA LÀ KẾT HỢP LÀM MỘT VỚI NGÀI."

Ngoài những suy niệm trên của anh NHT, tôi cũng xin chia sẻ một vài suy nghĩ.
Trong 3 năm giảng dạy, chính Chúa cũng đã dậy các môn đệ cách thúc cầu nguyện mà bây giờ chúng ta có "kinh lạy Cha". (Mathew 6:9-13). Chúa đã dậy khi cầu nguyện cùng Chúa Cha (chính Chúa Jesus cũng đã nhiều lần đến nơi thanh vắng để một mình cầu nguyện cùng Chúa Cha): Trước hết phải vinh danh Thiên Chúa, nhất là "ý Cha thể hiện dưới đất cũng như trên trời". Nghĩa là Chúa không ban cho chúng ta tất cả những điều chúng ta xin, mà phải theo Thánh Ý Chúa. Nếu những điều chúng ta xin trùng hợp với sự sắp đặt của Ngài thì chắc chắn Ngài sẽ ban cho.

Kế đến xin Chúa cho chúng ta "lương thực hàng ngày". Lương thực đây phải hiểu rộng là những nhu cầu tất yếu, chứ không phải chỉ thức ăn nước uống thôi. Chúng ta vẫn nên xin Chúa những điều ngoài những nhu cầu tất yếu, nhưng hãy luôn luôn xin "Hãy theo ý Chúa đừng theo ý con". Ý của Chúa thì không ai có thể biết trước được. Có những điều xẩy ra bây giờ với con mắt trần tục chúng ta cho là "khổ nạn". Nhưng không ngờ lâu dài về sau nó lại là mầm mống của sự hạnh phúc. (Chắc các bạn đều nhớ đến câu chuyện đầy kịch tính nhưng thú vị nói về hoạ phúc: Tái Ông mất ngựa. Tôi so sánh chuyện này với sự xếp đặt của Thiên Chúa thì thật là khập khễnh. Tôi chỉ muốn nói đến hoạ phúc khôn lường thôi.) Khi cầu nguyện chúng ta tin là Chúa sẽ lắng nghe và có đầy khả năng đáp trả. Như Chúa đã phán: "hãy xin thì sẽ được." Nhưng cũng phải nhớ: "một theo ý Cha đừng theo ý Con".
Rồi đến "tha thứ": Thiên Chúa sẽ tha thứ những lỗi lầm cho chúng ta với điều kiện chúng ta cũng phải tha thứ những lỗi lầm của người khác đã xúc phạm đến chúng ta. Đây là con đường hai chiều: khi chúng ta tha thứ cho nhau thì Thiên Chúa cũng sẽ tha thứ cho chúng ta.

Sau cùng hãy xin Thiên Chúa giúp sức để chúng ta tránh đừng bị cám dỗ mà xúc phạm đến Chúa cũng như anh em. Điều này không phải dễ làm mà phải cần sự cầu nguyện. Khi Thiên Chúa tạo dựng ra một con người, Ngài không bắt chúng ta phải ký "consent". Nhưng Chúa cũng cho chúng ta quyền "TỰ DO" để quyết định ta có theo Chúa hay không? Một người nào đó từ chối lời mời gọi của Ngài thì dù Ngài có quyền năng tuyệt đối, Ngài cũng không thể "BUỘC" ta phải theo Ngài.

3- TẠI SAO PHẢI CẦU NGUYỆN?

Như vừa nói ở trên, chúng ta phải cầu nguyện để tránh bị cám dỗ mà làm những điều sai trái. Ngòai ra còn nhiều lý do:

- Cầu nguyện để ca ngợi Thiên Chúa và tỏ lòng biết ơn.
- Cầu nguyện để có bình an trong tâm hồn.
- Cầu nguyện để Chúa thấy chúng ta CẦN đến Chúa. Chúng ta cần đến Chúa không phải chỉ những lúc gặp nguy khốn, khó khăn, thất bại mà cả những lúc thành công, hạnh phúc. Chỉ cầu nguyện lúc nguy khốn thì LM Nguyễn Khắc Huy đặt tên là "Kito hữu 911". Những ai đã từng trên những con thuyền mỏng manh trên biển khơi sóng gió chắc đều đã trải nghiệm những giây phút kinh hoàng. Trong những giây phút đó trên thuyền vang lên những lời cầu tới Chúa Giêsu, Mẹ Maria, Phật Bà Quan Âm, Phật Thích Ca xin phù hộ... Tôi xin nhấn mạnh: cầu nguyện lúc nguy khốn không phải là sai, mà chúng ta phải cầu nguyện. Tuy nhiên ngoài những lúc hiểm nguy đó chúng ta vẫn phải cần cầu nguyện khi bình an vô sự. Afar chúng ta đã và đang cầu nguyện như vậy mỗi hai tháng. Cầu nguyện cũng cần sự kiên trì. Chúa Giêsu đã phán: "Hãy gõ thì cửa sẽ mở".

4- CẦU NGUYỆN Ở ĐÂU VÀ KHI NÀO?

Như trong bài suy niệm của afar NHT đã nêu trên: "Con có thể cầu nguyện trong nhà thờ, hay bất cứ nơi dâu nơi con đang sống".

Và khi nào?: bất cứ lúc nào mà chúng ta có thì giờ để hiệp thông với Thiên Chúa, lúc mà chúng ta có thể "mở lòng" với Người. Chúng ta có thể cầu nguyện lúc thức dậy hay trước khi lên giường ngủ, trước bữa ăn, khi đi bộ để bảo trì sức khỏe... Chắc các bạn cũng để ý như tôi khi xem những trận đấu túc cầu hay football, trước khi ra trận hay sau khi ghi bàn, touchdown, một số cầu thủ đã làm dấu để cầu nguyện cũng như cảm tạ Thượng Đế, những cầu thủ tin vào Đấng Kito hay Allah.

5- MỤC ĐÍCH CỦA CẦU NGUYỆN:

Linh mục Nguyễn Khắc Hy có đưa ra bài khảo sát năm 2005 của Newsweek và Biliefnet. Theo đó có 1004 người được hỏi "Mục đích cầu nguyện là gi?" Theo cuộc thăm dò đó thì:

* Tìm ý Chúa: 27%
* Tạ ơn Chúa: 23%
* Để được gần Chúa: 19%

* Để giúp đỡ người khác: 13%
* Để thăng tiến bản thân: 9%
* Các lý do khác: 4%
* Không biết lý do: 5%

Trong post mới nhất của anh NHT ngày 7 Dec. 23: "Mục đích của cầu nguyện và suy niệm là giúp con nghe được tiếng nói tĩnh lặng của Thiên Chúa, những lời chỉ dậy của Ngài, và giúp các cơ thể này trong con sống hài hoà với nhau, được như vậy mỗi ngày mỗi giống thiên Chúa hơn."
Khi viết đến ý: "nghe được tiếng nói tĩnh lặng của Thiên Chúa", tôi không khỏi không nghĩ tới bản nhạc của Simon & Garfunkel: "The Sound of Silence":

"Hello darkness, my old friend
I've come to talk with you again
Because a vision softly creeping
Left its seeds while I was sleeping
And the vision that was planted in my brain
Still remains
Within the sound of silence "

Đúng vậy!, trong thinh lặng cầu nguyện, chúng ta nâng tâm hồn lên để kết hợp với Thiên Chúa, chúng ta "nghe" được, đối thoại được với Thiên Chúa. Và Thiên Chúa đã gieo những hạt giống tốt lành trong tim óc chúng ta.
Hy vọng tôi đã trả lời phần nào cho câu hỏi: "Tại sao phải cầu nguyện".

Vậy:
CHÚNG TA HÃY CÙNG NHAU CẦU NGUYỆN ".

Mùa Giáng Sinh 2023

Trần Công Bảo

Judas Iscariot Là Ai?

Phương Tuấn

"Như mọi ngày, con cảm tạ Chúa đã cho con đêm an bình và một Ngày Mới để yêu thương.

Trong tĩnh lặng ban mai, con đến bên Chúa và lắng nghe tiếng nói yêu thương, dịu dàng của Chúa.

Giêsu thương mến,

Một anh bạn thân của con muốn biết Judas Iscariot là ai, và vì sao đi theo Chúa ba năm đã bán Chúa với 30 đồng bạc (Silver coins).

Con thương mến,

Ta hiểu hết mọi sự , sao Ta lại chọn Judas, một tên phản Thầy vào số 12 tông đồ tiên khởi? Đầu tiên, Ta chỉ chọn có 6 tông đồ theo thứ tự:

Andrew là người Ta nhận trước nhất, thứ đến là Simon Peter em của Andrew, đến John và James Zebedee. Ta đã ở trong nhà của hai anh em John và James hai năm cùng làm việc với họ. Đó là năm Ta khoảng 19, 20 tuổi. Cha của Zebedee đóng thuyền đánh cá lớn và thường cọng sự với cha nuôi Ta là Giuse. Thường về đêm Ta giảng cho hai anh em này về Thánh Kinh và Nước Trời, vì vậy sau này Ta bảo họ : "Follow Me", họ đã bỏ tất cả và theo Ta.

Người thứ năm Ta chọn là Philip, và người thứ sáu là Nathaniel.

Trong các tông đồ Andrew cao tuổi nhất. Ông ta 34 tuổi khi Ta 33, và John nhỏ tuổi nhất trong đám chỉ có 24 tuổi.

Sau khi chọn xong 6 tông đồ tiên khởi, Ta bảo họ, mỗi các con chọn cho Ta một tông đồ và chính Nathaniel đưa Judas Iscariot về cho Ta. (Các con đừng lộn, có một Judas nữa là Judas Alpheus).

Vậy Judas Iscariot là tông đồ thứ 12. Judas Iscariot sinh tại Kerioth, một thành phố nhỏ ở vùng phía Nam Judea. Khi anh ta còn nhỏ cha mẹ dời về Jericho, một thành phố lớn, và sau khi Judas đi theo John The Baptist (Gioan Tẩy Giả), cha mẹ Judas thuộc dòng dõi Sadducees đã từ anh ta và không công nhận anh ta là con. Judas là người Judean duy nhất, 11 tông đồ kia của Ta là người Galileans.

Khi Nathaniel gặp Judas tại Tarichea, Judas đang kiếm việc làm với một cơ sở phơi cá khô ở cuối biển Galilee. Ngày đó Judas 30 tuổi, chưa có gia đình.

Sau này các con thấy các bức hoạ của các họa sĩ tài danh, vẽ các tông đồ râu tóc như người già. Thật không đúng. Ta cùng các tông đồ thời đó ở vào giai đoạn tuổi trẻ sung sức nhất, nên mới đủ sức đi rao giảng khắp Palestine ba năm qua các thành thị và xóm làng, khi mưa, khi nắng, khi lạnh, khi tuyết rơi, khi nóng khô khốc như ngày khát nước bên bờ giếng Jacob xưa, xin nước uống với người đàn bà Samaritan.

Judas là người có học thức, có thể nói là khá nhất trong 12 tông đồ. Nhưng Judas yếu kém về mặt tâm linh, không hiểu rõ bản thân mình, và đa nghi. Judas luôn đề cao cá nhân mình, khi ai hạ anh ta xuống vì lý do gì dù chính đáng, Judas để tâm và kiếm dịp trả thù. Judas giải thích sai những lời nói và hành động của các tông đồ trong nhóm và cả với Ta. Judas xem những lời dạy của Ta như là của người yếu đuối, chứ không phải lời nói của một Đấng Cứu Thế. Vì bản tính suy xét người không đúng này đưa Judas đến những suy nghĩ sai lầm về người đồng môn và cả Ta.

Biết Judas như vậy sao Ta vẫn nhận Judas như tông đồ thứ 12? Ta thương tất cả những ai đến với Ta và cho Judas cơ hội để trở nên người tốt.

Nước Trời luôn rộng mở cho những ai có tâm tìm kiếm. Dù có nghi ngờ về những yếu kém đường tâm linh, Ta không muốn khoá cửa không cho Judas vào thử, và cố gắng dạy bảo Judas đi con đường công chính.

Judas là người kiêu ngạo, xem mình là người Judean cao cả hơn dân Galilean. Vì kiêu ngạo nên rất tự ái.

Thật là sai lầm nếu nghĩ rằng Judas ham tiền và bán Ta với giá 30 đồng bạc. Không phải vậy.

Ngày đó Andrew được Ta chỉ định làm trưởng nhóm 12 anh em lo mọi việc trong ngoài. Và Andrew chỉ định Judas làm thủ quỹ. Không ai làm tốt công việc này hơn Judas. Judas giữ túi tiền của cộng đoàn 13 người, sổ sách chi ly không sai vào đâu được, và báo động cho Andrew biết bao giờ túi tiền sắp cạn.

Ba năm đi rao giảng Nước Trời trên xứ Palestine có những ngày đoàn Ta dừng lại nghỉ ngơi ở những nhà đón nhận đoàn, như ngày ghé nhà ba anh em Martha, Mary, Lazarô ở Bethany, nhưng không phải lúc nào cũng được như vậy. Đoàn phải tự lực cánh sinh. Các con nhớ là đa số các tông đồ có gia đình vợ con, và người đàn bà Do Thái chỉ ở nhà lo cho gia đình. Vì vậy trên đường đi rao giảng, các tông đồ chia phiên nhau, thỉnh thoảng phải dừng lại đi đánh cá, và lợi tức một phần dành cho cộng đoàn, một phần các tông đồ gửi về cho gia đình sinh sống. Nói tóm lại đoàn phải tự nuôi lấy mình. Sau này tông đồ Phaolô, cũng vừa đi rao giảng Lời Ta, vừa làm việc. Phaolô là luật sư, nhưng ông mưu sinh bằng nghề đan lưới cá.

Vì bản tính kiêu ngạo và đa nghi, Judas để tâm thù ghét những ai anh ta không ưa, đánh giá sai lầm lời nói và hành động của các người này. Cho đến một hôm sự việc bùng nổ dữ dội và đưa Judas đến quyết định phản Ta .

Vào ngày thứ sáu, đúng một tuần trước ngày Lễ Vượt Qua, ngày Ta chịu khổ nạn, đoàn 13 người của Ta đã đến Bethany và gia đình ba anh em Lazarô, Martha và Mary báo cho Ta biết đoàn đã được mời ở lại nhà của ông Simon, láng giềng với nhà ba anh em. Ông là người trưởng làng và là người tin Lời Ta. Ngày hôm đó Ta được nhiều người ở Bethany và làng Bethphage kế cận đến thăm. Vào chiều ngày Sabbath, chỉ còn đúng sáu ngày nữa là ngày Lễ Vượt Qua, hai làng Bethany và Bethphage cùng tổ chức một bữa tiệc lớn để mừng sự có mặt của Ta và Lazarô, người được Ta gọi sống lại từ trong mồ sau khi chết 4 ngày. Bữa tiệc lớn được đặt trong nhà Simon.

Martha tổ chức bữa tiệc và Mary cũng có mặt trong đám người lo cho buổi tiệc. Trong bữa tiệc, Mary lấy một lọ dầu thơm rất lớn khoảng một pound, rất quý và đắt tiền xức đầu và rửa chân Ta, xong cô lấy tóc của mình lau chân Ta.

Mary dùng tiền để dành nguyên năm của cô để mua lọ dầu thơm này. Hương thơm ngào ngạt bay khắp phòng. Có tiếng nhiều người xầm xì sao lại quá phí phạm như vậy.

Judas bèn nhổm dậy chạy đến chỗ Andrew đang nằm và bảo:

"Tại sao không để dầu này bán lấy tiền giúp người nghèo. Ông hãy bảo Thầy nói với Mary đừng phí phạm."

Ta hiểu họ đang nghĩ gì và nói gì nên để tay lên đầu Mary đang quỳ bên Ta, và với ánh mắt diu hiền Ta nói: "Các ngươi hãy để cô ta yên. Tại sao các ngươi lại lo lắng chuyện này. Cô ta đã làm một việc đúng với lương tâm của cô. Các ngươi cằn nhằn rằng lọ dầu thơm này có thể bán được nhiều tiền để lo cho người nghèo. Ta nói các ngươi nghe, người nghèo bao giờ các ngươi cũng có, bao giờ các ngươi cho cũng được, còn Ta, Ta không ở với các ngươi bao lâu nữa. Ta sẽ về với Cha Ta không lâu sau đây. Mary đã dành lọ dầu thơm này để tẩm liệm Ta, và Mary đã biết đây là thời gian tốt nhất để làm việc này , các ngươi đừng cản Mary chuyện này."

Chính vì chuyện trên bị Ta sửa sai giữa đám đông, chạm tự ái nên Judas tức giận, và âm mưu trả thù.

Ngày thứ ba và thứ tư tuần thánh, nghĩa là trước tối thứ năm Ta bị bắt, Judas đã lẻn đi gặp Caiaphas để bàn chuyện bắt Ta. Tối thứ năm sau Bữa Tiệc Ly, Ta và 11 tông đồ rời khỏi nhà của cha mẹ Gioan Marcô được 15 phút và đã ra khỏi thành Giêrusalem thì Judas đến cùng các người lính giữ đền thờ. Judas không tìm Ta được tại nhà cha mẹ Gioan Marcô, nên muốn có thêm lính La Mã mới dám vào vườn Gethsemane vì ở đây có nhiều tông đồ và các người Greeks có mang vũ khí bảo vệ Ta. Sau đó Judas phải đến nhà Pilate gần nửa đêm mới xin được phép có thêm lính La Mã. Vậy đoàn lính đi bắt Ta có 60 người, gồm 40 lính La Mã, lính bảo vệ đền thờ và các gia nhân thầy thượng phẩm.

Đoàn người mang đuốc và đèn lồng tiến vào vườn Gethsemane. Ta hỏi : "Các ngươi tìm ai?", Người chỉ huy đoàn nói: "Giêsu, người Nazareth". Ta tiến đến ông ta và bảo : "Ta đây".

Vì vẻ mặt uy nghiêm của Ta, hàng đầu của đám người bắt Ta sợ hãi, dừng lại và lùi lại mấy bước. Những người này đã nghe nói về Ta và những việc Ta làm.

Judas tiến đến Ta, ôm và hôn lên trán Ta và nói: "Hail, Master and Teacher". Ta nói: "Bạn ơi, bạn đã phản Ta với một nụ hôn sao?"

Thế là Ta bị bắt.

Vào khoảng 8 giờ 30 sáng thứ sáu, Ta bị giao cho lính đi đóng đinh.

Sau đó Judas đến định gặp Caiaphas và Sanhedrin (Hội đồng Do Thái Giáo), với đinh ninh trong trí sẽ được khen và được trọng thưởng. Nhưng y không được vào gặp các người này. Một người hầu của thầy thượng phẩm vỗ vai y và nói: "Ta được lệnh giao cho ngươi phần thưởng phản Thầy của ngươi" và y giao cho Judas túi tiền 30 đồng bạc (30 silver coins). Số tiền nay mua được một người nô lệ khoẻ mạnh.

Kinh ngạc vì không ngờ bị đối xử như vậy, anh ta chạy vào định gặp Sanhedrin nhưng bị đuổi ra ngoài. Lòng tự ái của y bị tổn thương nặng, y bước ra khỏi đền thờ như người mất hồn.

Y đi lang thang qua thành Giêrusalem và thấy từ xa Ta đã bị đóng đinh trên thập giá. Hoảng hồn y chạy ngược vào đền thờ, xô người giữ cửa không cho y vào. Sanhedrin còn đang nhóm họp. Y lớn tiếng: "Ta đã phạm tội làm đổ máu người vô tội. Các ngươi đã sỉ nhục ta, và trả công việc ta làm bằng số tiền mua được một người nô lệ. Ta hối lỗi đã làm việc này. Đây ta trả lại tiền cho các ngươi. Ta muốn thoát khỏi tội lỗi vì việc làm này".

Một người trong bọn nói: "Tội lỗi của ngươi có gì dính dáng đến chúng ta. Ngươi hãy đi đi cho khuất mắt".

Judas rời khỏi Sanhedrin và rút trong túi 30 đồng bạc, vung vãi trên thềm đền thờ.

Người một thời từng là sứ giả của Nước Trời, nay một sự cô đơn ghê gớm xâm chiếm linh hồn y, nỗi cô đơn tận cùng làm y tuyệt vọng. Nay y đã thật sự hiểu tội lỗi việc y làm là gì. Không còn ai trên thế gian có thể an ủi y. Y đi ra ngoài thành Giêrusalem đến thung lũng Hinnom, leo lên các tảng đá cao, tháo thắt lưng ngang áo choàng, cột một đầu vào một cành cây nhỏ và đầu kia buộc vào cổ mình, chơ vơ trên vực thẳm dưới chân. Trong lúc thần trí hỗn loạn, nút thắt trên cành cây y thắt không chặt, nên y rơi xuống vực thẳm tan xác, kết thúc cuộc đời người phản Thầy.

Con thương mến,

Ta biết trong cuộc đời các con, có người cũng đã từng gặp vài Judas trong đời mình. Tha thứ cho họ như Ta đã tha thứ cho Judas. Khó lắm, Ta biết, nhưng các con không thể làm khác hơn.

Khi các con tha thứ cho họ tâm của con sẽ an bình, các con đã vượt qua một thử thách vô cùng lớn, vì các Judas này là người các con đã thương yêu, đã giúp đỡ cả vật chất và tinh thần, các con xem như là anh em. Càng thương yêu, Ta biết nỗi đau của các con càng lớn khi bị phản bội. Đến nay các con đã hiểu Ta, ngoài nỗi đau thể xác Ta còn có nỗi đau lớn khi bị Judas phản bội. Người đã đi theo Ta ba năm cùng ăn, cùng ngủ, cùng chịu nắng mưa gió lạnh, nắng nóng sa mạc trên các con đường Palestine. Người đã từng nghe những bài giảng về lòng thương xót, tha thứ, về sự sống đời đời, người đã từng thấy bao nhiêu phép lạ Ta làm, kể cả gọi người chết nằm trong mồ bốn ngày sống lại như Lazarô, cuối cùng vì lòng kiêu hãnh, tự ái đã phản Thầy, quên rằng Thầy mình thương mình như tất cả các anh em theo Thầy trong ba năm.

Ôi loài người sao để lòng kiêu ngạo che mất lý trí mình để đi đến kết cục bi thảm này?

Thật ra, Judas đâu cần bán Ta. Sanhedrin đã theo dõi, gài bẫy để bắt Ta nhiều lần, đàng nào cũng tới ngày họ bắt Ta, đâu cần Judas chỉ điểm.

Các con nên nhớ, hãy sống khiêm cung.

Nhớ lời Ta dạy:" Hãy học cùng Ta vì Ta hiền lành và khiêm tốn trong lòng."

Đi ba năm với Ta nhưng Judas không học được bài học này. Tiếc quá.

Tội lỗi đưa đến hình phạt. Cha Ta không phạt Judas. Ta cũng không phạt, chính lương tâm Judas đã phạt Judas. Và khi chính lương tâm mình lên án mình, không có luật sư nào cải cho mình được.

Phương Tuấn

Vài Suy Nghĩ Khi Đọc "Juda Iscariot Là Ai?" Của Phương Tuấn

12/16/22

Các bạn thân,

Trong ký sự afar tháng 12/22 tôi rất thích bài của Phương Tuấn: "Juda Iscariot là ai?". Đọc xong tôi có một số suy tư cá nhân về đề tài này. Xin gửi các bạn để chia sẻ cái nhìn của cá nhân tôi dưới một góc độ khác.

TCB

Tôi vẫn thường theo dõi những bài suy niệm tâm linh của Phương Tuấn (anh Nguyễn Hữu Tùng, một afar khoá đầu tiên năm 1960 của Cư Xá Đắc Lộ). Tôi rất tâm đắc với những suy nghĩ của anh, và cũng học hỏi nhiều về Thánh Kinh qua anh.

Juda Iscariot là tông đồ thứ 12 của Chúa Giêsu, người đã phản bội bán Chúa cho người Do Thái để lấy 30 đồng tiền bạc (silver). Theo Phương Tuấn, Juda là "người có học thức, có thể nói là khá nhất trong 12 tông đồ, nhưng Juda yếu kém về tâm linh, không hiểu rõ bản thân mình và đa nghi. Juda luôn đề cao cá nhân mình, khi ai hạ anh ta xuống vì lý do gì dù chính đáng, Juda để tâm và kiếm dịp trả thù..." Với bản tính đa nghi và kiêu ngạo cho nên trong bữa tiệc tại nhà ba anh chị em: Lazaro, Martha và Mary, trong khi Martha tối tăm mặt mũi để lo cho bữa ăn thì Mary "lấy một lọ dầu thơm rất lớn khoảng một pound, rất quý và đắt tiền xức đầu và rửa chân cho Chúa, xong cô lấy tóc mình lau chân Chúa". Vì vậy Juda nói: "Tại sao không để dầu này bán lấy tiền giúp người nghèo...". Chúa đã nói: "Hãy để cô ta yên. Cô ta đã làm một việc đúng lương tâm của cô..." Theo Phương Tuấn: "Chính vì chuyện này chạm tự ái nên Juda tức giận và âm mưu trả thù", đưa đến việc bán Chúa.

Tôi khẳng định không dám phán đoán những suy niệm của Phương Tuấn là đúng hay sai. Điều này quá khả năng của tôi. Tôi chỉ muốn chia sẻ về những suy niệm của cá nhân tôi về Juda Iscariot.

Trước khi cho những suy nghĩ cá nhân về nhân vật này, tôi nhớ lại lúc còn nhỏ, hồi còn học "midlle school" gì đó, trong một Tuần Thánh, nghe cha xứ giảng về cuộc khổ nạn của Chúa Giêsu, cha đã khẳng định là Juda phải "sa hỏa ngục", vì đã phản bội Chúa, bán Chúa cho "quân dữ" đem đi đóng đinh. Chính Chúa đã nói (theo Mark 14:21): "It would be better for him if he had not been born". Bây giờ nghĩ lại, không biết đây có phải là sự kết tội theo cảm tính con người của cha xứ, vì chính Chúa cũng đã phán: "Đừng kết tội để khỏi bị kết tội".

Tôi có đọc trên web: "Sự thật về Judas, kẻ phản Chúa hay môn đồ đáng kính nhất?". Theo tác giả: "Judas là một người Do Thái yêu nước, ông ấy muốn tạo ra một cuộc cách mạng giải phóng người Do Thái khỏi ách cai trị của người La Mã. Nên khi nghe Chúa Giêsu đi giảng khắp nơi về một cuộc cách mạng giải phóng dân Do Thái, ông ấy đã đi theo Chúa vì nghĩ chính Chúa Giêsu là người sẽ lãnh đạo cuộc cách mạng mà ông ấy hằng mong đợi. Nhưng Juda đã hiểu sai ý Chúa, Chúa muốn giải phóng "linh hồn" khỏi gông cùm tội lỗi. Chúa chịu chết để cứu chuộc chúng ta khỏi tội lỗi, để lấy chính Máu Người để rửa sạch tội lỗi nhân loại, chứ không phải làm cuộc cách mạng "chính trị" để giải phóng dân Do Thái. "Qua cái chết của Ngài, thông điệp về tình yêu được lan truyền."

Theo tôi, Juda biết rất rõ về quyền năng của Chúa: chữa người mù được sáng, người què được đi, người bệnh cùi được lành, kẻ chết sống lại, người điếc được nghe... Tóm lại Chúa có quyền lực siêu nhiên mà người thường không thể làm được. Cho nên có giả thuyết cho rằng vì tin như vậy nên Juda NGHĨ SAI là "nếu dồn Chúa vào đường cùng phải chết, Chúa sẽ dùng quyền năng siêu nhiên của Chúa để đánh đuổi người La Mã và cứu dân tộc Do Thái. Juda NGHĨ SAI vì Chúa xuống thế để cứu chuộc LINH HỒN con người chứ không phải cứu THÂN XÁC dân Do Thái khỏi ách nô lệ người La Mã. Và khi thấy mình NGHĨ SAI, TÍNH SAI nên đã hối hận, ném trả lại 30 đồng tiền bạc và đi tự tử bằng cách treo cổ. Và theo giả thuyết trên, nếu đúng, thì ta có thể cho Juda Iscariot được hưởng "benefit of doubt" chăng?

Về những tử tội bị đóng đanh trên thập giá thời La Mã, ngoại trừ Chúa Giêsu, còn đa phần là tội phạm cướp của, giết người hay bọn "phản loạn" (revolutionaries), hay "quân kháng chiến" theo ý tốt. Tôi đang ở thành phố có tên: San Dimas. Dimas là một trong hai tên "trộm cướp" bị đóng đanh cùng Chúa Giêsu. Dimas ở bên phải. Trước khi chết, Dimas đã xin Chúa tha tội lỗi và được Chúa tha và cho lên Thiên Đàng. Trong kinh thánh tiếng Việt, giáo hội gọi ông Dimas là "trộm lành". Thế nào la trộm lành?. Hồi còn nhỏ tôi cứ nghĩ ông trộm lành Dimas như là một Robin Hood: cướp người giầu để giúp người nghèo. Nhưng không phải vậy. Theo Kinh Thánh Matheu trong bản dịch tiếng Anh "New American Bible 2011, hai kẻ bị đóng đinh bên cạnh Chúa được gọi là revolutionaries: "Two revolutionaries were crucified with Him, one on his right and one on his left."

Trong khi đó Thánh Kinh theo Mark, câu 27 lại viết là: "bên cạnh Người, chúng còn đóng đinh hai tên cướp, một đứa bên phải, một đứa bên trái". Đức Giáo Hoàng Benedicto XVI trong cuốn sách "Jesus of Nazareth 2011" cũng viết về hai tên trộm cướp như sau: "Nhóm chế nhạo Chúa thứ ba là hai kẻ bị treo trên thánh giá cạnh Người. Danh từ trộm cướp cũng dùng cho những người nổi loạn theo phái Zelota... Hai kẻ cách mạng đã bị đóng đinh trên thập giá, kẻ bên tả người bên hữu Chúa".

Còn một suy nghĩ nữa có lẽ chúng ta nên quan tâm: đối với Thiên Chúa là "vô thuỷ vô chung", là "alpha và omega". Thiên Chúa đã biết trước và đã có "kế hoạch" cứu chuộc" nhân loại bằng cách xuống thế làm người và chịu khổ nạn. Trong kế hoạch cứu chuộc của Chúa có 12 tông đồ. Và trong đó có một người chối Chúa ba lần, cũng như có người phản bội Chúa. Có phải Thiên Chúa đã "an bài" để Juda bán Chúa không? Dĩ nhiên đây chỉ là một giả thuyết, và nếu đúng thì Juda có đáng bị kết tội và "đầy xuống địa ngục không?". Khi suy nghĩ đến đây về sự "an bài" của Thiên Chúa, tôi nhớ đến sự kiện Đức Mẹ hiện ra tại Fatima (Bồ Đào Nha) cùng ba em bé chăn cừu là Lucia dos Santos, Francisco Marto và Jacinto Marto tháng 10 năm 1917. Đức Mẹ đã cho biết trước là Người sẽ "rước" Francisco và Jacinto đi trước. Chỉ có Lucia là phải ở trần gian lâu hơn. Như vậy mọi sự có phải là đã an bài bởi Thiên Chúa không?.

Tôi viết về sự kiện Fatima (có sự an bài) và Thánh Dimas (là kháng chiến quân) để nêu lên nghi vấn: như vậy có phải Juda là người yếu kém về tâm linh, đa nghi, kiêu ngạo, luôn đề cao bản thân mình, và khi ai hạ anh ta xuống dù chính đáng, Juda để tâm và kiếm dịp trả thù hay Juda chỉ là một kháng chiến quân. Vì suy nghĩ sai lầm về Chúa cùng tính toán không đúng đã đưa đến kết quả là bị buộc tội phản bội Chúa?

Dĩ nhiên chúng ta sẽ chẳng bao giờ có được câu trả lời chính xác. Sở dĩ tôi viết về những suy niệm của tôi khi đọc bài suy niệm của Phương Tuấn, để có một cái nhìn dưới một góc cạnh khác cùng một đề tài. Tôi không hề có ý phản biện hay phê bình về những suy niệm của Phương Tuấn trong đề tài này.

Nếu được, xin các bạn đóng góp để chúng ta có các cái nhìn khác ngõ hầu sự hiểu biết của chúng ta sẽ sâu rộng hơn.

Trần Công Bảo

- **Trả lời anh Bảo**

Thân gửi Bảo,

Trước hết xin cảm ơn anh Bảo đã không để tôi "độc diễn " trên mục Tâm Linh của Ký Sự AFAR. "Độc Diễn" lúc nào cũng buồn. Chúng ta là những con người khao khát tìm kiếm Thiên

Chúa. Đó chính là lẽ sống, và mục đích của cuối cùng của chúng ta khi sinh ra trên cõi đời này.

Sự việc xảy ra trên hai ngàn năm trước, được viết lại chỉ vài dòng qua 4 cuốn Thánh Kinh. Và cũng như anh Bảo, tôi đồng ý, chúng ta đang đi tìm lại đời sống của Chúa Giêsu và những gì xảy ra trong 3 năm đi rao giảng cùng 12 tông đồ. Ở đây chúng ta không tranh luận để nói ai phải ai sai. Chỉ khi nào rời thế gian này chúng ta mới biết sự thật. Những suy tư của anh Bảo cho tôi hai câu hỏi lớn :

1. Judas có sa hỏa ngục?

2. Chúa có "an bài" cho mỗi chúng ta không?

Xin có ít suy tư về câu thứ nhất. Judas bán Chúa, thế còn Phêrô chối Chúa 3 lần. Ai nặng tội hơn ai? Gần tới Tuần Thánh, Chúa nói với các tông đồ, phải lên Giêrusalem. Phêrô liền cản: "Thầy đừng đi, Thầy lên đó, tụi nó sẽ bắt Thầy". Cản Chúa không được, Phêrô nói liều với các anh em trong đoàn: "Thôi, đi lên đó để chết cùng Thầy cho rồi". Nhưng Chúa bảo Phêrô: "Khi gà chưa gáy sáng, con đã chối Ta 3 lần". Và quả thật trong sân của thầy thượng phẩm Anna, đứng sưởi bên đống lửa, Phêrô đã chối Chúa 3 lần. Ngay khi đó gà gáy sáng. Phêrô bỗng nhớ lời tiên tri Chúa dạy, ông liền ôm mặt khóc. Phêrô chối Chúa 3 lần, nên sau khi Chúa sống lại, ăn sáng bên bờ biển Tiberias, Chúa đã hỏi Phêrô 3 lần: "Phêrô, con có yêu Ta không?".

Thế còn Judas thì sao? Có thể Judas đã nghĩ sai, nếu Chúa có bị bắt, Chúa sẽ làm phép lạ, dễ gì bắt được, nhưng Chúa chẳng tự cứu mình, và chịu bị đem đi đóng đinh. Đến khi nhìn được hình ảnh Chúa bị đóng đinh trên đồi Golgotha, Judas hoảng hồn quay trở lại gặp Sanhedrin, ăn năn, trả lại 30 đồng silver coins, và thắt cổ tự tử. Hành động tự tử là hành động tuyệt vọng của sự ăn năn.

Theo giáo lý công giáo, tự tử sẽ sa hỏa ngục. Nhưng tôi nghĩ, Thiên Chúa nhân từ và lòng lành vô cùng. Trước khi tắt thở trên thập giá, Chúa Giêsu đã cầu nguyện với Đức Chúa Cha: "Xin Cha tha tội cho họ, vì họ không biết việc họ làm". Vì vậy không có lý do gì Judas sa hỏa ngục. Nhưng anh ta cũng chưa lên Thiên Đàng được. Khi tự tử, Judas đã kết thúc đời mình đột ngột, như người học trò chưa xong niên khoá đã bỏ học. Anh ta phải trở lại để học cho xong niên khoá, mới lên lớp được. Nói như chúng ta ngày xưa là "redoublant".

Câu hỏi thứ hai: Chúa có an bài cho chúng ta không? Khi Chúa Cha tạo dựng ra con người, Chúa bảo: "Ta tạo dựng ra con người theo hình ảnh của Ta", nghĩa là con người có tự do. Chính vì có tự do lựa chọn, nên con người phải hoàn toàn chịu trách nhiệm về những quyết định của mình.

Lẽ dĩ nhiên Chúa chỉ con đường sáng cho chúng ta đi. Nhưng Chúa không bắt buộc chúng ta phải đi con đường đó, dù đó là con đường sáng, vì khi bị bắt buộc chúng ta thành nô lệ, và Chúa không muốn điều đó. Chúa muốn những việc chúng ta làm là tự nguyện. Người Việt chúng ta thường hay nói: "Có Trời mà cũng có ta." Trời chỉ cho ta như vậy, nhưng ta có quyền không theo ý Trời.

Sanhedrin (Hội Đồng Do Thái Giáo), đã gài bẫy và định bắt Chúa nhiều lần, vì Chúa không tuân theo những giáo luật Do Thái, như ăn không rửa tay (một trong những điều răn trọng, không phải là phép vệ sinh như chúng ta hiểu bây giờ), và trọng hơn là chữa bệnh trong ngày Sabbath. Trong ngày Sabbath không được làm bất cứ việc gì. Người ăn xin không được xin trong ngày này, và người bố thí cũng không được bố thí trong ngày này. Và tệ hơn cả là Chúa Giêsu đã xưng mình là "Con Thiên Chúa". Người Do Thái Pharisêu gọi đây là tội phạm thượng, nặng nhất trong các tội. Vì vậy Sanhedrin lên án tử Chúa hai ngày trước khi Chúa bị bắt, không cần qua phân xử, đây là trái với luật của La Mã.

Vì vậy tôi không nghĩ là Chúa an bài cho Judas bán Chúa. Judas không cần bán, Chúa cũng bị chúng bắt vì những tội trên.

(Anh Bảo nói đúng. Hai người bị đóng đinh với Chúa chẳng phải là những tên ăn trộm. Trộm sao lại bị phạt quá nặng như vậy.

Thời Chúa có phong trào kháng chiến để giải phóng dân tộc Do Thái khỏi ách đô hộ La Mã. Đây là hai kháng chiến quân chứ không phải trộm).

Mỗi anh em chúng ta đều có những suy tư khác nhau, chúng ta bổ túc cho nhau để tìm ra chân lý. Nếu anh Bảo nghĩ khác tôi hay có anh em nào nghĩ khác tôi, cũng là điều đáng mừng, để chúng ta cùng học hỏi lẫn nhau trong tình anh em con cái Thiên Chúa. Rất tiếc 4 cuốn Thánh Kinh viết quá ngắn, nhất là các bài giảng của Chúa. Gioan tông đồ có nói nếu viết lại hết lời Chúa, sẽ không biết làm sao viết cho hết, nhưng các ông chỉ viết lại các phép lạ. Chúa làm hơn là các bài giảng. (Jesus also did many other things. If they were all written down, I suppose the whole world could not contain the books that would be written. JOHN 21:25)

Đây là những vấn đề anh em chúng ta muốn tìm hiểu, thật ra khi về với Chúa, Chúa sẽ hỏi: "Con đã làm gì trong đời sống của con, con có yêu mến và phục vụ anh em các con không?" (What did you do in your life? Did you love and serve one another?)

Thân mến

NHTùng

V. VĂN

Màu Áo Lính Tôi Yêu

Phương Tuấn

Suốt trong tuổi thơ tôi đã thấy nhiều màu áo lính. Cuối Thế Chiến II trên đường phố có những người lính Nhật bận áo lính màu xanh. Màu xanh có nhiều màu, nhưng trí nhớ tôi ngày đó không phân biệt rõ là màu xanh gì. Những sĩ quan Nhật thấp, kiếm mang bên mình dài so với thân hình.

Lính Pháp thường mặc đồ kaki vàng, có khi là áo ngắn tay và quần short. Năm 1946, thường có hai tiểu đội, một Pháp, một Việt, là các anh Vệ Quốc Đoàn cũng áo quần kaki vàng, áo ngắn tay quần short, đi tuần tiểu chung với lính Pháp trong thành phố.

Ngày đó nhan nhản những biểu ngữ giăng ngang trên các con đường : "Không đi lính cho Pháp", "Không bán lương thực cho Pháp"...

Sau này khi lính Mỹ qua, bắt đầu xuất hiện bộ đồ treillis màu xanh.

Những ngày còn là sinh viên, chẳng bao giờ nghĩ có một ngày mình sẽ khoác bộ đồ lính này vào người. Mãi cho đến khi thi xong clinic vào cuối năm thứ 6 y khoa, rời trường và lên Cục Quân Y nhận balô , nón sắt, những thứ lỉnh kỉnh như cà mèn, bi đông nước... và cuối cùng là ba bộ đồ treilis để đi học 4 tháng quân sự tại quân trường Thủ Đức.

Đúng là "lính cậu", vào quân trường nhưng không có sáu tuần huấn nhục, cầu vai mang lon trung uý, di hành lộn xộn, nói năng ồn ào, chẳng có tác phong của người lính.

Sau 4 tháng quân trường, sáu tuần học chiến tranh chính trị tại Trường Quân y, và từ đó tôi gắn bó với áo treillis này chín năm.

Áo treillis đi vào tâm thức, tôi không nghĩ sẽ có ngày rời nó, ngày đó khó rời khỏi Quân Y dù là trưng tập như chúng tôi, vì chiến tranh triền miên.

Màu xanh áo treillis đến với chúng tôi mỗi ngày khi săn sóc các anh thương binh được chuyển về Quân Y Viện. Áo các anh không chỉ sờn, rách, dính bụi đường, mồ hôi, nhưng thấm đẫm máu các anh.

Những thành phố thân yêu tôi đã đi qua trên quê hương tôi, ngày đó nhan nhản áo lính, và tôi có cảm nghĩ đất nước này không thể thiếu màu xanh áo treillis.

Một cuộc diễu binh vĩ đại vào ngày Quân Lực 19/6/1973 tại thủ đô Saigon, dân chúng Miền Nam đã chứng kiến sự dũng mãnh, oai hùng của một đội quân trên một triệu người diễu qua các đường phố lớn. Ngoài các bộ đại lễ của các sinh viên sĩ quan các quân trường như Trường Võ Bị Quốc Gia Việt Nam, Trường Võ Khoa Thủ Đức, Trường không Quân hay Hải Quân, dân chúng đã chứng kiến những binh đoàn từ các mặt trận trở về trong bộ đồ treillis tác chiến. Đủ cả, từ màu áo treillis hoa dù của các anh lính dù, đến màu áo các binh chủng khác như Thuỷ quân lục chiến, Biệt động quân, Bộ Binh...

Màu áo này đã theo các anh qua bao nhiêu năm tháng chiến trận, từ Bến Hải đến tận Cà Mau. Từ những địa danh như Đức Cơ, Đồng Xoài , Bình Giả... Biết bao nhiêu chiếc áo treillis này đã thắm máu các anh để các anh cắm lại cờ vàng trên cột cờ Phú vân Lâu, Huế sau 23 ngày Huế bị quân Bắc Việt chiếm đóng.

Áo trận này cũng đi qua những địa danh như Bình Long, An Lộc anh dũng, Kontum kiêu hùng, và mặt trận Quảng Trị cắm cờ vàng trên Cổ Thành.

Ngày hôm nay anh em chúng ta có ai còn nhớ đến các anh, đến các chiếc áo treillis nhuốm màu thuốc súng, thủng lỗ vì đạn thù?

Tôi lại nhớ đến nhạc sĩ Nguyễn văn Đông, người nhạc sĩ của lính, anh đã sống với lính, đã mang trên mình chiếc áo treillis, đã viết tâm tình của anh và người lính chiến trong:

"Chiều Mưa Biên Giới":

Chiều mưa biên giới anh đi về đâu?

Sao còn đứng ngóng nơi giang đầu.

Kìa rừng chiều âm u rét mướt,

Chờ người về vui trong giá buốt,

người về bơ vơ.

Tình anh theo đám mây trôi chiều hoang.

...

Xa xôi cánh chim tung trời,

Một vùng mây nước,

Cho lòng ai thương nhớ ai.

...

Người đi khu chiến thương người hậu phương

Thương màu áo gửi ra sa trường.

...

Lòng trần còn tơ vương khanh tướng,

Thì đường trần mưa bay gió cuốn,

Còn nhiều anh ơi.

Và bài

"Mấy dặm sơn Khê"

Anh đến thăm, áo anh mùi thuốc súng,

Ngoài mưa khuya lê thê, qua ngàn chốn sơn khê.

Non nước ơi, hồn thiêng của núi sông

Kết trong lòng thế hệ nghìn sau nối nghìn xưa

...

Anh đến đây, rồi anh như bóng mây,

...

Anh như ngàn gió, ham ngược xuôi, theo đường mây,

Tóc tơi bời lộng gió bốn phương,

...

Khoác lên vòng hoa trắng,

Cầm tay nhau đi anh

Tơ trời quá mong manh

Anh hỡi anh, đường xa vui đấu tranh,

Giữa khung trời gió lộng, ngàn sau tiếp nghìn xưa.

"Anh đến đây áo anh mùi thuốc súng" và còn hơn thế nữa, áo anh thắm đặm mồ hôi, nước mắt và cả máu đào đổ xuống cho quê hương Miền Nam. Anh là người trai lãng tử, anh là người kiếm khách giang hồ nghĩa hiệp. "Anh như làn gió ham ngược xuôi.Tóc tơi bời lộng gió bốn phương"...

Và bài hát "Hàng hàng lớp lớp"

Còn đây giây phút này

Còn nghe tiếng hát, nụ cười xinh tươi

Còn trong ánh mắt, còn cầm tay nhau
Ngày mai xa cách nhau
Một người gối chiếc cô phòng,
Còn người góc núi ven rừng, chân mây đầu gió ...
Còn đây đêm cuối cùng,
Nhìn em muốn nói chuyện người Kinh Kha,
Ngại khơi nước mắt, nhạt nhòa môi em.
Người đi giúp núi sông ...
Hàng hàng lớp lớp chưa về,
Hàng hàng nối tiếp câu thề giành lấy quê hương.
Hỡi người anh thương, chưa trọn thề ước,
Nhưng tình đất nước đâu phải chỉ cho mình
Dệt mộng thắm kết uyên ương.
Phương trời anh đi, xa xôi vạn lý,
Đêm nằm gối súng, chung ánh trăng,
Nhưng đôi đường ly cách trong tình thương.
Và xin em hiểu rằng,
Dù nơi chiến tuyến mịt mờ mưa bay,

Lòng anh vẫn nhớ tình người hôm nay.
Đời dâng cho núi sông,
Lòng này thách với tang bồng,
Đừng sầu má thắm phai hồng, buồn lắm em ơi ...
Còn đây giây phút này,
Còn nghe tiếng hát dập dìu bên hoa,
Còn trông bóng dáng người mình thương yêu.
Ngày mai xa cách nhau

Một người góc núi chân đèo,

Còn người đối bóng cô phòng, đêm đông một bóng.

Còn đây đêm cuối này,

Đàn ai réo rắt nhạc lòng chia ly,

Sợ khi nước mắt buồn người ra đi.

Đường mây chân núi xa,

Dù ngàn nắng lửa mưa dầu, lòng người nhất quyết công đầu,

dành lấy mai sau.

Hỡi người anh thương, chưa trọn thề ước,

Nhưng tình đất nước ôi lớn lao không đành lòng

Dệt mối thắm riêng tư.

Phương trời anh đi, xa xôi vạn lý,

Đêm nằm gối súng, chung ánh trăng,

Cho người này gợi nhớ thương người kia.

Và xin em hiểu rằng,

người đi giúp nước nào màng danh chi,

Cầu cho đất nước vượt ngàn gian nguy.

Đường đi biên giới xa...

Lòng này thách với tang bồng,

Đừng sầu má ấy phai hồng, buồn lắm em ơi ...

Tôi không dám xóa một chữ nào trong bài hát này, vì nó nói lên khi người chiến binh khoác chiếc áo treillis vào người, nợ núi sông quá nặng, anh không thể nghe theo tình nhà. Anh là Kinh Kha biết đâu ngày về mà thề ước với người yêu nơi hậu phương.

Nhạc sĩ Nguyễn văn Đông tả người lính chiến như một kiếm khách hành hiệp giang hồ vì đại nghĩa. Ôi, bài hát nghe hay và đẹp làm sao.

Nguyễn văn Đông đã viết lên không những nỗi lòng người chinh phu, nhưng cả nỗi lòng người chinh phụ, những người yêu hay người vợ lính mong người đi trở về...

Nguyễn văn Đông, ôi người nhạc sĩ viết nhạc lính, sao tôi thương cảm ông. Vì ba bài hát này ông đã trả giá bằng mười năm tù. Người vợ trung kiên, vẫn một mực chờ chồng cho đến khi ông ra tù. Khi ông về thân tàn ma dại, không ngờ tình thương của người bạn đời đã giúp ông sống thêm nhiều năm nữa.

Ngày tiễn biệt ông ở thủ đô Saigon xưa, có những hàng người bên đường đứng nghiêm chào kính khi đám tang ông đi qua. Không ai khóc nhưng tôi biết có người nước mắt lưng tròng lặng lẽ tiễn ông về nơi ngàn đời bình yên. Ông về với biết bao nhiêu chiến sĩ Quân Lực Việt Nam Cộng Hoà ông yêu thương và thương yêu ông.

Và còn ai nữa, nhạc sĩ lính viết cho lính còn có Duy Khánh hay Trần Thiện Thanh. Ngày đó anh ghé thăm Quân Y Viện Long Xuyên hát cho anh em thương bệnh binh và các quân y sĩ chúng tôi nghe. Những bài hát đậm tình người qua các bài:

"Người ở lại Charlie", khóc thương Nguyễn Đình Bảo, đại tá dù tử trận tại đồi Charlie khi ở lại tử thủ đồi này năm 1972.

"Rừng lá thấp", viết cho đại uý Vũ Mạnh Hùng, hy sinh tại cầu Bình Lợi Tết Mậu Thân 1968.

"Bắc Đẩu", viết cho đại úy thiết giáp Nguyễn Ngọc Bích.

"Bay lên cao", viết tặng đại uý phi công Trần Thế Vinh, hy sinh trong trận chiến Mùa Hè Đỏ Lửa 4/1972 tại Quảng Trị, Thừa Thiên.

"Biển Mặn", tâm tình riêng của anh.

"Chiều trên phá Tam Giang", không ai hát bài này hay bằng ca sĩ Ngọc Lan.

"Hoa Trinh Nữ"có lẽ là một trong những bài ca hay nhất của anh.

Nói về Trần Thiện Thanh viết cho lính, anh có cả trên trăm bài, không thể kể hết.

Và ngày xưa, thời của Đặng Trần Côn, Đoàn thị Điểm, có Chinh Phụ Ngâm:

"Đường giong ruổi lưng đeo cung tiễn,

Buổi tiễn đưa lòng bận thê noa.

Bóng cờ tiếng trống xa xa,

...

Sầu lên ngọn ải, oán ra cửa phòng

...

Ngòi đầu cầu nước trong như lọc,

Đường bên cầu cỏ mọc còn non,

Đưa chàng lòng dặc dặc buồn...

...

Nước trong chảy lòng phiền chẳng rửa,

Cỏ xanh thơm dạ nhớ khó quên.

Nhủ rồi tay lại trao liền,

Bước đi một bước lại vin áo chàng.

Lòng thiếp tựa bóng trăng theo dõi,

Dạ chàng xa ngoài cõi Thiên San.

...

Giáp mặt rồi phút bỗng chia tay.

...

Quân đưa chàng ruổi lên đường,

Liễu dương biết thiếp đoạn trường này chăng?

...

Dấu chàng theo lớp mây đưa,

Thiếp nhìn rặng núi ngẩn ngơ nỗi nhà.

Chàng thì đi cõi xa mưa gió,

Thiếp lại về buồng cũ gối chăn.

Đoái trông theo đã cách ngăn,

Tuôn màu mây biếc, trải ngàn núi xanh.

Chốn Hàm Dương chàng còn ngoảnh lại,

Bến Tiêu Tương thiếp hãy trông sang.

Khói Tiêu Tương cách Hàm Dương ,

Cây Hàm Dương cách Tiêu Tương mấy trùng.

Cùng trông lại mà cùng chẳng thấy,

Thấy xanh xanh những mấy ngàn dâu,

Ngàn dâu xanh ngắt một màu

Lòng chàng ý thiếp ai sầu hơn ai?"

Ngày xưa đó người chiến binh đâu có treillis, chỉ bận áo bào, lưng đeo cung tiễn. Nàng bịn rịn cầm dây cương ngựa chàng. Rồi chàng đi vào nơi gió cát, thư có về nhưng người chẳng thấy đâu.

Nay con chàng đã lớn, nàng vừa nuôi dạy con vừa lo cho cha mẹ già, nhưng chàng chẳng thấy về. Ôi nỗi buồn người chinh phụ nói sao cho xiết.

Chinh phụ ngâm của Đặng Trần Côn, dịch giả là Đoàn thị Điểm có lẽ là một áng văn chương đẹp nhất diễn tả tâm tình người chinh phu và chinh phụ, ngày xưa và cả ngày nay.

Cũng gần chúng ta đây thôi, trên 100 năm có những "Lính thú đời xưa"

"Lính thú đời xưa,

Ngang lưng thì thắt đai vàng,

Đầu đội nón dấu, vai mang sung dài.

Một tay thì cắp hoả mai,

Một tay cắp giáo quan sai xuống thuyền.

Thùng thùng trống đánh ngũ liên,

Bước chân xuống thuyền,

Nước mắt như mưa."

Hay:

"Ba năm trấn thủ lưu đồn,

Ngày thì canh điếm, tối dồn việc quan.

Đẫn tre đẫn gỗ trên ngàn,

Hữu thân hữu, khổ phàn nàn cùng ai.

Miệng ăn măng trúc măng mai,

Những giang cùng nứa lấy ai bạn cùng,

Nước giếng trong con cá nó vẫy vùng”

Các anh đi quân dịch nhưng phục dịch cho ai, không chắc cho đất nước Việt Nam, nhưng cho quyền lợi của thực dân Pháp cai trị đất nước ta ngày đó, và phục vụ các ông quan, nên những người lính này không có lý tưởng, khóc lên những câu oán than.

Thân phận người lính chiến theo vận nước nổi trôi. Ngày 30/4/1975 đã có biết bao nhiêu chiến sĩ tuẫn tiết khi trên người vẫn còn bộ treillis các anh mang qua bao nhiêu chiến trận oai hùng. Có những anh đã hy sinh tại vườn hoa vàng Tân Phú, cửa ngõ của thủ đô Miền Nam khi các anh phải buông súng nhưng quyết không hàng. Ngày đó cũng có các vị tướng như Nguyễn Khoa Nam, Lê văn Hưng, Phạm văn Phú, Trần văn Hai ...Tất cả các anh đã đi vào hồn thiêng sông núi.

Bao nhiêu năm đã qua từ ngày sầu thảm đó, nhưng tôi vẫn không quên màu áo treillis và các anh. Ôi màu áo lính treillis, tôi ngậm ngùi thương cảm...

Vĩnh viễn các anh không chết. Ngàn đời dân tộc Việt thương nhớ các anh như những người con yêu của tổ quốc.

Phương Tuấn

Cà Kê . . . Chuyện Cà Phê.

Tôi là người hay uống cà phê chứ không nghiện cà phê. Uống như một thói quen của phong cách xã giao người miền Nam. Vì công việc làm ăn, vì túm tụm bạn bè hay vì thích ngồi một mình. Ngày xưa có câu : “Miếng trầu là đầu câu chuyện “ thì nay với tôi “ Cà phê bên lề câu chuyện”.

Uống riết, tôi cũng thu thập được ít nhiều chuyện cà kê của cà phê. Tất cả những hiểu biết về cà phê thì các nhà nghiên cứu đã viết hết rồi, chỉ cần Guốc-Gồ một phát là có ngay. Ở đây chỉ xin cà kê những chuyện bên lề buổi cà phê mà thôi.

Mê hồn trận chủng loại cà phê.

Lúc mới tập tễnh đi vào thế giới cà phê, tôi đã tẩu hỏa nhập ma trước một rừng thập loại cà phê. Nào là Arabica, Robusta, Bourbon, Moka, Cu li, Catimor,Typica, Cherry, hay thuần Việt như cà phê Chè, Mít, Vối, Sẻ hay có ông lại chia ra như nhạc Vũ thành An (Không tên số 1, số 2 . . .) gồm Cà phê số 1, số 2, . . . hoặc ấn tượng hơn là được phân loại theo động vật đã ăn hạt cà phê và tái xuất nguyên hạt sau khi tiêu hóa phần vỏ như Cà phê chồn (do con chồn ăn hạt cà phê và thải ra), cu-li, sóc, hay voi (vì thấy các con thú kia cho ra sản lượng lèo tèo quá nên một số nhà sản xuất đã cho voi ăn cà phê để có đầu ra dồi dào).

Cà phê BẮP, cà phê ĐẬU NÀNH:

Cà phê không trồng trên đất mà từ trong bếp. Bắp rang cháy đen, trộn với mật rỉ đường (phế phẩm sau khi kết tinh đường), đem phơi lề đường, trộn với một ít cà phê kém chất lượng. Sau đó đem xay ra bột thì chỉ có người sành cà phê thì mới biết, chứ đa số tín đồ mới của cà phê vẫn xì xụp, xuýt xoa trước ly nước đen ngòm, đắng nghét. Riết rồi, cái gu cà phê của người Việt lại phải là đen, đắng khét.

Cũng với phương thức tương tự, thị trường lại có cà phê đậu nành. Tùy theo vụ mùa của bắp hay đậu nành, nhà sản xuất sẽ tự điều chỉnh để tối ưu hóa lợi nhuận của mình. Thế nên mới có câu chuyện tiếu lâm giữa cô hàng cà phê và khách uống:

- Sao hôm nay cà phê tăng giá ?

- Dạ, anh thông cảm, mấy hôm nay bắp (hay đậu nành) mất mùa, giá tăng cao quá.

Hay, một câu slogan ngớ ngẩn, nhưng rất chân thật, trong một đoạn clip quảng cáo của công ty Cà phê quốc gia Vinacafe : “ Cà phê chỉ làm bằng cà phê”.

Mê hồn trận rang cà phê.

Ngày xưa, rang cà phê bằng thùng quay thủ công, đốt bằng củi. Nay hầu như thất truyền nghề này rồi. Bây giờ rang bằng lò điện, gaz, tự động hoặc bán tự động. Lập trình sẵn bằng computer hẳn hoi.

Tuy sử dụng rang bằng lò gì thì đại khái cũng phân ra làm ba loại chính : Rang nhẹ (Light roasted), Rang vừa (Medium roasted) Rang đậm (Dark roasted). Trong khi rang, người ta có thể bỏ thêm vào một lượng muối (để giữ nước), bơ (để bóng hạt), và rượu trắng (để dậy mùi)

Mê hồn trận thức uống cà phê.

Tùy theo sở thích, có hàng trăm kiểu pha chế cà phê để đáp ứng nhu cầu. Tây thì có Espresso. Capuchino, Latte, Machiano, . . . Ta thì có Cà phê đen, đen đá, cà phê sữa, sữa đá, pạc xỉu. Nay, thời kỳ đổi mới, thì có thêm cà phê trứng, cà phê dừa, cà phê cam, cà phê sữa chua, cà phê muối . . .

Tây là tây, mà ta là ta.

Năm 2007 tôi đi du lịch Châu âu cùng vài người bạn. Đi dài ngày, thèm ly cà phê đá quá, lúc này đang ở Bỉ, nhìn quanh đâu cũng thấy toàn là Espresso với Capuchino, tôi và anh bạn bèn thử vào một quán góc đường, gọi một ly Capuchino đá. Bà patronne trố mắt : "Không có capuchino đá". Tôi thử lại : "Ok, một ly Capu nóng và một ly đá riêng kèm theo" Bà chủ bỗng nổi quạu : "Không, mời ông đi tiệm khác chứ ở đây không bán Capu nóng uống với đá".

Nam là Nam, mà Bắc là Bắc.

Năm 1984 lần đầu ra Hà nội, mùa Noel lạnh như cắt, tìm được quán cà phê nhỏ, mừng quá tạt vào, gọi một ly cà phê sữa nóng. Cô hàng cà phê có vẻ không hiểu, anh bạn Hà nội đi kèm bèn thông dịch : "Một lâu lóng" Mặt cô ấy dãn ra, vui vẻ. Đến lượt tôi không hiểu, anh bạn lại phải phiên dịch ngược lại " Một nâu nóng". Thì ra "nâu" là cà phê sữa.

Năm 2012, cùng một nhóm Afar đi phượt xuyên Việt, một buổi tối ở Hà Giang, cả nhóm ra bờ sông Lô uống cà phê. Anh Thomas Thắng hỏi ở đây có thức uống gì đặc biệt. Cô hàng cà phê : "Dạ, có nâu nắc". Ngạc nhiên quá, bèn hỏi kỹ lại, té ra đây là "milk coffee shaking". Đúng là "học, học nữa, học mãi".

"Nâu nắc" bên bờ sông Lô, Hà giang (2012)

Mê hồn trận pha chế cà phê :

Một số biến tấu của cà phê để tạo gu riêng hòng giữ chân khách hàng : Cà phê bơ.

Ly cà phê đen nóng, trên cái muỗng nhỏ có phết một chút xíu bơ, thường là bơ Bretaigne, dân gian gọi là bơ "hai đồng tiền" nổi tiếng. Trước khi uống, nhúng đầu muỗng vào cà phê nóng sẽ làm ly cà phê dậy mùi thơm lừng. Còn có các biến tấu khác như cà phê xác cau (tăng vị chát, tạo ghiền), cà phê nước mắm nhĩ (tạo mùi như cà phê bơ)

Pha chế cà phê cũng muôn vàn phương thức. Tây thì đa số pha cà phê máy, tạm không bàn ở đây. Ta thì cổ điển có cà phê kho, hay cà phê vợt, cà phê vớ. Hiện đại thì cà phê pha phin, một thời được đổi tên là " cái nồi ngồi trên cái cốc".

Về cái phin pha cà phê thì cũng lắm chuyện ly kỳ. Chủ yếu người ta sử dụng phin nhôm, sau có thêm phin inox bóng loáng, sang trọng, rồi có phin gốm cổ kính. Mới nhất là phin "phong thủy" . Người ta nhuộm màu phin theo ngũ hành (kim, mộc thủy, hỏa, thổ) để người uống chọn màu phin phù hợp với tuổi (tương sinh), tránh màu kỵ, xui xẻo (tương khắc). Theo ý kiến của các lão thành cà phê thì phin nhôm là phù hợp hơn cả. Phin inox tuy sang trọng, sạch sẽ nhưng vì inox có chứa sắt nên sẽ làm cà phê có vị tanh khi pha. Phin gốm, do công nghệ thủ công nên lưới lọc cà phê đục lỗ không đều, dễ gây nghẹt hay chảy xuống nhanh quá.

Cà phê vợt

Cà phê phin

Khi pha cà phê bằng phin nhôm thì cần lưu ý khi rửa phin phải đúng cách. Tuyệt đối không sử dụng xà phòng, không dùng miếng chùi soong, chỉ duy nhất dùng tay với vòi nước sạch. Mục đích là không làm mất đi lớp tinh dầu cà phê bám vào phin, làm cho những lần pha sau cà phê sẽ đậm đà hơn. Lâu ngày, cái phin nhôm ngả màu vàng ám, một hình ảnh quen thuộc tại các quán cà phê cóc ven đường, đầu hẻm. Màu vàng càng u ám thì đẳng cấp pha cà phê càng cao.

Phin cà phê "phong thủy"

Tạo bọt cho ly cà phê.

Người uống cà phê sành điệu phải biết khuấy ly cà phê cho lên bọt, vì nghe đồn rằng cà phê càng nguyên chất thì độ bọt càng nhiều khi khuấy mạnh. Người bán cà phê sau khi pha và nêm đường, hoặc sữa, vào thì dùng thìa quậy mạnh để tạo bọt trước khi cho thêm đá vào ly. Người uống cà phê cũng tiếp tục một tay che trên miệng ly để tránh văng, một tay dùng thìa "xọc" mạnh để tạo thêm bọt. Lâu ngày, tiếng "xọc xọc" khi quậy cà phê cũng thêm phần gây nghiện cho người uống. Thế mới có chuyện sau đây :

Một ngày nọ, trên Thiên đình, Ngọc Hoàng nhận được báo cáo rằng dưới trần gian dạo này có nhiều đứa quậy phá làng xóm quá. Ngọc Hoàng bèn triệu Thiên lôi vào và ra lệnh : "Ngươi mau xuống trần đập chết hết mấy thằng đang quậy cho ta".

Thiên lôi y lệnh, xách búa hạ trần, đập một hồi chết vài mươi mạng đang ngồi uống cà phê quán nhỏ ven đường. Trần gian lại đưa đơn kiện lên Trời. Ngọc Hoàng giận dữ gọi Thiên lôi vào mắng : " Ta sai nhà ngươi đi đập mấy thằng quậy phá, sao ngươi lại đánh chết mấy đứa đang uống cà phê". Thiên lôi phân trần : "Dạ, thì con nghe lời Ngọc Hoàng, xuống thấy một đám đang ngồi "quậy" tưng bừng, quậy hồ hởi, con đập cho một phát chết tốt." Thì ra Thiên lôi nhầm mấy người đang quậy cà phê với mấy thằng quậy phá làng xóm.

Nếu đi về các tỉnh miền Trung, từ Phan Thiết trở ra Đà nẵng, người ta thường thấy người bán cà phê sử dụng một thiết bị đơn giản gồm một chong chóng nhựa gắn

vào một thanh trục có hệ thống lò xo, bánh xe răng cưa, hoạt động như một máy đánh trứng, nhằm mục đích tạo bọt nhiều và nhanh chóng.

Công nghệ tạo bọt được nâng cấp hơn khi nhà sản xuất cho vào chất tạo bọt DBSA (dùng cho xà phòng), hay Sodium Lauryl Sulphat (dùng cho kem đánh răng). Cách này tạo bọt nhiều và lâu tan, nhưng cũng dễ bị phát hiện. Người uống cà phê sau khi quậy cho lên bọt thì đừng uống vội, để chờ vài phút, bọt cà phê từ từ chuyển thành bọt trắng như bọt bia. Do các hóa chất tạo bọt này cũng có tính tẩy màu.

Người Việt uống cà phê đa số thích đắng nhiều, không phải vì cuộc đời nhiều cay đắng, nhưng vì đắng nhiều chứng tỏ cà phê mạnh, nhiều caféin. Người bán bèn cho thêm nước ngâm xác cau, hay đơn giản là cho một chút ký ninh vào. Thế là tha hồ tim đập, tay run, mắt mờ, miệng lẩm bẩm : " Cà phê mạnh dữ".

Cục đá để uống cà phê đá cũng lắm công phu. Đá phải cho vào bao vải nhỏ, dùng vồ gỗ đập vụn cỡ 1cm, hay dùng bàn bào đá, máy xay đá. Đa số các tiệm cà phê phía Nam chú ý điều này. Có một thời, từ Đà nẵng trở ra Bắc, họ uống cà phê với đá cục để uống bia, không hiểu tại sao. Chắc là để giảm công đập đá. Hậu quả là khách khi ngửa cổ uống cà phê thì cục đá bự chảng này chạy tuột xuống đập vào mũi, văng cà phê tung tóe. Lý do phải đập vụn đá ra là để nhằm làm tăng diện tích bề mặt tiếp xúc với nước đá, khiến cà phê hạ nhiệt cấp tốc nên "ém" được hương vị cà phê lâu hơn trong ly. Cũng với lý do này, người uống nên rót chầm chậm cà phê mới pha vào ly đầy nước đá đập vụn, để dòng cà phê chảy róc rách qua lớp đá vụn. Không nên đổ đá vào cà phê.

Chất lượng cà phê pha phin cũng còn phù thuộc vào kích cỡ của bột cà phê sau khi xay. Tây thì xay bột hơi thô, để cà phê xuống nhanh nên caféin không kịp chiết xuất ra, giảm tác hại của cà phê. Ta thì thích bột xay mịn, bột mịn này sẽ tạo một lớp "cà phê sình" trong phin, khiến cà phê nhỏ từng giọt, có khi nghẽn luôn không xuống. Lúc đó, dân cà phê sành điệu chỉ cần dùng cái muỗng gõ cái cốp vào nắp phin là xong ngay. Cách pha cà phê bột mịn này khiến caféin xuất ra nhiều hơn nên uống thấy phê hơn.

Tóm lại, người uống cà phê thư giãn bình thường chỉ cần biết hai loại cà phê chính là Arabica và Robusta. Arabica thì thơm nhiều, vị chua, caféin ít, phù hợp với quý cô. Robusta thì thơm ít, vị đắng, caféin nhiều, uống phê hơn, phù hợp với quý ông.

Thông thường, người ta đấu trộn hai loại hạt này để bổ sung cho nhau, theo tỉ lệ Arabica/Robusta là 4/6 hoặc 3/7. Còn cách rang, xay hay pha chế thì tùy theo mỗi người tự tìm ra phong cách uống cà phê của riêng mình. Trên đây là những chuyện cà kê bên lề cà phê đã nghe lỏm được nay mách lẻo lại để mọi người "nghiên kíu" thêm mà thôi.

Chúc mọi người có những ly cà phê thật sành điệu cho mình và cho bạn bè.

Sài gòn tháng 8/2023.

Nguyễn phùng Minh.

Thư gửi cho anh Phan An năm ngoái nhân ngày hội ngộ AFAR, nay gửi lại cho cháu Hoàng Anh và các bạn AFAR

Thân gửi Phan An,

Nghe tin anh vừa mới "ra đi", xin chúc anh đi bình an về miền vĩnh cửu, nơi không còn oán trách, hận thù, bệnh tật, khổ đau...

Nay tôi xin gửi lại cháu Hoàng Anh lá thư tôi gửi cho anh, khi anh về hội ngộ với anh em Cali mấy tháng trước.

Đây là lá thư:

Nhớ từ ngày anh bỏ Saigon qua Mỹ, bạn Tôn Thất Đào cho tôi số phone của anh, đó có lẽ là năm 2009 hay 2010.

Tôi thường gọi thăm anh, rồi anh bỏ Minnesota về Cali, tôi không còn gặp anh qua điện thoại nữa, có lẽ vì anh không nghe điện thoại được, và viết email thăm cũng không thấy anh trả lời. Không trách anh đâu, vì nghĩ rằng anh mắt kém không đọc được.
Tuy nhiên vẫn nhớ đến anh, nên hôm nay nhờ một trong hai bạn Thạch hay Bảo gửi lời thăm anh.

Niên khóa 1964-65, cha Forest ghép anh và tôi cùng một phòng. Đó là phòng 2 người trên lầu ba, ngó xuống đường Trương Minh Giảng, phòng sát cầu thang lên sân thượng có phòng giặt đồ.

Thỉnh thoảng 1 hay 2 lần trong tuần anh bảo: "Ê Tùng, tối nay bỏ mùng cho moi nghe". Tôi không thắc mắc sao tối nay anh không về Foyer, thế là tối đó trước khi xuống salle d'études học bài với Lê Ngọc Dũng, tôi bỏ mùng cho anh, vì khoản 10 giờ đêm cha Forest hay đi rảo xem có anh em nào xé rào đi đêm không về? Và rất may trong suốt niên học đó, cha không biết tôi đồng lõa vi phạm nội quy cư xá sinh viên Đắc Lộ với anh.

Nay gần 60 năm qua, bí mật này vẫn chưa được bật mí, không biết những đêm đó anh đi đâu, làm gì? Có thể bật mí cho tôi và anh em biết được không? Nếu không thì thôi, cứ giữ đó như một bí mật của Cư Xá Sinh Viên Đắc Lộ.

Mỗi đêm đúng 12 giờ, tôi rời salle d'études lên phòng chui vào mùng, thấy anh pha cà phê đen, ngon, đậm đặc, thêm mùi Half and Half hấp dẫn, làm nhớ những lần leo lên chuồng cu thăm cha Lichtenberger, gặp cha ngậm pipe phì phà với thuốc lá này. Xa quá rồi phải không anh?

Không nói chuyện với anh được, nhưng vẫn biết tin anh qua Afarhn, và biết con cháu anh thành công ở Cali. Mừng cho anh.
Những ngày đó anh hay nói chuyện hoang lắm. Không biết bây giờ anh còn nói chuyện hoang không? Đừng giận mình nghe. Sinh viên y khoa mà, ai mà trách?

Năm nay anh 89, hay 90? Gắng lên Phan An, gắng lên đến 100 hay hơn để anh em chúc Đại Thượng Thọ nghe.

Tiện đây cũng xin gửi lời thăm tới các anh chị,
Đường sá xa xôi quá không về thăm các anh chị được, nhưng vẫn nhớ tới các anh chị qua kinh nguyện. Không về được không sao. Vì sẽ có ngày gần hay xa, nào ai biết được, nhưng ngày đó chắc chắn sẽ tới, không phải chỉ kêu gọi bắc Cali hay đâu đó trên toàn nước Mỹ, nhưng ngày Đại Hội Hoàn Vũ, có cả những hội viên Học Bổng Thành Nhân tham dự, chẳng cần xin visa đi Mỹ. Đó là ngày các Afar đã đi trước Như Trương Đức Nguyên (Trang), Nguyễn Long Hợp, Nguyễn Hữu Bá, Ngô Trung Trọng (biệt danh cuốn Tự Điển Đắc Lộ), Hoàng Khải Nguyên (biệt danh Ông Đạo Dừa, hay Tournesol), Nguyễn Đức Phương, Hồ Thanh Diệp, Phạm Dương Hiển, Trần Anh Linh, Nguyễn Ngọc Long (biệt danh Long Kèn), Tôn thất Thước, Nguyễn Bá Bang, Nguyễn Việt Hùng... và còn nhiều nữa đang đợi ngày chúng ta về đoàn tụ. Ngày đó không chỉ có thêm cha Forest hay Frère Trambley, nhưng có cả Cha trên trời, Chúa Giêsu đến chung vui cùng chúng ta.

Ngày đoàn tụ đó, chúng ta mãi mãi không già, vì tất cả vào khoản trên hai mươi hay dưới 30, tràn đầy sinh lực, trẻ trung, như thời chúng ta vào cư xá Đắc Lộ.
Sẽ không còn xa cách sau buổi tiệc hội ngộ vì thời gian và không gian không có trên Nước Thiên Đàng. Không hát bài "Vẫn còn có nhau", nhưng chúng ta sẽ hát bài "Luôn Có Nhau".

Diệp và tôi gửi lời thăm chị Thanh. Khi trong nhà có người thân, phận sự trên trần gian đã xong, họ bỏ chúng ta "ra đi" trước về Nhà Cha, làm sao không để lại buồn thương cho người ở lại, khi chúng ta sống với nhau qua bao nhiêu năm, chia vui sẻ buồn, qua bao nhiêu biến cố thăng trầm của cuộc đời.

Ngày ba tôi mất vào năm 1990, khi đó không về thăm ba được, mẹ tôi gửi qua cho tôi một video. Thấy ba nằm trên giường với bộ đồ veste ngày xưa ông thích nhất. Mẹ ngồi trên chiếc ghế ngay đầu giường ba. Không thấy bà khóc, có lẽ nỗi đau quá lớn để bà có thể khóc được, khi chung sống với ông 60 năm, nay ông bỏ bà ra đi. Chỉ thấy bà lấy tay vuốt mặt ông từ đầu tóc xuống tới cằm rồi lặp lại cử chỉ đó nhiều lần.

Đoạn trường ai có qua cầu mới hay!
Ngày ba tôi mất, liên lạc bằng thư từ lâu lắm, chưa có email, fax, cell phone, viber như bây giờ. Một hôm Diệp bảo tôi : Hôm qua em nằm mơ thấy ba. Từ một đám mây trắng trước mặt, hình ảnh ba hiện ra rõ dần, thấy ba mặc áo chemise cụt tay, quần tây dài. Diệp bảo, để con pha cà phê ba uống và gọi anh Tùng ra cho ba gặp. Ba bảo em : "Ba về thăm con rồi ba đi." Ngày hôm sau tôi được điện tín từ Việt Nam cho hay ông đã "ra đi" ngày hôm qua.

Người "ra đi" luôn tìm cách liên lạc với người thân, nhưng phải đúng băng tần mới gặp được.

Năm 2006, tôi còn làm việc ở Tallahassee, một hôm nằm mơ thấy chú Bá em tôi, từ ngoài ngõ đi vào. Tôi hỏi : "Bá đi đâu vậy?" . Chú trả lời: "Bá đến thăm anh". Tôi thức dậy và nói với Diệp chắc chú Bá "ra đi" rồi. Hôm sau quả thật, Helene, vợ chú gọi từ Paris báo chú "ra đi" hôm qua.

Người thân chúng ta "ra đi" để buồn thương vô vàn cho những người ở lại, nhưng chúng ta có niềm an ủi vô biên là họ " không mất", chỉ đi trước chúng ta thôi, và đang đợi ngày chúng ta về đoàn tụ.

Tôi không tin có sự chết, chúng ta là những linh hồn bất diệt, khi chiếc áo trần gian quá cũ, chúng ta thay áo mới và Về Nhà thôi. "Home, Sweet Home".
Chúa Giêsu cũng cho chúng ta biết KHÔNG CÓ SỰ CHẾT.
Xin Thiên Chúa đổ tràn đầy Hồng Ân xuống cho gia đình các anh chị.

Thân mến,

Nguyễn Hữu Tùng

Tuổi già lẩm cẩm

Thế mà đã vào tuổi 80 cũng trên 6 tháng rồi. Mới đây cũng dễ chừng 4 hay 5 tháng gì đó, trong một buổi Zoom với nhóm cựu sinh viên câu lạc bộ Đắc Lộ, tôi có hỏi anh Nồng thế Anh: anh tuổi Thìn, như vậy anh hơn tôi 3 tuổi, tôi tuổi con dê. Mới ngày nào, leo lên máy bay ra khỏi Việt Nam, vào tuổi 20, thế mà cũng đã 60 năm trôi qua, chóng thật.

Vào cái tuổi 80, cũng lắm chuyện lẩm cẩm. Vào tuổi này, đêm ngủ không trọn giấc, mãi mới ngủ được. Rồi cái chuyện phải dậy đi xả hơi, mặc dầu cũng chẳng được bao nhiêu. Giấc ngủ chập trờn, nửa đêm về sáng, đầy mộng mị, nhiều khi thấy đi thi, nhưng bài vở quên hết, làm sao mà thi cử đây, tỉnh dậy thở phào sung sướng vì mới hay chỉ là một giấc mơ.

Tuổi già thì cái gì cũng cao, từ áp huyết, lượng đường trong máu, lượng đường trong nước tiểu.... Có lần tôi đùa với nhà văn Vũ thư Hiên, anh tuổi gà, hơn tôi 10 tuổi. Vào tuổi này, mỗi lần tè bậy dưới gốc cây, chỉ cần đếm số kiến tới bu lại là biết ngay mình bị tiểu đường. Thế mà anh Hiên đã về VN sống với gia đình cũng gần tròn 1 năm rồi, mấy đứa chúng tôi trên 70, dưới 80 mất chỗ tụ họp, ăn uống, kể chuyện đời xưa, thét rồi cũng quen đi. Trước đây, những khi nhận được điện thoại nhắn mua lòng tràng, anh Hiên không quên nhắn tôi phải mang lá mơ tam thể trồng trên một cái chậu ngoài balcon, lá mơ tam thể mang từ San Francisco về cũng dễ chừng trên 15 năm rồi, cái thuở tôi còn làm việc bên xứ cờ hoa. Nhớ lần đầu tiên, vào khoảng năm 2000, anh Hiên gọi điện thoại rủ tôi tới ăn cơm, có thêm câu : tôi sẽ cho ông ăn một món đặc biệt kể từ năm 54 đến nay. 54 là năm mốc, đánh dấu năm di cư từ Bắc và Nam, lúc đó tôi mới có 11 tuổi. Món đó là thịt ba chỉ luộc chấm mắm tôm, không có lạ lùng gì đối với bọn tôi, nhưng nước luộc thịt được anh làm canh với mấy quả sấu thì đúng là từ ngày di cư vào Nam đến nay, tôi mới được nếm lại cái vị canh chua chua ấy. Hiện nay trong tủ đá, tôi còn một gói sấu non, quà của con gái anh Hiên mang sang từ Hànội. Món chả rươi với mùi vị vỏ quit thì được ăn lại vàokhoảng 6 hay 7 năm trước đây, cũng do con gái anh Hiên mang sang.

Căn nhà ở Paris tôi dọn đến từ năm 79, trừ 5 năm làm việc tại Mỹ và Nhật, coi như tôi đã sống một nửa quãng đời của tôi tại căn nhà này. Trong cùng buiding trước đây cũng có một cặp vợ chồng gốc gác Việt Nam, nhưng hai ông bà đã ra đi cũng hơn 15 năm rồi. Bà vợ chuyên môn cho mèo hoang ăn để lấy phúc đi đánh bạc, và ông chồng, nhỏ tuổi hơn nhiều, làm nghề lái metro Paris. Làm nghề này được hưởng rất nhiều quyền lợi, 55 tuổi đã được về hưu, nên ông chẳng biết làm chi, xoay ra uống rượu và bia. Một cặp khác trong building kế bên, chồng tây vợ Việt, gặp nhau chúng tôi cũng chỉ chào nhau chứ chưa hề nói chuyện. Một cụ bà cũng gốc gác VN, nhưng đã 1 hay hai năm không thấy, chắc cũng đã ra đi.

Từ nhà tôi tới nhà anh Hiên quận 12 phải đổi tầu điện 1 lần, trên đường tới nhà, thản hoặc đôi lúc tôi gặp một người đàn bà trung niên gốc Việt, lúi húi dưới gốc mấy cây, đào đào xới xới. Paris là thành phố nhiều cây trồng bên vệ đường, có nhiều cây còn nhỏ, gốc cây còn trống chỗ, nên bà cụ này thường kiếm ít đất còn lại trồng rau, trồng hoa; thôi thì đủ thứ từ rau húng, rau ngò om, tới rau mùi, và cả những thứ hoa như hoa cúc vạn thọ. Bà cụ chăm vùi trông khéo đáo để. Một lần tôi dừng lại hỏi cụ, cụ trả lời từ khi được con cháu bảo trợ sang Paris, nhớ mùi của đất nên phải kiếm chút đất để được ngửi mùi đất.

Gần nhà tôi có một công viên nhỏ, mỗi lần ra phố thường đi qua. Công viên tuy nhỏ nhưng cũng trồng đủ thứ hoa, có 3, 4 cái ghế dài. Phần nhiều có những đôi tình nhân trẻ ôm nhau thủ thỉ, hoặc một vài người già ngồi đọc báo, nhất là vào những ngày nắng ráo. Trên balcon nhà vẫn còn một chậu hoa hồng, xin từ người làm vườn, khi ông lão làm vườn nhổ những gốc hoa hồng cũ thay bằng những gốc hoa mới. Thỉnh thoảng tôi dừng lại khi đi qua, hỏi người làm vườn cách chăm sóc cây cỏ, thét rồi trở thành người quen của ông ta.

Về chuyện trồng trọt, hồi 54, khi di cư từ Hảiphòng vào Nhatrang, căn nhà nhỏ có một khoảnh đất tí xíu sau nhà, kín gió và ít nắng vì một cây cổ thụ của nhà bên cạnh che mất cả. Thế mà anh em chúng tôi cũng trồng hoa trên mảnh đất nhỏ xíu cạnh hàng rào. Hoa cúc của người ta thì mập mạp, hoa to, nhưng cây hoa cúc của chúng tôi thì èo uột. Một lần chẳng hiểu sao có một cây đu đủ lớn lên, anh em chăm sóc, nâng niu, nhưng khổ nỗi cây đu đủ vẫn khẳng khiu, cao lồng ngồng và là cây đu đủ đực, chỉ có hoa nhưng không có trái.

Tuổi già thì tai mắt yếu hẳn đi, và hay quên, nên một lần sang Mỹ mới đây, tới tiệm Dollar three, tôi mua một lúc 5 cái kính rẻ tiền, để mỗi nơi một cái khỏi phải đi kiếm. Tai nghễnh ngãng thì trước đây, bọn nhỏ khi thấy tiếng của Tivi hơi lớn nên biết tai bố có chuyện, bắt bố đi bác sỹ khám tai, và mua máy đeo. Được chừng một hay hai năm, rơi mất một chiếc, nên tôi cũng bỏ luôn, rồi cũng chẳng sao..

Già rồi thì cúi xuống khó khăn, như chuyện cởi hay thắt giây giầy, nhất là chuyện làm vệ sinh cho chuồng mèo, đối với tôi bây giờ là một cực hình. Tuy vậy nếu không có con mèo trắng Léo này thì tôi lại chẳng có ai để trò chuyện ...và nhất là mắng mỏ nó...để khỏi phải lẩm bẩm một mình. Hôm rồi khi face time với anh Gáp Phúc Hải thấy một con mèo nhỏ nhị thể trắng đen rất đẹp, cũng leo lên bàn ngồi cạnh chủ. Hỏi ra thì cả hai con mèo cũng được con gái của chúng tôi mang về nhà bắt bố nuôi.

Dạo xưa khi còn đông đủ, nấu cơm thường dùng nồi cơm điện cho cả nhà. Nhưng từ khi sống một mình, tôi chỉ thổi cơm bằng một cái nồi gang bé xíu, chia làm nhiều phần, ăn cả mấy ngày. Tuy sống xa VN cũng trên 60 năm, món ăn chính của tôi vẫn là cơm. Hình ảnh tượng trưng cho người Pháp xưa kia là một ông Tây già, đầu đội mũ nồi, nách cặp một cái bánh mì dài, tiếng Tây gọi là baguette chắc không còn nữa. Bây giờ, người đàn ông tượng trưng cho một người Pháp, chẳng hiểu phải có ngoại hình thế nào vì giờ đây lẫn lộn đủ sắc tộc, trắng- đen- vàng và nhờ nhờ, chúng tôi gọi là chocolat.

Thiển nghĩ, trong tương lai, bọn nhỏ gốc VN, hay ngay tại VN, cũng không hay biết đến chiếc đũa cả là gì, vì có ai còn dùng đũa cả để ghế cơm nữa đâu mà biết. Nghe nói bây giờ tiếng Việt thay đổi rất nhiều, có những từ mình không ở nhà, không biết được. Còn nhớ vào khoảng năm 1986, sau 23 năm xa xứ, tôi về thăm nhà. Cô em út sau này cho tôi hay là tôi nói chuyện như chệt nói, vì ngôn ngữ tôi dùng đã không còn hợp thời, đã gần ¼ thế kỷ trước. Nghĩ lại, trước đây đọc sách có kể một vị lão thành cách mạng, lưu vong sống bên Tầu, khi về nước, nói hai chữ Đồng Bào thành" tồng pào", chuyện kể mà cứ như là nói đùa.

Mấy hôm trước duyệt lại một bài dịch của một ông bạn vong niên, anh Nguyễn nam Trân, truyện ngắn của một tác giả người Nhật, ông Endo Susaku, tả lại quang cảnh thành phố Jerusalem vào thời kỳ 73, tôi cũng nhớ lại cảnh mấy thiếu niên Do Thái trên hầu hết khắp đường phố, tuổi chừng 10, 12, lưng đeo khẩu súng trường dài hơn người. Cảnh tượng này còn ghi đọng trong đầu óc tôi từ cuối thập niên 80 đến nay. Thù hằn giữa hai sắc dân đã được nung đúc ngay từ thuở bé, nên chuyện chiến tranh, giết chóc có xẩy ra hiện nay là chuyện thường tình. Mấy hôm trước đây, đọc bài tự truyện của ông Nguyên Ngọc, những ngày lang thang. Sau trên 48 năm "thống nhất", những bậc "trí thức" của miền Bắc vẫn còn đánh bóng cuộc đời của mình bằng cách tự thuật quá khứ chiến đấu trong Nam. Được anh Nguyễn hữu Tùng và anh Giáp phúc Hải giới thiệu cuốn Chiến sự An Lộc năm 1972 của bác sỹ Nguyễn văn Qúy, tôi nghe đọc ít nhất 2 lần. Phải nói giọng văn của tác giả không có cái hằn học thù ghét hay kênh kiệu của một trí thức miền Bắc. Xin cảm ơn anh Tùng và bạn Hải.

Về già sống một mình ăn mặc ở nhà thế nào cũng xong, chẳng có ai, cần gì phải giữ ý tứ. Tuy vậy thỉnh thoảng cô con gái lớn đi làm xa về Pháp thăm nhà, nhiều lúc tôi thấy hơi bất tiện, vì khi có mặt một người khác, ngay cả khi đi tiểu cũng phải khép cửa lại, rồi thì cái chuyện ăn uống nữa, không có thể bạ đâu ăn đó, phải ngồi vào bàn hẳn hoi, và không có cái chuyện vừa ăn vừa đọc sách. Già rồi nên lối sống kể ra đúng là lẩm cẩm!!! Một tuần một lần, gia đình cô gái út về thăm bố, tôi nấu nướng cho các cháu.

Món khoái khẩu của tụi nhỏ vẫn là thịt kho trứng, canh chua cá, và khi nào có thì giờ thì là món chả giò. Món rau muống xào tỏi cũng là món thích của tụi nhỏ, nhưng ở cái xứ Paris này, rau muống xào tỏi, theo lời nhà văn Vũ thư Hiên, là món "nhâm sung xanh" vì giá cắt cổ. Nói về chuyện ăn uống thì năm ngoái sang quận cam, tôi được ông bạn cao niên Nguyễn quốc Bảo đãi cơm thuần túy VN mà ở cái xứ cờ tam tài này có đốt đuốc đi tìm cũng không thể kiếm ra được. Nói đến chuyện ăn cơm VN thuần túy thì có lẽ không ở đâu có thể hơn được mấy quán VN tại Tiệp Khắc và Ba lan : canh rau đay mướp cua đồng, cà pháo chấm mắm tôm, dĩ nhiên không thiếu món rau muống xào tỏi, canh chua cá miền nam, cá kho tộ, tôm rim....và tiết canh vịt.....

Vào tuổi già, ngoài công việc hàng ngày phải lo chuyện cơm nước, còn chuyện đọc sách thì mắt đã kém, không đọc được một lèo như xưa, nên thường chỉ đọc lướt qua, và thường nghe truyện hơn là đọc truyên. Một đôi lúc chẳng biết làm gì, vào internet làm toán, đánh cờ, nhất là chơi game free cell solitaire. Đúng là solitaire, vì lắm khi chơi 1 mình cả mấy tiếng.

Ở tuổi 80, sống một mình, khi đi ngủ, tôi thường khóa cửa, nhưng không khóa chốt vì, chỉ sợ có chuyện gì, khi xác đã sình ra thì thiên hạ mới hay, khỏi phải phá cửa mà vào như một vài ông bạn cao niên của tôi.

Cuối năm, xin viết đôi lời lẩm cẩm của một ông già qua tuổi 80, xin ghi thêm câu thơ lẩm cẩm trong dân gian:

Già 80 tuổi chưa đeo kính,

Thức suốt 5 canh chỉ sợ gà.

Quản phúc Cảnh

AFAR 62-63

Paris, sơ đông 2023.

20/12/23

Tái Bút

Tôi gửi bài này vào trưa ngày 23/12/23, trước ngày lễ giáng sinh 1 ngày, đọc được câu truyện ngắn rất cảm động gửi bởi anh Nguyễn hữu Tùng, cái ví rách với 57 xu. Xin cảm ơn Anh Tùng và chúc toàn thể gia đình AFAR một mùa giáng sinh êm ấm và một năm mới 2024 nhiều sức khỏe, an vui.

Phiếm đàm chiếc áo dài

Các bạn thân mến,

Mấy hôm nay diễn đàn afar xôm tụ quá !. Chia sẻ nhiều điều quá hay. Tôi chỉ "dựa cột mà nghe", ý không phải, bên này không có cột để dựa mà cũng không ai nói để nghe, nên chỉ "ôm mà đọc" và vui quá. Mở tầm con mắt.

Tôi nghe bài hát "Về đây nghe em" của Trần Quang Lộc có câu:

"Về đây nghe em, về đây mặc ÁO THE, ĐI GUỐC MỘC..."

Xin các học giả afar, các bác vật afar giải thích thêm về "áo the và guốc mộc" để cho những afar như tôi được hiểu biết thêm.

Đa tạ,

TCB

- Nói đến áo the , guốc mộc là nói đến cái mộc mạc, thôn dã của Việt Nam. Áo the có lẽ phổ biến ở miền Bắc nhiều hơn Trung và Nam. Áo the là áo dài may bằng vải mỏng, màu đen, thường được các quan viên làng xã cũng như các thanh thiếu niên con nhà có máu mặt mặc trong những dịp lễ lạy, Tết nhất hay đi nhà thờ... Áo the thường mặc quần trắng. Áo the phổ biến ở nhiều nơi chứ không chỉ là đặc sản của quan họ Bắc Ninh như trong website

  http://trangphucdien.vn/san-pham/ao-the-nam/

"Áo the nam một nét văn hóa đặc sắc của người quan họ Bắc Ninh thời xưa với kiểu dáng vô cùng độc đáo và ấn tượng. Áo the nam được may giống kiểu dáng áo dài nam bao gồm: một áo phía trong màu trắng hoặc màu xanh, cũng có khi sử dụng màu đỏ nhưng rất ít, áo trong sử dụng chất lụa mềm, bền đẹp, cúc cài lệch. Áo ngoài làm bằng chất liệu vải von mềm mại với những sắc tối màu như màu đen, màu tím than hoặc màu xanh dương. Kết hợp với áo là chiếc quần cạp chun màu trắng được may bằng chất liệu vải phi bóng nhẹ nhàng, tiện dụng."

Guốc mộc là guốc gỗ có quai bằng cao su hoặc nhựa... Nhớ lại trong lớp APM đầu tiên, một ông bạn tôi thường đi guốc mộc thay vì đi giày đến trường, chúng tôi đặt nickname cho ổng là "Thằng Guốc". Thằng Guốc hiện sống tại OC. Chẳng biết các bác Bảo, Chương, Anh, Hải... còn nhớ ổng là ai không?

TNT

- Cái áo the đen rất mỏng, bên trong phải mặc áo cánh trắng, quần trắng.

Có bài hát vui, rất xưa, bạn nào còn nhớ không?

"Cái Áo The Thâm Tàng" của Đan Trường (không phải "Thâm Tàn" mà là "Thâm Tàng")

https://www.youtube.com/watch?v=hbCYi6NdT_E

Cái Áo The Thâm Tàng (Đan Trường, đầu thập niên 1950)

PNL

- Nói về áo the, áo dài tôi xin hỏi liệt vị nghĩ thế nào về nguồn gốc áo dài. Tôi nghĩ nó xuất phát từ áo dài của người Chàm. Người trung và nam VN mặc quần, người bắc mặc váy. Từ thời Minh Mạng đàn bà bắt buộc mặc quần. Quần xuất phát từ những xã hội cỡi ngựa như Tây Á, trung đông. Người Lạc Việt văn hóa sông nước.

Người tàu mặc xương xám nhưng không mặc quần.

Người chăm mặc quần giống như mình; khăn đóng mình cũng giống như người Hindu (nguồn gốc ảnh hưởng trên văn hóa Chăm).

Quý vị nghĩ sao?

HvH

Áo dài

- Anh Hiền ơi, tôi chưa được nghe áo dài VN có xuất cứ từ Chăm bao giờ,

nhưng "đến nay chưa có ghi chép bằng văn bản nào có thể xác định chính xác lịch sử và thời điểm xuất hiện của nó. Chỉ thấy phần cổ áo dài có nét tương đồng với cổ áo thường phục của phụ nữ Mãn Thanh thế kỷ 17 – 18 ở Trung Quốc, tuy nhiên kiểu cách thân áo hoàn toàn khác. ... Hình ảnh sơ khai nhất về nguồn gốc áo dài được ghi nhận là áo Giao lĩnh vào khoảng năm 1744. Giai đoạn này chúa Nguyễn Phúc Khoát trị vì Đàng Trong (từ Quảng Bình trở vào Nam). Đàng Ngoài (từ Quảng Bình trở ra Bắc) là chúa Trịnh."

Áo dài VN biến đổi qua nhiều thời kỳ từ ngũ thân, qua tứ thân, rồi áo dài Le Mur của họa sĩ và nhà May Cát Tường, có cổ, đến áo dài Bà Nhu hở cổ, áo dài raglan và tiếp tục cải tiến . Vào năm 1970, tà áo dài truyền thống Việt Nam đạt huy chương vàng tại hội chợ Osaka tại Nhật Bản.

https://bazaarvietnam.vn/ao-dai-viet-nam-co-xuat-xu-tu-dau/

https://lamia.com.vn/blog/nguon-goc-cua-ao-dai-truyen-thong-viet-nam

Ngày nay áo dài VN đã trở thành bản sắc và biểu tượng nét đẹp của người phụ nữ VN trong nước cũng như trên trường quốc tế.

TNT

- Góp ý khơi mào về áo dài trong báo này (khơi mào vì vụ này có thể dài như War and Peace của L Tolstoy)

Trong attach của anh Thạch:

Về cái hình phụ nữ xưa của "thực dân Pháp chụp" (Affreux colonialists, thế thằng khác chụp không được à!? Chỉ 1 tính từ làm thối cả bài báo. That's uncalled for, man! ĐM mấy thằng bồi bút trá hình): Cái áo này giống cái áo dài ở cái chổ nào, hả!? Có hàng vạn mẫu áo tunic bên tàu, hay từ Trung Đông, Trung Á, Ấn Độ v.v... còn giống áo dài VN hơn. **

Hai là: Cái chuyện quá sức là đơn giản là nhìn cái áo của đàn ông VN kìa, sưu tầm hình xưa nhất xem, có khác cái áo dài phụ nữ VN không, khác xa lắm không? Mà phải vẽ rồng vẽ rắn về nguồn gốc cái áo dài loanh quanh.

Ba là: anh Hiền nói đúng là có sự ảnh hưởng của áo (tunic, dưới họ mặc váy, tui có sờ xem vì chợ Nha Trang xưa gần như 1/3 là người Chàm, hay người Hời như con nít nói, tui đếch sợ) người Chàm. Tui cãi nhau với 2 thằng AI cả giờ sau cùng chúng thua (sau khi hỏi vặn tui nhiều lần) và kết luận như sau (thằng này của Microsoft) tui cho mới nó nghỉ:

Áo dài Việt Nam và áo dài Chăm có một số điểm khác biệt như sau:

Áo dài Việt Nam có xẻ tà hai bên, áo dài Chăm không xẻ tà.

Áo dài Việt Nam có cổ áo đa dạng, áo dài Chăm thường có cổ áo tròn hoặc hình trái tim2.

Áo dài Việt Nam có nhiều hoa văn và màu sắc, áo dài Chăm thường đơn sắc và ít hoa văn1.

Áo dài Việt Nam được mặc với quần ống rộng, áo dài Chăm được mặc với váy hoặc khăn3.

Nguồn gốc của áo dài Việt Nam cũng có ảnh hưởng từ áo dài Chăm. Theo một số tài liệu, vào năm 1744, vua Nguyễn Phúc Khoát đã ra lệnh cải cách y phục cho phụ nữ miền Nam bằng cách kham khảo chiếc áo dài của người Chàm và phụ nữ Thượng Hải để chế ra áo dài mới. Chiếc áo dài đầu tiên giống như áo dài người Chàm và có xẻ nách.

*** Thời cận đại thì áo dài phụ nữ VN đươc nâng lên trang đầu báo quốc tế 1 cách tốt đẹp là từ trong chiến tranh VN. Chính xác hơn là từ khi PX bắt đầu bán áo dài VN có thêu rồng rắn cho các GI mua gửi tăng vợ đi pác-ti và nhất là cùng Jane Fonda lên sân khấu Bop Hope.*

Vì rằng các GI mình không biết là cái áo dài VN là 1 cái tunic, tunique tiếng Macron, người Pháp gọi chính xác là cái tunique chứ không phải cái dress như Anh/Mỹ.

Cần phải mua thêm cái quần nữa nó mới complete!

Thua

NVT

- Nhờ Bác Thắng bàn thêm về áo dài VN và áo dài Ấn Độ như hình bên dưới. Có mặc quần, có xẻ hai bên như áo dài VN.

Hay là nó bắt chước VN? Áo Chàm đơn sắc, ít hoa văn vì họ dệt vải may áo, nên bị giới hạn?

Ấn Độ *Chàm*

Hình này là Chinese Dress Tunic – Fuyuan

HVH

- Chính xác anh Hiền, thank you

Đó là áo dài Ấn Độ tui thấy ở Little India (City of Norwalk, CA). Sao không thấy cái chấm son trên ấn đường?

Một số xẻ ít, có 1 số cô xẻ cao, nhưng đa phần là măc với cái Jeep (váy, củng) trừ người trẻ măc quần như VN. Thường người lớn quấn cái khăn dài che ½ phần ngực có hay không có thắt ở eo. Chả biết ai bắt chước ai, thời nay the web is the melting pot, it's anybody's guess.

Nhưng mà ít nhiều cũng discredit cái áo dài VN thướt tha là quốc hồn quốc túy VN. Mèo thường khen mèo dài đuôi. Chỉ là cái áo, của 1 bộ quần áo, big deal.

Hình 1. áo green: hình như cô này mặc áo the (see-through) có lót vải trắng? Tui có thấy người mặc. Ở VN chỉ có đàn ông mặc áo the - dưới giường là áo cánh kiến - làm gì có "em về mặc áo the đi dép nhật"**, bá láp.

Hình dưới anh lấy ở website từ Fuyuan? Là tuốt trên phía Bắc. Ở Đông Hưng (bên kia biên giới Móng Cái mà tui sẽ qua tháng 11 này thâu băng tiếng Việt bên đó) có 3-4 làng (khu phố ngày nay) là của tộc Kinh, họ mặc theo VN, áo dài hơi có variations, anh có thể google 'Kinh people, DungXing' xem (mấy người này từ Cát Bà, Cửa Cấm Hải Phòng qua mấy trăm năm rồi, không thể mang áo dài qua lúc đó).

Hình như cô này mặc cái Jeep nếu là biến thể của áo dài VN?

Áo người Chăm cổ truyền chắc không có bông ba, xanh đỏ tím vàng. (Xin lỗi sư huynh NT Thống)

Thắng

*** 'dép' tui mới thấy trong dictionnaire cổ là guốc mỏng! Ai dè.*

- ***Vài suy nghĩ*** *- Tiếp tuc về đề tài áo dài*

Xem hình bên đây tôi không hiểu tại sao (really, không hiểu, lý do gì hệ thống suy nghĩ như thế nào mà) người ta cứ vẽ rồng vẽ rắn về lịch sử áo dài VN, áo dài phụ nữ.

Đây nói cái 'tunic', về cái quần 2 ống thì nó có lịch sử và văn hóa phong phú hơn như anh Thạch anh Hiền có đề cập, tôi sẽ elaborate sau.

Áo dài đàn ông, mà tôi đang và đã sưu tầm 1 số hình đi lui vào thời gian xa nhất có thể, sẽ post sau: sau khi tiếp cận được với văn minh Âu châu, đàn ông Nhật, Thanh, Ấn v.v... đã tiếp thu lối ăn mặc kiểu Âu vì nó hay, thực dụng và có mỹ thuật. Cho nên áo đàn ông nó dừng tiến hóa vào lúc đó, nay mặc vẫn như thời đó. Thời điểm chính xác nào không khó xác nhận.

Mặt khác, phần phụ nữ thì tùy vào văn hóa từng nơi kể cả tôn giáo, đạo đức, thuần phong, giai cấp và trào lưu "giải phóng phụ nữ", mà có 1 thời điểm nào đó lề lối ăn mặc và "thời thượng" sẽ chợt bức phá, sau đó tiến hóa biến hóa không ngừng. Ở VN có lẽ vào đầu TK 20 dưới thời thực dân Pháp ác ôn đã mang văn minh ánh sáng (Siecle de lumiere) qua các đô thị, sanh ra các nhân vật như Lemur et cie. Từ đó áo dài (phiên bản) phụ nữ đã đi vào dòng của chính văn hóa trang phục.

Mang các trang phục xưa không có 1 tí gì liên hệ ra vẽ vời 1 tiến hóa vô căn cứ để lý giải tại sao áo dài có hình thù như ngày nay thực tình tôi không hiểu là do động lực nào. Thừa giấy vẽ voi, ba hoa? Đấu tranh dân tộc? Đấu tranh giai cấp (xã hội chủ nghĩa)?? Hay đơn giản là thiếu common sense.

Cái bùi nhùi này là gốc gác của áo dài (tunic, áo chủ yếu che thân trên) phụ nữ VN !?

Come on, man! Give me a break!

Thua

Thắng

A NATIVE LADY.

War in Tong-King by Lieut. Sidney A Staunton

Hình

Một trong những hình ảnh xưa nhất 1 phụ nữ mặc áo dài phiên bản nữ. Tôi cắt ra từ copy cuốn sách của 1 sĩ quan Hải quân hoa kỳ xb năm 1884 (ghi chú dưới của tôi), tức nhiên là vẽ được trước đó khá lâu, suy ra từ việc di chuyển tàu bè, công phu viết 1 manuscript, kỹ thuật lên sách thời đó.

Hình dưới:

Souvenirs de Voyage et de Campagne 1858-1860 - Colonel H. de Ponchalon. Hình từ PDF cuốn sách các bạn có thể download từ website của Biblioteque de France (dùng những keywords đó).

Hình 1 trận trong chiến dịch 1 năm từ 1858 Pháp đổ bộ lên Đà Nẵng trươc khi chiếm hẳn Sài Gòn. Tức trước khi thực dân Phác ác ôn phản động mang máy ảnh (cái bàn bóng) qua. Vì chiếc khăn đóng vẽ sai ra nón mãn thanh nên có thể nghi ngờ về chiếc áo nhưng trong các hình khác thì cũng giống vậy thôi. Đây là dưới triều vua Tự Đức.

Ông đội này trước khi ra trận mượn áo dài của vợ (đã qua nhiều thế kỷ biến hóa từ áo tam-tứ-ngũ-lục thân gì đó ngoài Bắc Thành) mặc vì thứ áo gì mà ô đang có nó lùm xùm quá, tác chiến không có tiện.

Des éléphants marchent en tête.

(em trích hình này cho 1 khảo luận cũng không kém critical trong blog về hỏa khí VN và các trưng bày tuyên truyền trong bảo tàng VN. Súng trên voi gọi là pierriers, như pháo tự hành self-propelled artillery bắn đạn chống biển người. Binh lính ô Nguyễn Tri Phương đang phản công thủy quân lục chiến thực dân Pháp ác ôn có súng niên đại như ô dưới này, tàu hơi nước bọc sắt và pháo nòng xoáy).

Sur les indications de deux indigènes, je continue ma route.

Cũng từ sách trên. Như thấy trong 2 hình thì đàn ông có nhiều trang phục available, cũng như đàn bà không phải chỉ có cái áo tam tư ngũ lục thân gì đó.

NV Thắng

- *Hay! Đừng chào thua, bác Thắng ơi! Việt Nam ta có câu Phú quý sinh lễ nghĩa .*

Khi nào rảnh nhờ bác nói về nước mắm và mắm nêm; có phải gốc từ người Chăm không?

HvH

- ***Trở lại cái áo dài một chút***

Chả nhớ tại sao nói về mắm lại nhảy qua áo dài, có liên quan gì đâu. (Mắm mùi thối, áo dài thơm tho. Ờ... ờ... áo dài cũng có mùi, tùy nơi. Có bớt nhiều từ khi Nivéa ra thuốc thoa nách...) Anyway, lạc đề, tui còn 1 vài đóng góp đã soan sẳn, xin post thêm cô chú xem lấy vui.

Hình này: bọn xây lố cố này biểu diễn 1 lối múa địa phương Phú Thọ, được UNESCO nhận là World's intangible cultural heritage.

'Heritage', di sản thì hiểu là được để lại từ nhiều thế hệ, và rất tiêu biểu cho địa phương. Thế thì trang phục tụi nhóc phải là ít nhất xưa >100 năm (?) Nếu pha chế, sửa đổi thì di sãn UNESCO sẽ rút ra khỏi danh sách (và các hỗ trợ tiền để bảo tồn nó). Thì đặt tiền đề như thế.

Cái áo dài này phải là áo dài chính thống, gần như 1 với áo đàn ông. Không thể là do biến hóa từ áo tứ thân là 1 trang phục khác mà nay vẫn mặc được, có mặc, không phải là cổ (đã biến mất), chỉ có thể nói là truyên thống thôi. Như trong các buổi hát quan họ Bắc Ninh (cũng là UNESCO world heritage)

Quan sát thì thấy bọn nhóc mặc cái củng, thì đúng là cổ truyền. Và là phải từ trước năm 1827. Lý do sau:

Vua Minh Mạng ban dụ cấm đàn bà Bắc Kỳ mặc váy từ trước 1827 nhưng vì ngoài đó ngoan cố, năm 1827 vua ra ultimatum, ai còn mặc thì sẽ "bị trị".

Đàn bà Bắc Kỳ ra đường phải mặc quần hai ống, không được mặc "váy không đáy". Xem nó tục tiểu. Mặc ra chợ hay vào cửa quan là triệt để cấm. Bắc kỳ xưa giờ là ghét nhà Nguyễn (vua Thành Thái được Pháp rước ra thăm cố đố Hà Nội còn bị chúng ném đá) Đến nay vẫn còn sâu đậm, nhất là do nhà nươc tuyên truyên trong cách mạng. Nên có câu vè lưu lại: (lưu lại chỉ để chế nhạo, ghép 'vua' với 'quần')

Tháng tám có chiếu vua ra

Cấm quần không đáy người ta hãi hùng

Không đi thì chợ không đông

Đi thì phải lột quần chồng sao đang!

Có quần ra quán bán hàng

Không quần ra đứng đầu làng trông quan.

Cái áo này cho đến thập kỷ 1950 vẫn y như thế, chỉ gọn gàng lại thôi. Đàn ông bỏ mặc, chọn theo phương Tây sớm. Đàn bà từ thời Nhât Linh bắt đầu ươn ngạnh, xí xọn, mang ra sửa đội nhưng không mấy xa cấu trúc ban đầu. Đến cuối thập kỷ 1950 mặc áo đầm, robe hay Jeep nhưng ít. Đến lúc nào đó (cuoi 1950?) tui thấy ca sĩ Mary Linh mặc quần tây chật màu trắng ra Nha Trang dự đại nhạc hội, và bà gì cỡi mô tô bay lưu diễn, cón bị chúng ném cà chua nghĩa đen và trắng. Bèn stick to cái áo dài cho đến khi Mỹ vào mới mặc theo đầm nhiều. Ở Huế dì tui gánh bán bún bò mặc áo dài, cho đến 1975.

Thắng

- *Bác Thắng của tui biết nhiều "áo dài" quá nên không thèm lấy dzợ!*

VKC

Viễn Vọng Euclid:

Những hình ảnh rực rỡ đầu tiên của Rìa vũ trụ.

Thưa quý Bác Long và quý thân hữu,

Tuổi bát tuần trên dưới, tôi đã thưa với Bác, Chúng ta cần sống thêm ít nhất vài năm nữa, theo rõi Cụ anh James Web Và Cụ em Euclid, hai kính viễn vọng không gian, đi sâu vào quá khứ, tìm nguồn cội vũ trụ ở thời điểm Big Bang, t = 0. Chúng ta chỉ thấy và hiểu được 5% vật chất sáng của vũ trụ. Phần còn lại 95% được gọi la vật chất tối, thành phần yếu tố, làm vũ trụ không ngừng giãn nở. Nhiệm vụ Euclid là tìm hiểu vật chất tối này!

Bây giờ có thể nói có tới 2 tỷ Thiên Hà?

Cụ James Webb có bạn đồng hành, kính viễn vọng Euclid của European Space Agency. Hôm nay đã chụp và f gửi về 5 bức ảnh không gian. Euclid đi vào quá khứ 10 tỷ năm ánh sáng, khoảng 1/3 không gian vũ trụ.

Hôm nay, sứ mệnh không gian Euclid của ESA tiết lộ những hình ảnh đầy màu sắc đầu tiên về vũ trụ. Chưa bao giờ một kính thiên văn nào có thể tạo ra những hình ảnh thiên văn sắc nét như dao cạo trên một vùng trời rộng lớn như vậy và nhìn xa đến Vũ trụ xa xôi. Năm hình ảnh này minh họa đầy đủ tiềm năng của Euclid; chúng cho thấy rằng kính thiên văn đã sẵn sàng tạo ra bản đồ 3D rộng lớn nhất của Vũ trụ, để khám phá một số bí mật ẩn giấu của nó.

Euclid, thám tử Vũ trụ tối của chúng ta, có một nhiệm vụ khó khăn: điều tra xem vật chất tối và năng lượng tối đã khiến Vũ trụ của chúng ta trông giống như ngày nay như thế nào. 95% vũ trụ của chúng ta dường như được tạo thành từ những thực thể 'đen tối' bí ẩn này. Nhưng chúng ta không hiểu chúng là gì vì sự hiện diện của chúng chỉ gây ra những thay đổi rất tinh tế về hình dáng và chuyển động của những vật mà chúng ta có thể nhìn thấy.

Để tiết lộ ảnh hưởng 'tối' đối với Vũ trụ nhìn thấy được, trong sáu năm tới Euclid sẽ quan sát hình dạng, khoảng cách và chuyển động của hàng tỷ thiên hà trong phạm vi 10 tỷ năm ánh sáng. Bằng cách này, nó sẽ tạo ra bản đồ vũ trụ 3D lớn nhất từng được tạo ra.

Điều làm cho quan điểm của Euclid về vũ trụ trở nên đặc biệt là khả năng tạo ra hình ảnh hồng ngoại và nhìn thấy được cực kỳ sắc nét trên một phần lớn bầu trời chỉ trong một lần chụp.

Những hình ảnh được công bố hôm nay cho thấy khả năng đặc biệt này: từ những ngôi sao sáng đến những thiên hà mờ nhạt, các quan sát cho thấy toàn bộ các thiên thể này mà vẫn cực kỳ sắc nét, ngay cả khi phóng to các thiên hà xa xôi

Chúng ta nghĩ mình chỉ hiểu được 5% vũ trụ: đó là vật chất mà chúng ta có thể nhìn thấy. Phần còn lại của vũ trụ chúng ta gọi là tối vì nó không tạo ra ánh sáng trong phổ điện từ thông thường. Nhưng chúng ta biết tác dụng của nó vì chúng ta thấy tác dụng lên vật chất nhìn thấy được.

PARIS, ngày 7 tháng 11 (Reuters) – *Các nhà thiên văn học châu Âu hôm thứ ba đã công bố những hình ảnh đầu tiên từ kính viễn vọng không gian Euclid mới được phóng, được thiết kế để giải mã những bí mật của vật chất tối và năng lượng tối – những thế lực ẩn giấu được cho là chiếm tới 95% vũ trụ.*

Cơ quan Vũ trụ Châu Âu, cơ quan dẫn đầu sứ mệnh kéo dài sáu năm với NASA với tư cách là đối tác, cho biết những hình ảnh này là sắc nét nhất trong loại hình này, cho thấy khả năng giám sát hàng tỷ thiên hà cách xa tới 10 tỷ năm ánh sáng của kính viễn vọng.

Euclid được thiết kế để khám phá sự tiến hóa của Vũ trụ tối. Nó sẽ tạo ra một bản đồ 3D của Vũ trụ (với thời gian là chiều thứ ba) bằng cách quan sát hàng tỷ thiên hà trong phạm vi 10 tỷ năm ánh sáng, trên hơn một phần ba bầu trời.

Trong khi năng lượng tối làm tăng tốc độ giãn nở của Vũ trụ và vật chất tối chi phối sự phát triển của các cấu trúc vũ trụ, các nhà khoa học vẫn chưa chắc chắn về năng lượng tối và vật chất tối thực sự là gì.

Bằng cách quan sát Vũ trụ phát triển trong 10 tỷ năm qua, Euclid sẽ tiết lộ nó đã giãn nở như thế nào và cấu trúc đã hình thành như thế nào trong lịch sử vũ trụ – và từ đó, các nhà thiên văn học có thể suy ra các tính chất của năng lượng tối, vật chất tối và lực hấp dẫn, để tiết lộ thêm về bản chất chính xác của chúng.

Điều này giải quyết hai chủ đề cốt lõi của chương trình Tầm nhìn vũ trụ của ESA: Các định luật vật lý cơ bản của Vũ trụ là gì? và Vũ trụ có nguồn gốc như thế nào và nó được tạo thành từ cái gì?

Sứ mệnh Euclid của ESA được thiết kế để khám phá thành phần và sự tiến hóa của Vũ trụ tối. Kính viễn vọng không gian sẽ tạo ra một bản đồ tuyệt vời về cấu trúc quy mô lớn của Vũ trụ trong không gian và thời gian bằng cách quan sát hàng tỷ thiên hà trong phạm vi 10 tỷ năm ánh sáng, trên hơn một phần ba bầu trời. Euclid sẽ khám phá Vũ trụ đã giãn nở như thế nào và cấu trúc hình thành như thế nào trong lịch sử vũ trụ, tiết lộ nhiều hơn về vai trò của lực hấp dẫn cũng như bản chất của năng lượng tối và vật chất tối.

Launch: 1 July 2023
Launch location: Cape Canaveral, Florida, USA
Launch vehicle: SpaceX Falcon 9
Destination: Sun-Earth Lagrange point 2, 1.5 million km from Earth

Năm bức ảnh đầu tiên của EUCLID gửi về hôm nay ngày 11-07-2023

Chúng ta nghĩ mình chỉ hiểu được 5% vũ trụ: đó là vật chất mà chúng ta có thể nhìn thấy. Phần còn lại của vũ trụ chúng ta gọi là tối vì nó không tạo ra ánh sáng trong phổ điện từ thông thường. Nhưng chúng ta biết tác dụng của nó vì chúng ta thấy tác dụng lên vật chất nhìn thấy được.

Hình ảnh cho thấy 1000 thiên hà thuộc Cụm Perseus và hơn 100 000 thiên hà khác ở phía sau. Nhiều thiên hà mờ nhạt này trước đây chưa từng được nhìn thấy. Một số trong số chúng ở xa đến mức ánh sáng của chúng phải mất 10 tỷ năm mới đến được với chúng ta.

Pierre NQ Bảo

Cuộc Đời Nhìn Lại

Phương Tuấn

Hôm nay là ngày 19 tháng 11, năm 2023, kỷ niệm đúng 44 năm ngày gia đình tôi đặt chân đến đất nước Hoa Kỳ. Bốn mươi bốn năm, dài như một đời người, nhưng nhìn lại tưởng mới đâu đó vài năm thôi.

Đó là một ngày nắng sáng, chiếc phi cơ của hãng hàng không "Flying Tigers" đưa gia đình tôi từ Singapore, quá cảnh Tokyo, và cuối cùng đến phi trường quân sự Travis, San Francisco.

Trời vào thu trở lạnh, phi trường quân sự nhưng không thấy lính tráng đâu, có lẽ vì đó là thời gian thanh bình trên toàn thế giới.

Cuộc đời của gia đình tôi ba chìm bảy nổi. Tôi sinh ra và lớn lên qua bao nhiêu trận chiến. Từ cuối Thế Chiến II, với những lính Nhật đi lại trên đường phố, và những ngày báo động có máy bay đồng minh đến đánh phá các cơ sở quân sự của Nhật phải chui xuống hầm...

Những ngày Việt Minh lên, đói khổ, với trận đói kinh hoàng năm 1945, mỗi ngày trước khi nấu cơm mẹ phải bỏ một nắm gạo vào "hũ gạo cứu đói."

Ngày 19/12/1946, toàn quốc kháng chiến, gia đình tản cư, chạy mãi trước họng súng của lính Pháp một bước, đến tận Trung Phước là một làng trên vùng núi Trường Sơn, tỉnh Quảng Nam. Ở đây có những buổi chiều mây bay xuống thật thấp. Làng có rất nhiều cây cau, cao và thẳng. Đồi núi trùng điệp, cảnh sắc hùng vĩ, đẹp vô cùng, nhưng cũng là nơi sơn lam chướng khí, sốt rét rừng.

Lại nhớ đến câu văn trong bài Làng Từ Lâm trong "Người Quay Tơ"ngày xưa viết chính tả." Tôi đến một nơi gọi là làng Từ Lâm, xa xa toàn là núi, ngọn nọ, ngọn kia không dứt, núi màu lam, buổi sáng, buổi chiều mây bay sương phủ."

Hết tiền ba mẹ đưa gia đình hồi cư, thành phố khi đó còn vắng người lắm. Chiến tranh Việt Pháp kéo dài mãi đến năm 1954, đất nước bị chia đôi. Rồi qua những năm áo trắng học tập với bao ước mơ trong vắt, tuổi nhìn đời với những mộng đẹp.

Những năm phục vụ tại các Quân Y Viện, tôi đã cảm nhận được đau thương của cuộc chiến, thương cảm những anh thương binh tuổi đời còn quá trẻ, về từ chiến trận. Các anh đã để lại một phần đời và một phần máu các anh trên quê hương mến yêu. Có anh đã hy sinh trọn vẹn đời mình cho quê Mẹ Việt Nam.

Chính nhờ thế, Miền Nam đã có 20 năm tạm an bình. Hôm nay nhìn lại những ngày đó để nhớ, yêu thương và cảm tạ các anh, những anh hùng vô danh.

Các bạn tôi ơi, hôm nay có bạn nào còn nhớ những chiến sĩ Quân Lực Việt Nam Cộng Hoà?

Nhớ các anh trong Mùa Tạ Ơn ngày hôm nay, tôi xin thắp một nén hương lòng, thầm khấn vái các anh, những anh em đã ra đi vĩnh viễn, xin các anh đi vào hồn thiêng sông núi giử gìn Quê Mẹ.

Những anh thương phế binh còn lây lất trên quê nhà, không bao giờ quên các anh. Những vật chất nhỏ nhoi chúng tôi gửi về cho các anh chẳng đáng là bao, nhưng nói lên lòng biết ơn và luôn nhớ đến các anh. Các anh không cô độc trong cuộc sống ngày hôm nay.

Sau ngày 30/4/1975, có những ngày tù tội, và những ngày vượt biên kinh hoàng của quân dân miền nam trong đó có tôi và gia đình.

Gia đình tôi xuống thuyền tại bến nước Bình Dương, sau khi tất cả hành lý bị tước đoạt, phải bỏ lại trên bờ, kể cả những lon Guigoz có đựng đường đã vắt nước chanh vào, và phơi khô. Tôi xuống thuyền với độc một bộ áo quần trên người. Thuyền đi sông chứ không phải đi biển, dài 19 mét, rộng chưa tới 4 mét, với ba khoang thuyền, nhưng chứa già trẻ lớn bé, 420 mạng người. Đây đúng là một quan tài được đưa vào sóng nước đại dương. Thuyền rời bến lúc 9 giờ 20 phút sáng ngày 16/2/1979, có canô công an Bình Dương hộ tống. Ra đến cửa Cần Giờ, công an Cần Giờ bắn mấy loạt đạn gọi thuyền vào bờ. Canô công an quay hướng, lui về Bình Dương.

Tối hôm đó đàn bà con nít bị tách riêng, bọn đàn ông chúng tôi được đưa về nơi khác. Trên đường ruộng gập ghềnh đi trong đêm tăm tối, có công an đi kèm, tôi nhìn thấy rõ cổng chào có đèn: "Công An huyện Cần Giờ, thành phố Hồ Chí Minh."

Đó là một phòng họp lớn có một bàn dài, có ba anh công an ngồi và hỏi cung tôi liên tục. Trước khi vào tôi đã cầu nguyện Đức Mẹ, và Đức Mẹ đã cứu tôi tối hôm đó. Không hiểu sao tối đó trí óc tôi vô cùng tỉnh táo để trả lời các câu hỏi tới tấp của ba anh công an.

"Vì sao đất nước đã thống nhất, anh còn vượt biên? Anh phải là thiếu tá ngụy đi học tập về?"

"Không phải đâu, tôi là người Hoa làm ăn buôn bán, nhưng vì nhà nước không cho buôn bán, tôi thất nghiệp phải ra đi".

"Anh nói láo, anh là người Hoa sao dưới tàu, tôi hỏi anh bằng tiếng Hoa, anh không trả lời được?"

(Xin đóng ngoặc đoạn này. Tôi đã sửa soạn khá kỹ trước khi vượt biên. Tôi đã học hai năm tiếng Hoa với một người thầy giáo người Hoa tại Long Xuyên. Nhưng có lẽ thời gian dài không dùng nên quên đi nhiều. Khi ở Saigon, một cô bệnh nhân người Hoa đã đến nhà, dạy tôi mỗi buổi tối, như vậy ba tháng.

Tối đó trước khi dẫn đoàn người về đồn công an, một công an nói tiếng Hoa xuống tàu xét, tôi trả lời trôi chảy, đến phút cuối anh công an đưa đồng hồ đeo tay, hỏi tôi mấy giờ. Tôi còn nhớ đó là 8 giờ kém 15 phút tối, nhưng lúng túng không nói đúng theo lối người Hoa xem giờ. Gần hai năm học tiếng Hoa và dợt lại trong ba tháng, thầy giáo đã quên dạy cho tôi xem giờ.)

"Anh bảo anh là người Hoa sao anh không rành tiếng Hoa?

"Đúng vậy, cha tôi người Hoa, nhưng mẹ tôi người Việt."

"Cha anh người Hoa anh phải biết tiếng Hoa."

"Quả thật cha tôi người Hoa, nhưng khi tôi được năm tuổi thì ông mất".

Anh công an ngồi giữa bàn có lẽ là người chủ tịch cấp bậc lớn hơn hai anh kia quát lên:

"Đi"

Khi đó có anh bộ đội cầm súng đứng bên, tôi tưởng là tôi sẽ bị dẫn đi bắn.

Thấy tôi không hiểu gì vẫn còn ngồi trơ đó, anh công an này đập bàn quát lớn:

"Cho đi mà không đi sao?"

"Thưa, tôi đi ngay bây giờ."

Sau buổi tra khảo về lý lịch đó, tôi ra ngồi chung với các bạn người Hoa. Tổng cộng chỉ có 18 người Hoa thật, và tôi nhập bọn với họ. Một số các anh em đi tù cải tạo về khai thật, bị bắt và bị giam lại. Một số không biết bạc vàng, dollars họ cất giấu đâu, hối lộ đám công an này và được ra đi.

Sau bốn ngày tạm giữ tại Cần Giờ thuyền chúng tôi rời Việt Nam ngày 20/2/1979. Đúng là có ơn thiêng, nếu không bị giữ lại tại Cần Giờ, thuyền chúng tôi đã gặp bão ba ngày trước, khi thuyền ra khơi. Trong cái rủi có cái may Thượng Đế đã sắp xếp, lo lắng cho chúng tôi. Ai bảo không có phép lạ ?

Trên đường đi Malaysia thuyền hết thức ăn và nước uống, gặp tàu Thái Lan, thay vì bị bị bóc lột như những tàu vượt biên khác, tàu này dừng lại cho chúng tôi nước và thức ăn.

Và đúng 4 giờ 30 chiều ngày 23/2/1979 chúng tôi đặt chân lên Johore Baru, Malaysia. Tối hôm đó nằm dưới gốc dừa tôi ngủ một giấc an bình, cảm nhận được thế nào là sống trong không khí tự do.

Nhưng ác thay, Malaysia không chấp nhận cho tị nạn. Ba tuần sau tàu hải quân Malaysia kéo tàu chúng tôi qua hải phận Indonesia, trước khi bỏ đi đã cảnh cáo bằng hai tràng đại liên bắn xung quanh hai bên mạn thuyền. Hết đường đi, tàu chúng tôi quay lại Malaysia, và thuyền trưởng lần này, oai phong lẫm liệt là một dược sĩ, chưa qua trường sĩ quan viễn dương ngày nào. Lại vào Malaysia, vào đúng cảng Mersing, lại bị kéo thêm một lần nữa. Thế rồi tất cả chúng tôi đổ bộ vào đảo Berhala, Indonesia. Đó là ngày 27/3/1979.

Đảo dừa, Indonesia đẹp vô cùng. Trời xanh, biển xanh, dừa xanh ngả nghiêng theo gió, nhưng đảo không có nước ngọt, phải chờ thuỷ triều hạ xuống băng qua đảo Letung, có dân

Indonesia lấy nước suối mang về. Đến đây mang nợ người dân Indonesia đã chia cơm xẻ áo cho dân tị nạn. Hôm nay mùa Thanksgiving không còn gặp hay về được Letung, Anambas, để cảm ơn người dân ở đây. Họ gốc Hồi giáo nhưng hiền lành thương người lỡ đường. Vì vậy không phải ai Hồi Giáo cũng xấu. Nhớ lại đảo Letung ở nhóm đảo Anambas để nhớ lại tiếng hú cầu kinh của họ lúc ba giờ sáng mỗi đêm.

Ngày 8/9/1979 chúng tôi được tàu đưa đến đảo Kuku, nơi đây có 18,000 dân tị nạn. Và không lâu sau, ngày 23/9/1979 tàu Sea Sweep của tổ chức World Vision đưa chúng tôi về Tanjung Pinang.

Ngày 17/11/1979 tàu Aneka Express, đưa chúng tôi qua Singapore và ngày hôm sau lên máy bay Flying Tigers đến San Francisco.

Nay nhìn lại cuộc đời đã qua, bao nhiêu bạn bè thời trung học đã bỏ tôi ra đi trước. Những Trương Thành Tâm, xuất thân Võ Bị Đà Lạt, pilote trực thăng, Lâm Phát Giang cánh tay mặt Tướng Sáu Lèo Nguyễn Ngọc Loan, Vương Ngọc Lâm, tù cải tạo trên 10 năm, dù chỉ là y sĩ đại uý trong Quân Lực Việt Nam Cộng Hoà, Phạm văn Khánh ra đi trong chiến chinh. Nguyễn văn San, y sĩ Tai Mũi Họng, ra đi trên đường vượt biển, Nguyễn Long Hợp ra đi trên đường vượt biên bằng đường bộ...Ôi nói sao cho hết, biết bao nhiêu bạn bè đã ra đi trước hay sau ngày 30/4/1975 đau thương đó.

Nay anh em chúng ta trên đất nước Hoa Kỳ, các con cháu đã lớn khôn bay đi cùng khắp trên vạn nẻo đường, vui có, buồn có. Chúng ta là những người của thế hệ cũ của thế kỷ 20 trong khi nhân loại đã đi vào năm 2023 của thế kỷ 21.

Không phải thế hệ thứ hai, thế hệ thứ ba là các cháu chúng ta nay vượt lên, và chúng ta cứ đứng tại chỗ, nghĩa là lùi lại .Bao nhiêu biến chuyển trên thế giới tính từ ngày chúng ta đến đất nước này?

Chiến tranh cùng khắp. Thiên hạ không còn an bình. Đất nước Hoa Kỳ nay thay đổi đến chóng mặt tính từ ngày gia đình tôi đặt chân đến đây.

Những ngày tháng gần đây, tin buồn nhiều hơn tin vui. Những bạn bè một thời thân quen gặp mặt, lặng lẽ ra đi. Có bạn nay không còn đi đứng được, chỉ nằm; có người một tuần ba lần đi lọc máu vì thận suy...

Thế hệ chúng tôi nay đã vào đông, đi cuối con đường "Sinh, lão, bệnh, tử."

44 năm trên đất nước Hoa kỳ, nhưng gia đình tôi có 45 Lễ Tạ Ơn. Hãy tạ ơn Trời, Tạ ơn người. Biết bao nhiêu nói cho hết lời Tạ ơn. Tạ ơn cha, ơn mẹ sinh thành dưỡng dục. Công ơn như trời biển, bao giờ con trả hết món nợ này cho ba mẹ. Chưa trả, ba mẹ đã ra đi.

Tạ ơn đất nước Việt Nam đã nuôi gia đình tôi lớn lên một nửa đời người, dù có khó khăn, có đói khổ, có chiến tranh triền miên, nhưng làm sao không thương được đất nước tôi đã sống, lớn lên, chôn cất bao nhiêu kỷ niệm đầu đời.

Cảm tạ những thành phố quê hương tôi đã đi qua, đã sống, đã chia sẻ một phần đời tôi. Ôi những thành phố quê hương tôi thương mến.

Đà Nẵng của tuổi thơ bên dòng sông Hàn, với ngọn Tiên Sa, như cánh tay kéo dài của dãy Trường Sơn Đông. Phía xa, ngoài khơi Biển Đông là Cù Lao Chàm, một đảo nhỏ của Hoàng Sa còn sót lại. Cảm tạ những con đường trong thành phố rợp bóng phượng đỏ những ngày hè. Cảm tạ những bãi biển Mỹ Khê Thanh Khê tôi đã rong chơi...

Cảm tạ thành phố Huế, cổ xưa mộng mơ, với dòng Hương giang lặng lờ, nơi có người con gái nay là người bạn đường tôi thương. Cảm tạ Huế đã cho tôi hai năm học nội trú với các linh mục Dòng Thừa Sai Paris, đã để lại hạt mầm cho tôi biết tôi là con Thiên Chúa.

Cảm tạ thành phố Long Xuyên với Quân Y Viện Long Xuyên bên dòng An Giang, nước đục màu phù sa, nơi tôi đã có những tháng ngày êm đềm. Nhớ ơi là nhớ những chiếc tác rán xuôi ngược trên dòng, những chiếc xe lôi đi qua cầu Nguyễn Trung Trực...

Cảm tạ thành phố Đà Lạt với Trường Vỏ Bị Quốc Gia Việt Nam, nơi tôi phục vụ có những anh hùng Vỏ Bị một thời đã gìn giữ quê hương Việt Nam.

Và cảm tạ thành phố Saigon, dù hôm nay mất tên, nhưng mãi mãi trong tôi vẫn là Saigon, thành phố tôi sống lâu nhất và để lại cho tôi biết bao mộng đẹp và kỷ niệm. Cảm ơn Saigon đã cho tôi phục vụ một thời gian dài tại Tổng Y Viện Cộng Hoà, để chăm sóc và thương mến các anh em thương binh.

Cảm ơn tất cả các thành phố tôi đã đi qua trên quê hương tôi. Nó không phải là những vùng đất nước vô tri, vô giác. Khi chúng ta nhìn lại những nơi này đã cất dấu biết bao nhiêu kỷ niệm, những thành phố đó bỗng sống lại như có hồn. Mỗi con đường, mỗi hàng cây, mỗi con sông chảy qua thành phố mang sức sống cho đời, kể lại cho tôi nghe những ước mơ, những mộng đẹp những ngày tháng qua.... Và tôi lại nhớ lại bài thơ của Alphonse de Lamartine (1790-1869)

MILLY OU TERRE NATALE

Pourquoi prononcer ce nom de la patrie ?

Dans son brillant exil mon coeur en a frémi ;

Il résonne de loin dans mon âme attendrie,

Comme les pas connus ou la voix d'un ami.

Montagnes que voilait le brouillard de l'automne,

Vallons que tapissait le givre du matin,

Saules dont l'émondeur effeuillait la couronne,

Vieilles tours que le soir dorait dans le lointain,

Murs noircis par les ans, coteaux, sentier rapide,

Fontaine où les pasteurs accroupis tour à tour

Attendaient goutte à goutte une eau rare et limpide,

Et, leur urne à la main, s'entretenait du jour,

Chaumière où du foyer étincelait la flamme,

Toit que le pèlerin aimait à voir fumer,

Objets inanimés, avez-vous donc une âme

Qui s'attache à notre âme et la force d'aimer ?..

MILLY hay QUÊ HƯƠNG

Tổ quốc ơi, sao ta phải gọi tên em?

Trong cuộc sống lưu đày, tên em làm tim ta rung cảm;

Tên em vang vọng từ xa trong tâm hồn dịu dàng của ta,

Giống bước chân quen, hay tiếng nói bạn hiền.

Hỡi những ngọn núi bị che phủ bởi sương thu,

Những thung lũng trải đầy sương sớm,

Những cây liễu bị người cắt tỉa tước ngọn,

Những tòa tháp cũ từ xa sáng lên dưới ánh nắng chiều.

Những bức tường đen theo năm tháng, những sườn đồi, những con đường dốc,

Vòi phun nước nơi những người chăn cừu lần lượt đến ngồi

Chờ đợi từng giọt nước trong vắt hiếm hoi,

Và với chiếc bình trong tay, họ thảo luận tin tức trong ngày,

Và đây, mái nhà tranh nơi có bếp lửa hồng.

Lữ khách tha hương, thương mái ấm khói vấn vương.

Hỡi các vật vô tri, các ngươi có hồn chăng?

Hồn các ngươi quyện lấy hồn ta và cho ta sức mạnh yêu thương.

Alphonse de Lamartine đi đâu đó trên quê hương Pháp quốc của ông, sao ông nhớ Milly, nơi chôn nhau cắt rốn của ông. Ông đâu có biết sau ông có những người Việt đã bỏ quê hương mình đi năm châu bốn biển?

Ôi, cảm tạ quê hương Việt Nam tôi, đi đâu rồi cũng nhớ cũng thương.

Cảm tạ đất nước Hoa Kỳ đã cho gia đình tôi chọn nơi đây làm quê hương thứ hai, đã giúp đỡ chúng tôi những ngày đầu đời đặt chân tới đất nước này, làm sao quên ơn được.

Cảm tạ 58,220 chiến binh Hoa Kỳ đã hy sinh trên chiến trương Việt Nam. Cảm tạ những cựu chiến binh Hoa Kỳ đã để lại một phần thân thể và máu xương trên quê hương tôi.

Và con ai nữa để cảm tạ, ngoài cha mẹ, quê hương. Còn nhiều lắm...

Cảm tạ người bạn đường cùng đi chung với tôi lên đèo xuống thác, cùng chia vui xẻ buồn qua bao năm tháng. Còn bao nhiêu năm tháng nữa bên nhau?

Cảm tạ những bạn bè cùng chia vui xẻ buồn.

Cảm tạ Đức Mẹ đã đi với con trong những giờ gian nan tuyệt vọng

Và cuối cùng không quên Thiên Chúa là Cha, và Chúa Giêsu của con luôn để mắt nhìn đứa con thân yêu trên con đường gập ghềnh gian nan khổ ải này.

Xin cảm tạ, và ngày Thanksgiving không phải chỉ mỗi năm có một ngày, nhưng là mỗi ngày trong năm là một ngày Tạ Ơn Chúa, Tạ Ơn Đời.

Phương Tuấn

Cung-oán ngâm-khúc

Cung-oán ngâm-khúc

(trích đoạn 49-76)

...Kìa thế cục như in giấc mộng,
Máy huyền vi mở đóng khôn lường,
Vẻ chi ăn uống sự thường,
Cũng còn tiền định khá thương lọ là.

Đòi những kẻ thiên ma bách chiết,
Hình thì còn bụng chết đòi nau,
Thảo nào khi mới chôn nhau,
Đã mang tiếng khóc ban đầu mà ra!

Khóc vì nỗi thiết tha sự thế,
Ai bày trò bãi bể nương dâu,
Trắng răng đến thuở bạc đầu,
Tử, sinh, kinh, cụ làm nau mấy lần.

Cuộc thành bại hầu cằn mái tóc,
Lớp cùng thông như đúc buồng gan,
Bệnh trần đòi đoạn tâm toan,
Lửa cơ đốt ruột, dao hàn cắt da.

Gót danh lợi bùn pha sắc xám,

Mặt phong trần nắng rám mùi dâu,
Nghĩ thân phù thế mà đau,
Bọt trong bể khổ, bèo đầu bến mê.

Mùi tục vị lưỡi tê tân khổ,
Đường thế đồ gót rỗ kỳ khu,
Sóng cồn cửa bể nhấp nhô,
Chiếc thuyền bào ảnh lô xô mặt ghềnh.

Trẻ tạo hóa đành hanh quá ngán,
Chết đuối người trên cạn mà chơi.
Lò cừ nung nấu sự đời,
Bức tranh vân cẩu vẽ người tang thương...

Ôn Như Hầu Nguyễn Gia Thiều

The Lament of an Odalisque

(verse 46-76)

The world in front of us perfectly resembles a dream,
Its mysterious and delicate machinery unpredictably opens and closes,
More important things aside, even mundane acts like eating and drinking
Are unfortunately decided in advance.

Many lives are fraught with so much stress and failures,
People are still there but inside they have died many times,
No wonder on the same day when their placenta was buried,
They had entered this world with their first cry.

They cried for the slings and arrows of life,
Who created this game of perpetual change?
From childhood until old age,
How many times do we suffer death, birth, fear and scares?

Success and failure stunt our hair,
Impasses and advancements petrify our liver,
This illness of life erodes like acid into our heart,
Hunger burns our entrails, the cold cuts into our skin.

In our pursuit of wealth and fame, our heels are tinged gray with mud,
Our weather-beaten face is sunburnt like a strawberry,
It hurts to think of our drifting destiny,
Like foams floating on the sea of suffering, duckweed at the shore of delirium.

The taste of life numbs our tongue with its bitterness,
Our heels are bruised on the rugged path of life,
Among rolling waves at the river estuary,
The boat of illusion heaves and plunges in the whirlpool.

The creator, like a meddlesome child, disgusts us,
It takes pleasure in drowning people on dry ground,
In its immense oven, it bakes all the things to life.
In the picture drawn by moving clouds, how miserable is the human shape.

Translated by Hien V. Ho

11/5/2020

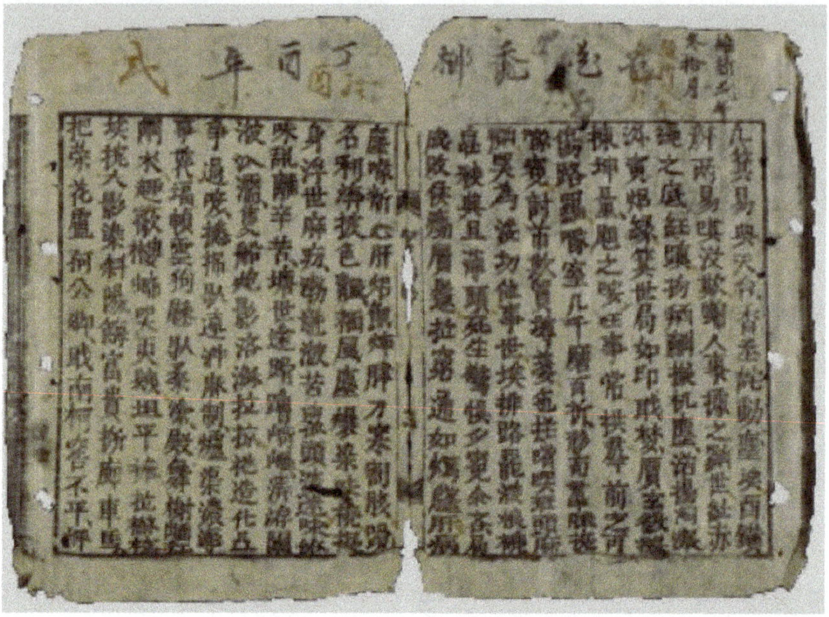

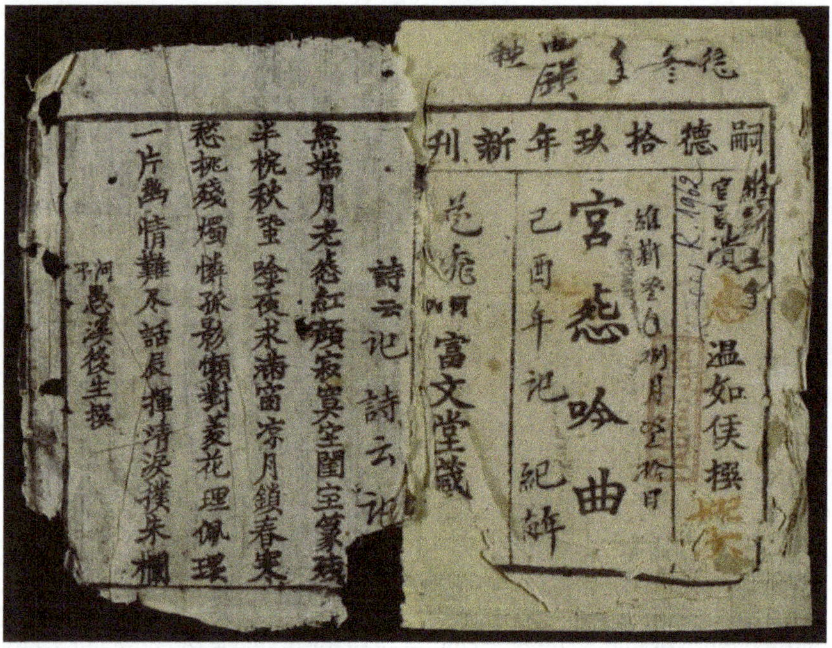

Woodblock print of Cung-oán Ngâm-khúc (early 20th century) at the National Library of Vietnam (https://sea.lib.niu.edu/islandora/object/SEAImages:nlvnpf0012collection#page/10/mode/1up)

Ôn Như Hầu (Marquis) Nguyễn Gia Thiều was born in the village of Liễu Ngạn, province of Bắc Ninh 1741. and died in 1798 in his native village.

His father was a high ranking general and his mother was the daughter of a Trinh Lord whose family had its own court and who was the real power behind the King who reigned only in name.

Educated since an early age in letters as well as in martial arts at the Trinh court, he served in the military since the age of 18. For his military achievements and because he was trusted by the powerful Trinh Lord, he was given the title of Marquis (Hầu). However, in his later years, is public service was more erratic, he enjoyed poetry, literature, history and religion and led a quiet life of leisure.

After the fall of the Lê dynasty in 1786 caused by the Tây Sơn revolution, Nguyễn Gia Thiều declined an invitation to participate in the new administration under Emperor Quang Trung. He returned to his native village and stayed there until his death at the age of 57.

His main work in poetry, Cung-oán ngâm-khúc (The Lament of an Odalisque) of the elegy or "ngâm" genre , with 356 verses, was written in Vietnamese demotic characters (chữ nôm). The theme developed was about the sad condition of the abandoned and reclusive royal concubines. This classic work, deeply influenced by Buddhism and very pessimistic in its view of human existence, is also one of the main masterpieces of "nôm" literature.

宮怨吟曲
CUNG OÁN NGÂM KHÚC
分爲五回譯大法語並繪像形
CHIA NAM ĐOẠN, THU MỤC-LỤC GIẢI TIẾNG ĐẠI-PHÁP, MÀY VẼ HÌNH NGƯỜI.
L'ODALISQUE
MÉCONTENTE
(Poème populaire annamite)
DIVISÉ EN 5 CHANTS ET SUIVI D'UNE TABLE ANALYTIQUE
TRADUITE EN FRANÇAIS
Orné d'une gravure
Transcrit et publié
par
EDMOND NORDEMANN
CHEF DU SERVICE DE L'ENSEIGNEMENT EN ANNAM
OFFICIER DE L'INSTRUCTION PUBLIQUE
DEUXIÈME ÉDITION
Prix..... 0$20
Frais de poste en sus.
中圻監督學政吳低旻重訂
NGÔ-ĐÊ-MÂN GIÁM-ĐỐC HỌC-CHÁNH TRUNG-KÌ
GIẢI NÓI THÊM
HANOI. — 1911
Imp. MẠC-ĐÌNH-TƯ, 136 RUE DU COTON

Cung-oán ngâm-khúc has been translated in French several times. A French version titled "L'Odalisque mecontente" was published in Hanoi in 1911 by Edmond Nordemann who also translated many other Vietnamese classical texts such as Kim Vân Kiều, Bích Câu Kỳ Ngộ, Gia Huấn Ca (by Nguyễn Trãi), wrote a manual of Vietnamese traditional medicine and many treatises about Vietnamse and Chinese languages .

"L'Odalisque mecontente" has a preface written in Vietnamese by the translator himself, using a Vietnamized version of his French name:Ngô-Đê-Mân:

"This poem "The Discontented Odallsque" is written by a Marquis of On-nhu who is said to have lived towards the end of the Le dynasty. It is probable that this dignitary, endowed with a penetrating and lucid mind, a flexible and shrewd intelligence, was first taken in affection by the sovereign and provided with the highest offices. But the prince, quite inclined to listen to both sides, would then have grown weary of the marquis, whom he would eventually dismiss.

Evoking in his disgrace centuries of Chinese antiquity, the courtier poet discovered that a young odalisque, whose talents and virtues were linked to an accomplished beauty, had a fate as unhappy as his. He decided to take advantage of this similarity of situations and took the subject of this elegy. Although its words are full of sadness and bitterness, its meaning is elevated, it shows the author's vast erudition, and allusions to ancient books abound. In truth, it is an endearing poem, worth reading." (**translated from French by Hien V. Ho**)

TỰA

Khúc Cung-oán-ngâm này là của ông Ôn-như-hầu (1) làm ra, đâu là người cuối đời nhà Lê. Ý khổ ông ấy là người thông-minh tri-thức, trước thời vua yêu-dùng, sau thời vua hay nghe người này người khác, rồi chán, bỏ ông ấy.

Ông ấy nhân xem thấy đời xưa bên Tầu có nàng Cung-phi (2) có tài-đức có nhan-sắc mà cũng lỗi thời như mình, mới mượn ý ấy làm ra khúc ngâm này. Nhời tuy ai-oán, mà ý thời cao, học thời rộng, dùng nhiều sự-tích điển-cố, thật là hay giéo-giắt, nên xem.

Này tựa.

NGÔ-ĐÊ-MÂN

TRADUCTION DE LA PRÉFACE PRÉCÉDENTE

Ce poème « *L'odalisque mécontente* » a pour auteur un Marquis de Ôn-như (1) qui aurait vécu vers la fin de la dynastie des Lê. Il est probable que ce dignitaire, doué d'un esprit pénétrant et lucide, d'une intelligence souple et avisée, fut d'abord pris en affection par le souverain et pourvu des plus hauts emplois. Mais le prince, assez enclin à écouter les uns et les autres, se serait lassé ensuite du marquis, qu'il aurait fini par écarter.

Evoquant dans sa disgrâce les siècles écoulés de l'antiquité chinoise, le poète courtisan découvrit qu'une jeune odalisque (2), dont les talents et les vertus étaient alliés à une beauté accomplie, avait eu un sort aussi malheureux que le sien. Il résolut de tirer parti de cette similitude de situations et y puisa le sujet de cette élégie. Bien que les paroles soient empreintes de tristesse et d'amertume, le sens en est élevé, il y est fait preuve d'une vaste érudition, les allusions aux livres anciens y abondent. En vérité, c'est un poème fort attachant, qui mérite d'être lu.

Tel est l'objet de cette préface.

NORDEMANN

(1) On ne connait de lui que ce titre, on ignore son nom.
(2) On n'en donne également que le rang, sans la nommer,

A Vietnamese author, Phạm Gia Kính, translated it into French in 1945 under the double title: "Plainte du harem ou La désenchantée " (Complaint from the harem or The disillusioned).

The following excerpt in French corresponds to the text under discussion:

Oui le monde que nous regardons est semblable à un rêve.
Ses ressorts mystérieux vont et viennent à notre insu,
Manger ,boire actes futiles et vulgaires
Et pourtant, hélas! tout cela n'en n'est pas moins fixé d'avance!

Nombreux sont ceux-là qui s'imposent mille peines et cent fatigues:
Ils existent bien d' apparence, mais leur cœur est mort de longtemps.
Comment s'étonner qu'à peine hors du sein maternel
Nous apportions déjà des pleurs, en premier tribut à la vie?

Nous pleurons, par pitié les choses de ce monde.
Qui donc inventa ce drame, où alternent la mer et les champs de mûriers?
Depuis nos premières dents blanches jusqu'aux cheveux d'argent de la vieillesse,
Mort, naissance, inquiétude ou crainte, quelle torture de chaque jour !

Le souci des échecs et des succès dégarnit presque notre front,
L'alternance des beaux et mauvais jours semble nous brûler jusqu'au foie,
Les maladies viennent souvent nous déchirer coeur ou poitrine,
Le feu de la faim dévore nos entrailles, les couteaux du froid coupent notre chair.

Dans la course aux honneurs et aux gains nos talons se salissent de boue grise,
Vents, poussière ou soleil halent nos faces couleur de mûres.
Quelle douleur de songer à l'instabilité de l'homme

Ecume flottant sur la mer des souf rances, lentilles d'eau dérivant vers le port des rêves.

Toutes les saveurs de ce monde à notre langue sont acres ou amères

Le chemin de la vie meurtrit nos talons fatigués.

Sur les vagues irritées dans le havre incertain que battent les flots,

Notre esquif d'ecume et de chimeres se debat à la surface des eaux.

Créateur inconscient, quelle est ta cruauté!

Tu t'amuses à nous noyer jusque sur la terre ferme,

C'est à un feu ardent que tu fonds nos destins.

Quel tableau! Une meute de nuages courant après un fantôme, ni mer ni mûriers!

From Cung Oan Ngam Khuc

Traduction française de Phạm Gia Kính

Plainte du harem ou La désenchantée.

Hanoi

Editions Alexandre de Rhodes

1945

Hien V. Ho

11/6/2020

Câu chuyện ngắn ... cuối cùng

Trìu mến gửi về Hồng Hạnh

(Thay lời mở đầu : Blaise Pascal có nói: Le moi est haissable. Tạm dịch : Cái tôi đáng ghét. Thông thường tác giả khi nói về mình đều có khuynh hướng ...tự đánh bóng chút đỉnh, không ít thì nhiều. Tôi cố gắng tránh lỗi lầm cổ điển này. Và câu chuyện tôi kể sau đây có thật 100%. Đọc xong, nếu quý vị tin thì may mắn cho tôi lắm. Bằng không, tôi bóp bụng chịu chứ biết thưa kiện cùng ai?)

Các cụ mình có dạy : Nhân sinh bát thập cổ lai hy. Xưa nay ít ai sống quá 80 tuổi. Vậy mà vợ tôi đã cà rịch cà tang vượt qua mức này nhưng dọc đường gió bụi vô tình lại móc ngoéo thêm trên vai một căn bệnh bất trị: Bệnh tiểu đường. Rầu thúi ruột. Hơn 40 năm rồi. Viết như vậy để mọi người thấy ngay sức khỏe của vợ tôi rất mong manh.

Tôi sợ vợ tôi té nên lúc nào cũng ở bên cạnh dìu bà ấy. Nhiều người thấy hai cụ già tóc bạc đi bên nhau, la lên: trông TÌNH TỨ QUÁ. Nhiều chiếc xe còn chạy chậm lại, kéo kính xuống và bóp còi: LÃNG MẠN GHÊ!

LÃNG MẠN GHÊ!!. Tôi chỉ còn biết giơ tay chào lại và cười như ...MẾU. Tôi không nặng phần trình diễn như mọi người tưởng.. Tôi làm như vậy chỉ vì ....trên phương diện toán học cũng như vật lý học, bốn chân..vững hơn ..hai chân. Tình tứ gì đâu. Lãng mạn chỗ nào? Quá thực tế thì có. Vợ tôi mà té, gãy xương phải đi xe lăn là..đời tôi KHỐN NẠN !!!.. Còn tôi? Một cậu học sinh, ở tiểu học chuyên đá banh[44] trước sân Ga Dalat với trái tennis. Trụ gôn là hai cục gạch. "Cầu thủ" là những đứa trẻ lối xóm cùng tuổi. Lên trung học, đại học, "ngon lành" hơn, có giày dép, đai nịt đình huỳnh để tranh tài cùng các trường bạn. Sang Mỹ, tôi làm cho một hãng thuốc tây: the Upjohn Company[45]. Đây một công ty lớn có cả chục ngàn nhân viên. Nghiệp chướng chưa để tôi yên. Số là hãng tôi có lập 12 đội đá banh, gọi league để đấu với nhau. Tôi thuộc một thành viên trong league đó, tuy không giỏi hơn ai nhưng lâu lâu cũng làm bàn một vài trái đủ để đồng đội cũng biết mặt, biết tên.

Sức khoẻ tôi như đã tả trên tạm gọi là ổn nên tôi dùng để chăm sóc người vợ hiền, người vợ đã từng chung sống với nhau hơn 56 năm mà không một lần lớn tiếng[46]. Chăm sóc cho vợ thật kỹ là hợp tình, hợp cảnh và hợp lý nhất rùi ! Thắc mắc làm chi cho mệt?

Chúng tôi vào một tiệm ăn trung bình gần khu Phúc Lộc Thọ. Vợ tôi có vẻ hơi mệt. Nhìn mặt tôi đoán chừng lượng đường nàng hơi thấp[47]. Nhưng không nói ra sợ nàng lo.. Lát nữa về tôi sẽ thử máu cũng không trễ. Nhà gần mà!

---

[44] *Người Mỹ gọi là soccer.*

[45] *Hãng này bào chế ra Lincocin, Depo Provera v v .* Mấy cụ Thầy chích chắc còn nhớ

[46] *Không một lần lớn tiếng : ĐÚNG nhưng nhỏ tiếng thì hơi nhiều, Thét rồi cũng quen....*

Người bồi bàn thấy khách mới vào bèn mang tờ thực đơn tới. Tôi gạt đi, cười: tôi thuộc rồi.

- Cho tôi một đĩa bún tôm thịt nướng. và một tô bún bò Đà Nẵng.
- Chắc ông muốn nói " bún bò Huế
- Xin lỗi tôi nói nhầm.. Bún bò Huế.

Khổ quá, tôi luôn luôn bị ám ảnh bởi cuộc di tản kinh hoàng năm 75. Nếu tôi không nhanh chân, chạy vào được đến Đà Nẵng thì đã bị mấy bố Việt Cộng vồ được ở Huế và gửi đi hoc tập cải tạo ..: Mút mùa Lệ Thủy: . Lúc đó hết ...ti toe.

Thức ăn được mang ra. Tôi nói:

- Em cứ từ từ mà ăn. Không gấp. Mình chẳng có hẹn với ai.

Tôi nếm thử nước dùng, đang suýt soa vì tương ớt quá cay thì bỗng có một bà khoảng trên dưới 50 tuổi lại chào. Bà có thân hình gọn gàng, tóc tai chải chuốt, ăn mặc đúng mode. Phải nói ngay bà không đẹp nhưng dễ nhìn và chiếm được cảm tình của người đối diện..

- Con kính chào hai bác.
- Dạ chào bà, tôi đáp
- Con ngồi chiếc bàn ngay đằng sau hai bác.
- ???
- Và con vô tình thấy hết, từ đầu chí cuối.. Con thấy bác xuống xe, đi vòng ra sau ở cửa cho bác gái xuống, dìu bác gái vào tiệm, bác chọn bàn này.. .
- Nghe đến đây tôi cảm thấy thực sự không thoải mái vì có làm gì nên tội đâu để bị theo dõi.
- ????
- Bác cẩn thận lau muỗm, đũa bằng giấy napkin
- Nghe đến đây, tôi hết bình tĩnh định đứng dậy phản đối thì bà ta giơ tay ra hiệu: -
- Xin cho con được nói tiếp.
- Ba con làm giống hệt bác trai, chiều Mẹ con hết mình.
- Tôi bỗng ân hận, hơi nóng nảy bèn đổi thái độ và cách ưng hô
- Thế hai bác đâu rồi?? Hai bác có khoẻ không, con?
- Giọng cô gái lạc hẳn đi : Ba má con mất hết rồi

À, ra thế! Bây giờ thì chính tôi lạc giọng

- Hai bác xin chia buồn cùng cháu.
- Mấy giây nặng nề trôi qua.
- Con đến xin bác một hân hạnh:
- ????
- Con xin được trả tiền cho bữa ăn này!

Tôi ... nhẩy nhổm lên:

---

[47] *Lượng đường khoảng 100-125 mcg/ml thì tốt*

- Ấy chết! Ai lại làm như vậy? Hai bác không quen con, không biết con là ai lại nhận tiền của con. Rất tiếc bác không nhận được.

- Con NĂN NỈ

Tôi cứng rắn, lắc đầu:

- Cũng không được.!! Nhưng con đã trả tiền rồi.

Nói xong cô gái lại lễ phép chào chúng tôi, trở lại bàn và nhẹ nhàng cầm sắc ra về. Đến cửa cô còn quay lại, ra dấu chào.

Vợ chồng chúng tôi bối rối nhìn nhau. Bây giờ phải tính sao? Không dám đứng dậy ra về vì sợ nhà hàng gọi cảnh sát thưa chúng tôi ăn quịt.

Tôi quyết định chớp nhoáng: Coi như không có chuyện gì xảy ra. Và ra quày tính tiền thanh toán hóa đơn.

Bà chủ tươi cười:

- Hai bác khỏi phải trả vì bà ban nãy đã trả rồi.

Chúng tôi cám ơn và ra về. Khi ngồi trong xe, tôi nói với vợ tôi: "Mình sẽ lấy trọn số tiền này cho người nghèo. Và anh sẽ viết lại câu chuyện này tặng Em. Không thêm không bớt. Đây là câu chuyện cuối cùng trong đời anh. Anh sẽ gác kiếm, à quên gác bút không viết nữa. MỆT RÙI!!. "

Hà Mai Kim

Mùa Giáng sinh 2023

Ông bà Cố

Những ngày đầu tháng 8 năm 2023 dễ thương làm sao, và để lại ấn tượng, dấu ấn không bao giờ chìm trong lãng quên. Ngày 3 tháng 8 2023 khoảng 8 giờ sáng, vợ chồng chúng tôi lên 'chức' ông bà Cố, cô cháu ngọai sanh đứa con gái đầu lòng.

Ông Cố và chắt

Bốn thế hệ

Bên gia đình mẹ tôi, ông bà, và rất nhiều cô, cậu sống rất lâu nhưng mẹ tôi, người chị cả lại mất lúc 49 tuổi và cậu út tôi ra đi ở tuổi 19 - cả hai đều bị bệnh "tim". Khi tôi qua Mỹ đi học lại thì tôi có cảm tưởng mẹ tôi trước khi qua đời có triệu chứng digitalis intoxication, ngay cả Bệnh Viện Grall cũng không làm digitalis monitoring. Khi tôi từ chiến trường về thăm mẹ tôi thì Bác Sĩ nói mẹ bị Gastro-Intestinal cancer vì mẹ chỉ còn da bọc xương và ói mửa. Tìm hiểu thêm thì BS chữa cho mẹ chuyên môn là radiology, nhưng lại hành nghề General practice. Vì phòng mạch ông BS này ở gần nhà nên mẹ đi bộ cho tiện không phải đợi taxi hay xe lôi đạp. Khi USArmy 3rd Field Hospital cardiologist đọc hồ sơ bệnh lý BV Grall mới cho biết mẹ có thể uống 'quá nhiều' gouttes digitalis. Mẹ ra đi rất êm đềm lúc 2 giờ sáng ngày 29 tháng 10 năm 1971, bốn tháng sau ngày diễn binh 19/6 mà tôi có mặt theo đoàn quân của Sư Đoàn 23 Bộ Binh trên đường Thống nhất thủ đô Sàigòn.

Mang tiếng là về Sàigòn nhưng đơn vị chúng tôi trú đóng trong Căn cứ Chuyển vận bên Khánh hội. Mẹ tôi rất quý con gái, và ao ước có đứa cháu nội gái để 'cưng chiều'. Ngoài ra Mẹ còn muốn cháu có tên 'Nam Trân'- cả hai ước muốn của Mẹ đều được thỏa mãn quá chậm tháng 10 năm sau.

Vậy chữ Cố có nghĩa gì? Google cho biết:

Theo Từ Điển Văn Học Việt Nam của cố Lm Trần Văn Kiệm, từ Cố 故 vừa là Hán Việt vừa là Nôm có ít nhất 7 nghĩa sau đây:

(1) Gắng sức: cố công mài sắt.

(2) Đành chịu: cố đấm ăn xôi.

(3) Cha mẹ của ông bà: ông bà cố.

(4) Gặp thế kẹt: Quân tử cố cùng cũng thẹn mặt.

(5) Linh mục Thiên Chúa Giáo: Cố đạo.

(6) Trao đồ lấy tiền rồi chuộc lại: cầm cố.

(7) Cha mẹ của những người làm quan hay đỗ cử nhân

Tìm kiếm thêm ở từ điển BS Lê văn Thu/ DS Nguyễn Hiền 2023, chữ Cố và những cụm từ bắt đầu bằng chữ Cố với chữ chót là cố ý- chiếm gần một trang giấy 143-144.

Sáng sớm hôm đó, ngay sau khi nhà thương phụ nữ UPMC Magee-Women's Hospital cho phép thân nhân vào thăm, vợ và con gái chúng tôi chụp tấm hình đầu tiên với cháu, một trong hai đứa bé dài và nặng nhất ra đời ngày hôm đó. Thành kính cảm ơn Chúa và Đức Mẹ đã ban cho cháu 'mẹtròn con vuông'. Riêng cá nhân tôi, tôi cảm tạ Chúa đã che chở tôi trong suốt cuộc chiến, trọn một năm tham dự hành quân mà vẫn thoát hiểm, ăn uống kham khổ ngoài chiến trường mà sức khỏe ít suy sụp, lại cho phép tôi được sống trong tự do qua biến cố 1975, và sống lâu có cháu có chắt, vui thú 'điền viên', ngoài ra gặp gỡ lại bạn bè cũ, 'cố nhân' qua du lịch, Internet, Facebook, Messenger, Viber, Facetime. Tôi không còn ảo tưởng, và mơ ước viển vông nữa. Tôi hoàn toàn thỏa mãn với những gì Chúa đã ban cho tôi và gia đình.Trên con đường đời tôi đã trải qua, tôi đã được quá nhiều bạn bè, ân nhân trợ giúp, niềm vui của tôi cũng là niềm vui của quý bạn . Cúi xin Chúa ban ơn lành cho các ân nhân và bạn con thật nhiều.

January 09 2024, một ngày mùa đông ,

Giáp phúc Hải,

Pittsburgh PA.

VI. KHẢO LUẬN

Phụ Nữ Ở Đông Nam Á

Barbara Watson Andaya, Hồ Văn Hiền dịch

<u>*Hình 1:*</u> *Các nữ sinh trước tòa đô chính Sài Gòn*

ngày 25 tháng 3 năm 1958, thời Đệ Nhất Cộng Hòa.

Giới thiệu:

Ở Mỹ hiện nay, hầu như mỗi ngày chúng ta đều được nghe về các phong trào tranh đấu cho nữ quyền. Chủ nghĩa nữ quyền (feminism) bao gồm các phong trào và hệ tư tưởng chính trị xã hội muốn xác định và thiết lập sự bình đẳng về chính trị, kinh tế, cá nhân và xã hội của hai giới nam và nữ, căn cứ trên định đề rằng các xã hội truyền thống đặt quan điểm của nam giới ở vị trí ưu tiên và do đó làm cho phụ nữ bị thiệt thòi. Những nỗ lực để thay đổi điều này bao gồm đấu tranh chống lại các hình ảnh do định kiến về giới (gender stereotype) và cải thiện các cơ hội và kết quả giáo dục, nghề nghiệp và giao tiếp cho nữ giới.

Có những khác biệt giữa tình trạng phụ nữ tại Mỹ và Á Châu, và chỉ trong nội bộ Á Châu, cũng lại có những khác biệt rất lớn giữa các vùng hay các nước. Một ví dụ rõ ràng nhất là các hoạt động ngoài xã hội và cơ hội giáo dục rất giới hạn của phụ nữ Afganistan hiện nay và phụ nữ ở Indonesia trong lúc hai nước đều đa số Hồi giáo. Về phương diện lịch sử, trong xã hội vùng Đông Nam Á người phụ nữ có vai trò lớn hơn là ở Trung Quốc hay Đông Á như Nhật và Korea. Một lý do được đưa ra là chế độ mẫu hệ từng hiện diện trong lịch sử Đông Nam Á, thay vì vai trò độc tôn của chế độ phụ hệ (Khổng giáo) . Bà Trưng, Bà Triệu, Đô Đốc Tây Sơn Bùi Thị Xuân là những nhân vật tiêu biểu cho vai trò đáng kể người phụ nữ trong lịch sử Việt Nam. Về tình hình Việt Nam hiện nay, một bài phân tích của Quỹ tiền tệ Quốc Tế cho thấy tỷ số phụ nữ Việt Nam đi làm thuộc loại cao nhất thế giới. Chiến tranh Việt Nam đã dẫn đến sự sụt giảm mạnh về dân số nam so với dân số nữ, đặc biệt ở nhóm tuổi trưởng thành. Khi nền kinh tế bắt đầu phát triển sau khi bắt đầu công cuộc Đổi Mới vào năm 1986, nguồn cung lao động sẵn có chủ yếu là nữ, và không có gì ngạc nhiên khi số lượng phụ nữ tham gia vào lực lượng lao động ngày càng nhiều. Cải cách Đổi Mới mang lại tăng trưởng kinh tế nhanh chóng, mở cửa nền kinh tế cho thương mại và dẫn đến đô thị hóa nhanh chóng. Trong khi vẫn còn một tỷ lệ lớn lực lượng lao động nữ tham gia vào lĩnh vực nông nghiệp, thì lao động nữ làm công ăn lương ngày càng tham gia nhiều hơn vào các lĩnh vực dịch vụ lớn và khu vực có vốn đầu tư trực tiếp nước ngoài.[48]

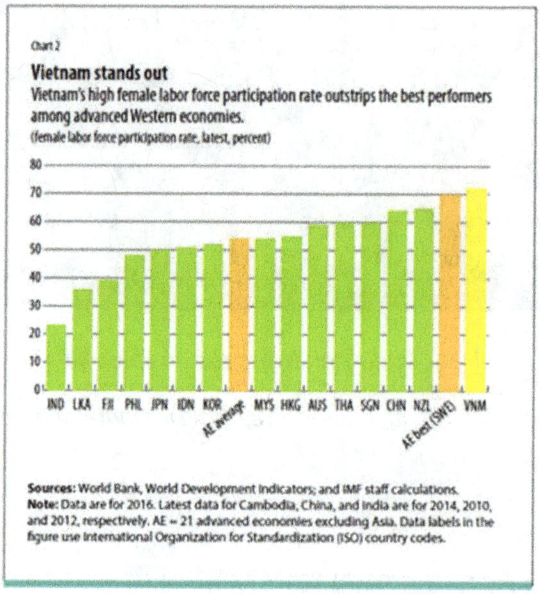

Hình 2: Tỷ lệ phụ nữ Việt Nam tham gia lực lượng lao động cao hơn các nước tây phương có nền kinh tế tiên tiến nhất.

[48] *As women advance in Asia's labor force, Vietnam is a standout*

https://www.imf.org/en/Publications/fandd/issues/2018/09/female-labor-force-participation-in-vietnam-banerji

Để chúng ta có một cái nhìn tổng quát về vai trò của phụ nữ Đông Nam Á, tôi xin dịch sau đây bài viết của Giáo sư Barbara Watson Andaya (sinh ngày 7/6/1943) là một nhà sử học và tác giả người Úc, nghiên cứu về Indonesia và Đông Nam Á vùng biển, về lịch sử phụ nữ ở Đông Nam Á, và Cơ đốc giáo trong khu vực; giáo sư về Á Châu học, và là giám đốc Trung tâm Nghiên cứu Đông Nam Á của Đại học Hawai (Manoa), cựu chủ tịch Hiệp hội Nghiên cứu Châu Á Hoa Kỳ (2005-2006). Bà là tác giả của cuốn sách The Flaming Womb: Repositioning Women in Early Modern Southeast Asia (Công Chúa Dạ Lửa: Tái định vị phụ nữ trong vùng Đông Nam Á thời hiện đại sớm) nghiên cứu về ảnh hưởng của địa lý, tôn giáo, và thương mại thế giới trên vị trí và vai trò của người phụ nữ trong khoảng thời gian năm 1500-1800.

Nguyên tác: Women in Southeast Asia

https://asiasociety.org/education/women-southeast-asia

PHỤ NỮ Ở ĐÔNG NAM Á CHÂU

Phụ nữ ở Đông Nam Á thời tiền hiện đại

Vùng Đông Nam Á có 11 quốc gia bao gồm hơn 550 triệu dân. Mặc dù có sự đa dạng lớn về ngôn ngữ và văn hóa, khu vực này có đặc điểm là vị trí của phụ nữ tương đối thuận lợi so với các nước láng giềng Đông Á hoặc Nam Á. Điều này từng được giải thích bởi một số yếu tố: theo truyền thống, quan hệ họ hàng được biểu hiện thông qua cả dòng bên mẹ và dòng bên cha; con gái không phải là gánh nặng tài chính vì tục lệ nhà trai phải trả tiền hay hiện vật cho nhà gái lúc cưới (bride price)[49]; một cặp vợ chồng thường hay sống với hoặc gần cha mẹ của

---

[49] Ở Việt Nam, nhà trai không "mua" cô dâu nhưng có sính lễ và ở một số nơi lễ "lại mặt", nếu ngay sau ngày cưới thì gọi là Nhị Hỷ, 3 ngày sau ngày cưới thì gọi là Tứ Hỷ, để đền công ơn cha mẹ cô dâu một cách tượng trưng. Trong ca dao vẫn dùng chữ "mua":

"Con gái là con người ta.

Con dâu mới thật mẹ cha mua về."

https://webdamcuoi.com/le-lai-mat-la-gi-y-nghia-cua-le-lai-mat/

Về "bride price", tạm dịch là "giá [mua] cô dâu", sau đây là một nhận xét về phong tục này ở Thái Lan và Indonesia:

"Vấn đề giá tiền mua cô dâu ở Thái Lan cũng tương tự như Indonesia. Đó là một cái giá cao ngất ngưởng mà chú rể phải trả. "Chi phí tiêu chuẩn có thể là 100.000 - 300.000 Baht (~ 3.200-9.600 USD). Có rất nhiều tiêu chí về giá cô dâu ở Thái Lan. Số tiền này dựa trên tình trạng, học vấn, nghề nghiệp và các thông tin về đời sống xã hội khác của hôn thê người Thái Lan (chẳng hạn như trinh tiết của cô ấy). Một phụ nữ Thái Lan thuộc tầng lớp trung lưu, có trình độ đại học xứng đáng nhận của hồi môn từ 100.000 đến 300.000 baht. Của hồi môn trị

người vợ; phụ nữ có vai trò nổi bật trong các nghi lễ bản địa; lao động của họ rất cần thiết trong lĩnh vực nông nghiệp, và họ chiếm lĩnh các chợ địa phương. Tuy nhiên, theo thời gian, sự trỗi dậy của các nhà nước tập trung và sự truyền bá của các triết lý và tôn giáo du nhập từ ngoài vào (Nho giáo, Đạo giáo, Phật giáo, Hồi giáo và Thiên chúa giáo) ngày càng tăng đặc quyền cho nam giới và nhấn mạnh sự phụ thuộc của nữ giới. Mặc dù những ảnh hưởng như vậy đáng chú ý hơn cả trong giới tinh hoa, nhưng sức mạnh của truyền thống địa phương luôn là một yếu tố dung hòa.[50]

---

giá một triệu baht cho một phụ nữ không có học thức với phương tiện khiêm tốn chỉ là điều nực cười. Giá của hồi môn Thái Lan giảm mạnh nếu cô dâu sắp cưới đã từng kết hôn, đã có con hoặc không còn trinh nữa.

...Giá cô dâu ở Thái Lan cũng trở thành trở ngại đối với một số cặp vì phía nhà gái yêu cầu giá cô dâu cao mà chú rể không đủ khả năng chi trả.

https://pssat.ugm.ac.id/the-price-of-love-bride-price-in-thailand-and-indonesia/#:~:text=The%20standard%20cost%20can%20be,(such%20as%20her%20virginity)

[50] *Văn sĩ Thế Uyên (1935-2013), viết về các nhà văn nữ trước 1975, đã phân tích về sự khác biệt giữa hai tầng lớp phụ nữ của đồng bằng sông Cửu Long:*

"Lui ra một khoảng cách không gian và thời gian, để thấy tại Nam kỳ lục tỉnh có hai thứ văn hóa, đạo lý song hành với nhau. Một là của tầng lớp trên, ảnh hưởng hơi nặng Khổng Mạnh, một thứ nho giáo nguyên thủy, nguyên chất hơn các miền khác. Lý do chính là khi tiến vào vùng đất mới, các quan lại và thầy đồ Việt đụng độ dân Cao Miên và dân Chàm thuộc một nền văn minh khác hẳn, chịu ảnh hưởng Ấn Độ, chứ không phải Trung Hoa nữa. Ngay cả Phật giáo miền này cũng là Tiểu thừa, chứ không Đại thừa quen thuộc cả ngàn năm. Và khi đụng độ một nền văn minh khác, cao chẳng kém gì mình, phản ứng người Việt là đề cao hẳn lên thứ nho học truyền thống của mình, áp dụng nguyên văn và khắt khe hẳn lên, như là phản ứng tự vệ về văn hóa nhằm bảo vệ bản sắc, căn cước của mình.

Đó là tầng lớp trên, thiểu số tất nhiên, nhưng không quá thiểu số vì thêm sự hiện diện của đồng minh, là cộng đồng Hoa đã đông thì chớ lại còn trải rộng trên địa bàn Nam Kỳ lục tỉnh, mà cộng đồng Hoa thì dù ở đâu trên trái đất, cũng bảo tồn được thứ văn hóa đạo đức của mình. Cộng các yếu tố vừa trình bày, tầng lớp trên của Nam kỳ thường "nhân lễ nghĩa trí tín", các nhà văn thơ hay "văn dĩ tải đạo", đời sống và sinh hoạt văn hóa nhiều nơi còn cổ kính hơn cả miền Bắc...

Nếu tầng lớp trên của Nam kỳ lục tỉnh sống đạo đức gò bó như vậy, tầng lớp dưới, tầng lớp nông dân ít chữ, thậm chí có nơi còn mù chữ, lại có nếp sống đích thực là dân khai hoang. Nghĩa là người nữ bình đẳng hơn với người nam, vợ chồng có bất đồng thì uýnh lộn nhau, chứ không có mục người vợ chịu ép một bề cho chồng đánh đập như miền đất cũ. Và dĩ nhiên truyện yêu đương và tính dục, cũng trực tiếp, nhanh chóng và thoải mái nhất nước. Trai gái đi đến đụng chạm thân xác dễ dàng, và cư xử với nhau bình đẳng, ít có mục con gái bắt đền con trai. Nếu gặp chàng họ Sở, chơi rồi chạy, người con gái có bầu vẫn có thể bình

Phụ nữ và chủ nghĩa thực dân

Trong thế kỷ thứ 19, các tài nguyên kinh tế của Đông Nam Á và vị trí chiến lược ở giữa Ấn Độ và Trung Quốc đã dẫn đến sự can dự ngày càng tăng của châu Âu. Đến những năm 1890, toàn bộ khu vực ngoại trừ Xiêm La (Siam, Thái Lan hiện nay) thuộc quyền kiểm soát của châu Âu. Ở một số khu vực, phụ nữ được tuyển dụng làm lao động lương rẻ trong các đồn điền (trà, đường, thuốc lá, cao su) và trong các nhà máy chế biến. Ở cấp làng xã, các chế độ thuộc địa đã củng cố vị trí chủ hộ của nam giới và đã "cải cách" những luật theo phong tục mà trước đó đã trao cho phụ nữ quyền tự chủ đáng kể. Các xu hướng tương tự cũng có thể thấy được ở Xiêm La, quốc gia duy nhất chưa từng bị đô hộ, nơi sự hệ thống hóa của luật pháp cũng làm chế độ phụ hệ mạnh mẽ hơn. Những phát triển này khuyến khích người ta muốn có con trai hơn là con gái. Tuy nhiên, phụ nữ vẫn có ảnh hưởng trong đời sống cộng đồng, thậm chí có lúc còn dẫn đầu các cuộc nổi dậy chống thực dân. Việc tăng tỷ lệ biết đọc biết viết của phụ nữ (đặc biệt là ở Philippines) và tiếp xúc với chủ nghĩa nữ quyền (feminism) của phương Tây đã khuyến khích phụ nữ trong tầng lớp ưu tú đối đầu với các vấn đề bất bình đẳng giới (gender inequality)[51].

Từ cuối thế kỷ XIX các phong trào dân tộc chủ nghĩa phát triển khắp Đông Nam Á. Các nhà lãnh đạo nam chú tâm vào độc lập chính trị, nhưng phụ nữ có học thức cũng quan tâm không kém đến chế độ đa thê, ly hôn, bạo lực trong gia đình và trách nhiệm tài chính của người cha. Tuy nhiên, phần lớn các phụ nữ được chính trị hóa đã chấp nhận lập luận của nam giới rằng nên trì hoãn sự chú ý đến các "mối quan tâm của đàn bà" cho đến khi giành được độc lập. Vậy mà, dù tích cực tham gia vào các phong trào chống thực dân, đôi khi ở vai trò tác chiến, nhưng thường là người tổ chức đình công, nhà báo, giao liên và điệp viên bí mật, phụ nữ vẫn được xem như là phụ tá hơn là đối tác ngang hàng. Thái độ như vậy vẫn thể hiện rõ trong các phong trào đòi độc lập bùng nổ sau khi sự đầu hàng của quân Nhật, là những người đã chiếm đóng hầu hết Đông Nam Á từ năm 1942 đến năm 1945.

---

tĩnh sinh con và nuôi con, không có cảnh bị làng xã bắt vạ như miền đất cũ. Đất nước đầy kênh rạch chằng chịt, người nữ chót lỡ bước có thể chống xuồng đi miền khác dễ dàng, làm lại cuộc đời."

(TÌNH DỤC VÀ CÁC NHÀ VĂN NỮ MIỀN NAM 1955-1975; trong phần nói về Nguyễn Thị Thụy Vũ)

https://sites.google.com/site/bienkhao/bk-6

[51] *Một điểm thú vị là ảnh hưởng của Tây phương về nữ quyền đã xảy ra theo chiều ngược lại, các bài viết ở Đông Nam Á và của phương tây nhắc nhiều đến vai trò lãnh đạo của Hai Bà Trưng và nhất là Bà Triệu với câu nói bất hủ năm 19 tuổi, đáp lời người hỏi bà về việc chồng con "Tôi chỉ muốn cưỡi cơn gió mạnh, đạp luồng sóng dữ, chém cá trường kình ở biển Đông, lấy lại giang sơn, dựng nền độc lập, cởi ách nô lệ, chứ không chịu khom lưng làm tì thiếp cho người!"*

Phụ nữ ở Đông Nam Á đương đại

Chiến tranh thế giới thứ hai kết thúc báo hiệu sự sụp đổ của chủ nghĩa thực dân của châu Âu ở Đông Nam Á. Về mặt lý thuyết, các quốc gia độc lập xuất hiện trong 15 năm sau đó đã cam kết thực hiện bình đẳng giới, nhưng điều này hiếm khi được chuyển thành hiện thực. Trong những năm gần đây, số lượng phụ nữ nắm giữ các chức vụ công đã tăng lên, đặc biệt là trong chính quyền địa phương, nhưng chỉ có ở Philippines là tỷ lệ phụ nữ trong chính quyền quốc gia tăng cao hơn mức 10%. Khi phụ nữ tham gia vào chính trường, họ thường thấy mình bị gạt ra ngoài lề trong một nền văn hóa do nam giới thống trị, với quyền lực thực sự nằm trong tay nam giới. Một số ít cá nhân từng nắm giữ các chức vụ chính trị cao nhất (chẳng hạn như Tổng thống ở Philippines và Indonesia) đã làm được như vậy vì họ là con gái hoặc vợ của một người đàn ông nổi tiếng. Họ đã không trở thành những người biện hộ (advocate) cho các vấn đề của phụ nữ, vì điều này sẽ có nguy cơ khiến các đồng nghiệp hay cử tri nam giới của họ xa lánh.

Việc phụ nữ tham gia chính trị nhiều hơn bị cản trở bởi cách thức tuyển dụng ứng viên cũng như thái độ cố hữu coi vai trò trước hết của phụ nữ là làm vợ và làm mẹ. Định kiến về giới tính trọng nam khinh nữ thường được củng cố trong sách giáo khoa ở trường và đôi khi được khuyến khích bởi các giáo lý tôn giáo. Ví dụ, các Phật tử vẫn tin rằng đầu thai làm phụ nữ mà không được làm đàn ông cho thấy rằng phước đức tích lũy qua các kiếp trước của mình vẫn còn thiếu. Hồi giáo Đông Nam Á theo truyền thống rất khoan dung, nhưng trong 20 năm qua, người ta đã nhấn mạnh nhiều hơn đến việc ăn mặc "chỉnh tề" (đặc biệt là việc khăn che đầu) và hành vi nơi công cộng [của phụ nữ]. Mặc dù tất cả các nước Đông Nam Á ngoại trừ Lào và Việt Nam đã ký "Công ước xóa bỏ mọi hình thức phân biệt đối xử với phụ nữ" và đã có những tiến bộ thúc đẩy bình đẳng giới, nhưng rất khó để thay đổi sở thích dành cho con trai, đặc biệt là ở Việt Nam với di sản Nho giáo mạnh mẽ.

Không dễ gì chúng ta có thể khái quát về vị trí kinh tế của phụ nữ Đông Nam Á vì khoảng cách phát triển giữa Timor Lorosae (Đông Timor), Campuchia và Lào (trong số các nước nghèo nhất thế giới), và Singapore và Brunei Darussalam thịnh vượng. Tuy nhiên, việc tiếp tục chấp nhận ý tưởng rằng phụ nữ có thể tạo ra và kiểm soát thu nhập của chính mình vẫn còn rõ ràng, mặc dù phụ nữ được trả lương thấp hơn nam giới cho cùng một công việc và các lựa chọn cho lao động phổ thông bị hạn chế. Ở các nước nghèo hơn và các vùng nghèo khó, điều này thể hiện rõ ở sự phổ biến của mại dâm và nạn buôn bán phụ nữ đáng lo ngại. Tuy nhiên, từ giữa thập niên 1960, khi các quốc gia Đông Nam Á dần chuyển sang các nền kinh tế định hướng xuất khẩu, phụ nữ được trả lương thấp hơn đã trở nên cần thiết cho công việc trong các nhà máy. Do đó, phụ nữ đã tích cực hơn trong các phong trào lao động. Với tư cách là người giúp việc gia đình ở nước ngoài, họ cũng ngày càng đóng vai trò quan trọng đối với nền kinh tế quốc gia, mang về cho gia đình những khoản tiền lớn. Do tình trạng thiếu hụt trên toàn thế giới, phụ nữ đủ tiêu chuẩn có thể tìm được việc làm ở nước ngoài trong các ngành có tay nghề cao như nghề điều dưỡng.

Khả năng đạt kỹ năng nghề nghiệp và thành tích bằng cấp cao hơn trước nhiều vì phụ nữ Đông Nam Á được tiếp cận nhiều hơn với giáo dục. Ngoại trừ Campuchia và Lào, số lượng phụ nữ tiến tới đào tạo sau khi tốt nghiệp trung học cũng đang tăng lên, và ở Brunei, Malaysia, Thái Lan và Philippines, số lượng nữ tốt nghiệp nhiều hơn nam; tỷ lệ của Việt Nam và Indonesia nam nữ gần như ngang nhau. Sự mở rộng trong lĩnh vực giáo dục đã góp phần vào sự nở rộ của các Tổ chức Phi chính phủ (NGO) hướng đến phụ nữ kể từ những năm 1980, mang lại kiến thức và kỹ năng tổ chức trang bị cho họ để họ có thể tranh luận về các vấn đề.

Bất chấp sự đa dạng về kinh tế, chính trị và văn hóa của khu vực, các quốc gia Đông Nam Á nhìn chung đạt hiệu quả tốt trong các thước đo về phát triển con người. Di sản của các mối quan hệ giới tương đối thuận lợi và khả năng phục hồi và tính thực dụng của các xã hội địa phương cho thấy phụ nữ Đông Nam Á có thể hướng tới một tương lai đầy hứa hẹn.

Hồ Văn Hiền

Ngày 12 tháng 3 năm 2022

Ngày 25 tháng 1 năm 2023

Đường Vào Đại Học Và Bình Đẳng Chủng Tộc

Hình 1: (Nguồn : The New York Post)

Đã mấy năm nay, một nhóm tên "Sinh viên tranh đấu cho được nhập học công bằng" (Students for Fair Admissions) kiện Đại Học Harvard về tình trạng mà họ cho là bất công lúc xét các ứng viên Á châu nộp đơn vào trường đại học ưu tú này của Mỹ. Nhóm này cho rằng

Harvard thực hành "affirmative action" (hành động khẳng định)[52] và "racial balancing" (quân bình chủng tộc) trong quá trình quyết định ai được nhận ai bị từ chối. Nếu không, theo họ, nếu chỉ căn cứ trên thành tích học tập (academics) tỷ lệ sinh viên Á châu được nhận sẽ là 43% tổng số, hay ít lắm 26% nếu xét thêm về hoạt động ngoại khóa, thể thao hay gia đình quen biết với trường "legacy"); chứ không thấp như mức 18.7% như hiện nay. Harvard thì cho rằng họ có lý do riêng của họ, và phân tích mỗi ứng viên như là một "con người toàn diện", dùng yếu tố màu da một cách uyển chuyển và như là một yếu tố trong nhiều yếu tố khác.

Tòa án Tối cao Hoa Kỳ ngày 29/6/2023 bác bỏ các chương trình tuyển sinh có cân nhắc yếu tố sắc tộc tại Đại học Harvard (trường tư) và Đại học North Carolina Chapel Hill (trường công), cấm dùng chính sách hỗ trợ người thiểu số trong tuyển sinh vốn lâu nay được vận dụng để tăng số lượng sinh viên da đen, gốc Mỹ Latinh và các nhóm thiểu số khác trong các trường đại học Mỹ.

Quyết định cột mốc này sẽ buộc nhiều trường cao đẳng và đại học Mỹ phải sửa lại chính sách tuyển sinh. Tòa phán quyết rằng các chương trình tuyển sinh theo chính sách hỗ trợ người thiểu số vốn cân nhắc tới sắc tộc của ứng viên như cách mà Đại học Harvard và Đại học North Carolina ở Chapel Hill đã làm là vi phạm cam kết về sự bảo vệ bình đẳng chiếu theo Hiến pháp Hoa Kỳ.

Chánh án John Roberts nói rằng "trong một thời gian dài, các trường đại học đã kết luận một cách sai lầm rằng tiêu chuẩn đánh giá căn cước của một cá nhân (the touchstone of an individual's identity) không phải là những thử thách đã người ấy vượt qua được, những kỹ năng được xây dựng hay bài học đã từng học được mà là màu da của người ấy. Lịch sử hiến pháp của chúng ta không chấp nhận sự lựa chọn đó."

Có người cho rằng quyết định này của Tòa án Tối cao Hoa kỳ sẽ tạo nên một chính sách tuyển chọn công bằng hơn, căn cứ trên giá trị, công lao, thành quả từng người (merit-based) mà không dành ưu tiên cho một chủng tộc nào, màu da nào, chấm dứt "hành động khẳng định" (affirmative action, còn được gọi là positive discrimination hay kỳ thị tích cực) giúp cho người "da màu" vào đại học với những tiêu chuẩn thấp hơn các nhóm khác. Tuy nhiên, cũng có người không đồng ý là sẽ có được công bằng hoàn toàn vì họ cho rằng những thước đo

---

[52] *Thuật ngữ "hành động khẳng định" lần đầu tiên được sử dụng ở Hoa Kỳ trong "Sắc lệnh hành pháp số 10925", được ký bởi Tổng thống John F. Kennedy vào ngày 6 tháng 3 năm 1961. Lệnh bao gồm một điều khoản rằng các nhà thầu chính phủ "thực hiện hành động khẳng định để đảm bảo rằng những người nộp đơn được tuyển dụng và nhân viên được đối xử công bằng trong quá trình làm việc, không phân biệt chủng tộc, tín ngưỡng, màu da hoặc nguồn gốc quốc gia".*

Hiện nay, hành động khẳng định là một chính sách nhằm tăng cường sự đại diện của các nhóm có hoàn cảnh khó khăn trong lịch sử về giáo dục, việc làm và các lĩnh vực khác.

giá trị cá nhân đó của các ứng viên cũng tùy thuộc vào những yếu tố tuy bề ngoài là kinh tế xã hội nhưng trong gốc rễ vẫn là chủng tộc, nhất là các đặc quyền thiên vị người da trắng và những sự kỳ thị làm thiệt thòi nhiều thế hệ của người da đen ở Mỹ.

Ngoài ra, những trường đại học ưu tú và kén ứng viên như Harvard thường nằm ngoài tầm ngắm của đa số phụ huynh, vì các trường này học phí quá đắt tiền và ưu tiên hiện nay thì lại dành cho những người thuộc chủng tộc không phải Á Châu; hoàn cảnh chúng ta tại Mỹ khác với một thiểu số nhỏ người Á châu di dân giàu có, từ những nước như Trung Quốc, Ấn Độ giàu phương tiện và muốn bằng mọi cách làm sao con cái họ chen chân vào, giật cho được một mảnh bằng từ các đại học tiếng tăm thế giới này.

Sau phán quyết cấm khẳng định chủng tộc giúp người da đen và người latinh này, những góc khuất về đặc quyền của người da trắng hay người lợi tức cao sẽ được những nhóm này soi mói , điều tra thêm: như "legacy admission" (di sản) dành cho những ứng viên có cha mẹ anh em là cựu sinh viên thường giúp cho các ứng viên phần đông là da trắng tăng xác suất được nhập học lên 7-8 lần so với sinh viên trung bình; các sinh viên nhà giàu, da trắng có phương tiện chơi giỏi những môn thể thao đắt tiền như kiếm đạo (fencing), bơi thuyền buồm (sailing) giúp cho họ đi "tắt" được nhận vào ê kíp thể thao của trường; nhà giàu cho trường đại học số tiền lớn (được trừ thuế) để lấy tiếng và do đó con cháu họ được vào nhập học ưu tiên (thường gọi là "trường hợp phát triển" hay "development cases"; gia đình khá giả trả tiền cho các dịch vụ tham vấn nhập học (college admission consultant) vài chục ngàn cho đến vài trăm ngàn để "gò" con cháu mình đồng thời móc nối với trường , có khi một cách phi pháp như trong vụ án "Operation Varsity Blues" mới đây của FBI vạch trần những "mánh" của giới giàu có chạy chọt cho con vào các trường danh tiếng và khiến nhiều phụ huynh phải vào tù.

Giữa các chu kỳ tuyển sinh đại học năm 2014 và 2019, 43% sinh viên da trắng được nhận vào Đại học Harvard là "di sản" (legacies), vận động viên được tuyển dụng, trường hợp phát triển (như đã nêu trong "Dean's Interest List" của Trưởng khoa) và/hoặc con của giảng viên/nhân viên Harvard.

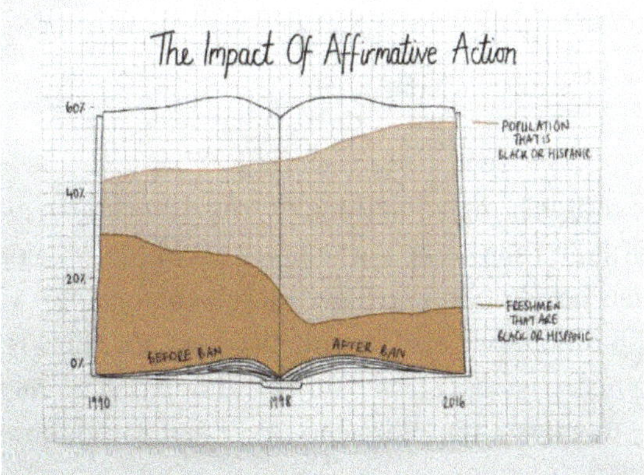

<u>Hình 2</u>: Một số tiểu bang đã cấm các chương trình "hành động khẳng định" (affirmative action) trong quá khứ. Điều này xảy ra ở California vào năm 1998, và từ năm 1998 (after ban= sau khi cấm), tỷ lệ người da đen và gốc latinh (black or hispanic) được nhập học vào vào năm đầu (freshmen) trường Berkeley của Đại học California, đã giảm từ 24% (trước khi cấm=before ban) xuống chỉ còn 13%. Giờ đây, hơn một nửa số người dân California ở độ tuổi đại học là người da đen hoặc gốc Tây

Ban Nha (đường biểu diễn trên) nhưng chỉ 15% sinh viên năm nhất của Berkeley, một trường ưu tú thuộc hàng đầu của Mỹ, là người da đen hoặc gốc Tây Ban Nha. (Nguồn: The Guardian)

Một số đại học đã và vẫn sẽ tìm cách thực hiện sự đa dạng, thu nạp (diversity, inclusivity) trong tập thể sinh viên của mình qua các ngõ ngách khác như nhìn vào giai tầng xã hội (qua trường học ở vùng nào, ứng viên ở khu bưu chính nào (ZIP code), cha mẹ xuất thân từ giai cấp nào, lao động chân tay hay trung lưu, chuyện kể của ứng viên trong luận văn nhập học hé lộ cho biết một cách gián tiếp chủng tộc của ứng viên.

Họ cũng đã và sẽ tìm cách "dìm" bớt những người gốc Á có thành tích học vấn cao nhưng sẽ chiếm tỷ lệ quá cao nếu cho những người này nhập học mà chỉ dựa trên kết quả khoa bảng (academics), do đó họ sẽ thêm những tiêu chí chọn lựa khác khá "mù mờ".

Ví dụ, theo báo The New York Times (ngày 15 tháng 6 năm 2018):

"Người Mỹ gốc Á đạt điểm cao hơn so với các ứng viên thuộc bất kỳ nhóm chủng tộc hoặc sắc tộc nào khác về các tiêu chí tuyển sinh như điểm kiểm tra (test score) điểm số và các hoạt động ngoại khóa, theo phân tích được thực hiện bởi một nhóm phản đối tất cả các tiêu chí tuyển sinh dựa trên chủng tộc. Tuy nhiên, phân tích cho thấy "đánh giá cá nhân" (personal rating) của sinh viên đã làm giảm đáng kể cơ hội được nhận của họ.

Cũng theo báo này, "Harvard liên tục đánh giá các ứng viên người Mỹ gốc Á thấp hơn những người khác về các đặc điểm như "tính cách hay nhân cách tích cực" (positive personality), dễ mến (likability), can đảm, tốt bụng và "được tôn trọng rộng rãi" (widely respected) theo một phân tích về hơn 160.000 hồ sơ sinh viên nộp...bởi một nhóm đại diện cho sinh viên Mỹ gốc Á trong một vụ kiện chống lại trường đại học."

Nói một cách khác, có vẻ như dưới cái nhìn của một số người Mỹ xét đơn nhập học, tuy các sinh viên gốc Á học giỏi thật, họ vẫn thấy một cái gì chưa hoàn chỉnh lắm đứng về phương diện cá tính và nhất là thích ứng xã hội.

Nhân đây, chúng ta thử nhìn lại những yếu tố cá nhân, gia đình, xã hội nào sẽ ảnh hưởng đến "căn cước" (identity) của những ứng viên khi họ nộp đơn nhập học vào các trường đại học.

Trí thông minh vs địa vị kinh tế gia đình xã hội

Một khảo cứu của The Brookings Institution, một viện nghiên cứu gồm trên 300 chuyên gia khảo cứu về các vấn đề chính sách công, kết luận rằng trí thông minh và ý chí (drive) giúp cho chúng ta thành công trong cuộc đời nhiều hơn là tiền bạc địa vị xã hội của cha mẹ. Và đây là những trường hợp ở Mỹ, một xã hội ổn định hơn nhiều so với những xã hội như Việt nam ngày trước, trong đó chỉ trong một ngày con người có thể "lên voi, xuống chó"và một cuộc đổi tiền hay đảo chánh đảo lộn tất cả, từ tài sản gia đình, cho đến bằng cấp đại học cũng có thể trở thành tờ giấy lộn.

Chính phủ Mỹ theo dõi một nhóm thiếu niên từ năm 1979 lúc họ thi trắc nghiệm vào quân đội Mỹ (Armed Forces Qualification Test) và xếp hạng họ theo mức thu nhập của gia đình thời bấy giờ, và so sánh với kết quả thành công hiện nay, tất nhiên là theo mức thu nhập, lúc họ trưởng thành.

Kết quả cho thấy những thành phần nhà nghèo nhưng trí thông minh cao (chỉ số IQ cao), có nhiều ý chí (drive), có nhiều khả năng thực hiện nếp sống trung lưu hay cao hơn "Con hơn cha, nhà có phúc"). Ngược lại, các em nhà giàu nhưng trí thông minh kém cỏi dễ bị tụt dốc bậc thang xã hội so với cha mẹ của mình. Trong nhóm một phần ba học sinh nghèo giỏi nhất, 40% trở nên khá giả, thuộc 40% 'top' về lợi tức. Trong khi đó, trẻ em tuy nhà giàu nhưng IQ thuộc 30% dưới đáy, đứng 'chót' về trí thông minh, hơn 1/2 sẽ thuộc nhóm 40% dưới đáy, thấp nhất về lợi tức. Nói cách khác, những trẻ thông minh và có chí sẽ "ăn nên làm ra", dù xuất thân gia đình nghèo. Ngược lại, nếu nhà giàu mà kém thông minh và ỷ lại, sẽ "không ai giàu ba họ" và mất chỗ đứng dễ dàng. (Tương tự như chuyện "Lưu Bình và Dương Lễ", tuy Lưu Bình chỉ ham ăn chơi, chứ đủ trí thông minh để kết cuộc thành công lúc về sau anh ta cố gắng học hành)

Ảnh hưởng vị thế kinh tế xã hội trên các thước đo khả năng trí thức hay trí thông minh:

Các nhà khảo cứu cũng nhắc rằng, không phải trí thông minh quyết định tất cả. Nếu chỉ về thăng tiến trong xã hội, được thông minh (smart), có chí tiến thân và con nhà giàu vẫn hơn con nhà nghèo có ý chí và thông minh. Và tất nhiên, không phải cứ con nhà giàu là 'ngu', lười biếng như trong các chuyện cổ tích của ta. Ở Mỹ hiện nay, cha mẹ càng giàu có thì con cái càng có cơ hội đi học trường tốt, có sức khỏe tốt và do đó có càng nhiều cơ hội để thành công sau này. Ngoài ra, vì chế độ xã hội tưởng thưởng cho những người có khả năng trí thức cao trong một nền văn hoá và kinh tế kiến thức (knowledge economy), bản thân cha mẹ khá giả , giàu có thường cũng là những người có chỉ số thông minh IQ cao, và do di truyền con cái họ sẽ thừa hưởng thêm nét ưu đãi này nữa.

Thống kê cũng cho thấy gia đình lợi tức càng cao, cha mẹ trình độ học vấn càng cao, thì điểm SAT của con cái thi để xin vào đại học Mỹ cũng có khuynh hướng cao hơn.

Cha mẹ làm 200,000 đô /năm, SAT con trung bình 1714 (trên điểm tối đa cũ 2400), trong lúc nếu cha mẹ làm 20,000/năm, SAT trung bình là 1326. (Washington Post)

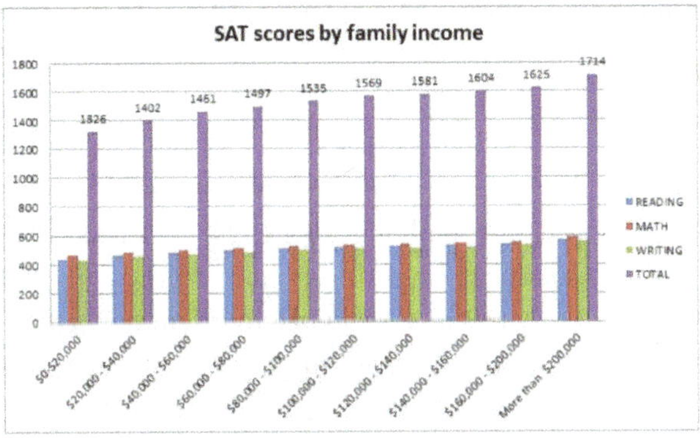

<u>Hình 3</u>: Điểm SAT trung bình (gồm 3 phần: đọc và hiểu, toán và luận văn) trên trục dọc, so với lợi tức của gia đình trên trục ngang (điểm SAT cũ, gồm 3 phần, tối đa 2400 điểm. SAT hiện nay 2 phần=800 Anh văn +800 Toán)(Source: The Washington Post)

Gần đây nhất, một nghiên cứu công bố (9/2017) cho thấy đối với học sinh tốt nghiệp trung học ở Mỹ, ba yếu tố sau đây làm giảm khả năng học đại học ('college readiness'), qua kết quả của kỳ thi ACT (ACT tương tự như SAT, gồm Anh văn, toán, đọc và hiểu, và học tập khoa học):

1) gia đình lợi tức thấp

2) cha mẹ chưa bao giờ học đại học

3) thành phần thiểu số da đen, gốc Mỹ la tinh 'Mễ'hay 'Xì'), hay Da đỏ, hay thuộc các đảo Thái Bình Dương. "Underrepresented minorities"mà thôi, không tính người gốc Á như Nam Á (ví dụ Ấn độ) hay Đông Á, thường gọi là "Asians"như Nhật, Nam Hàn, Trung Hoa, Việt Nam là những nhóm tuy thiểu số trong xã hội, lại được "đại diện quá nhiều" (overrepresented) trong giới sinh viên hay khoa bảng.

Trong các học sinh có cả 3 đặc điểm trên, chỉ 9% có đủ sức để vào college, so với 54% những học sinh không bị những thiệt thòi trên. Nếu chỉ bị một trong 3 điểm trên, tỷ lệ sẵn sàng cho college là 26% (ví dụ học sinh chỉ nghèo, nhưng cha mẹ từng học đại học và không thuộc nhóm thiểu số thuộc nhóm "ít"đi đại học)

Ở Mỹ, các trường đại học càng khó vào thì lại càng đông học sinh nhà giàu hay khá giả vì các học sinh này được chuẩn bị, khuyến khích và cố vấn kỹ hơn. Trong số sinh viên của các trường khó vào nhất, có tính cạnh tranh nhất, hết 72% sinh viên xuất phát từ gia đình thuộc 1/4 giàu nhất nước Mỹ. Chỉ có 17% sinh viên các trường "tinh hoa"(elite school) này là cần học bổng Pell Grant của chính phủ dành cho sinh viên túng thiếu. Dù sao, con nhà giàu mà kém cỏi cũng được một cái lưới an toàn nâng đỡ lúc bị tuột giò, không như con nhà nghèo thất bại là ... nghèo luôn..

Mặc dù xã hội Mỹ thuận tiện cho việc thăng tiến xã hội qua học vấn, chúng ta cũng không thể không nhớ đến câu ca dao của Việt Nam:

Con vua thì lại làm vua,

Con sãi ở chùa lại quét lá đa...

Tuy nhiên, người Việt là một ngoại lệ làm nước Mỹ ngạc nhiên. Ở Mỹ, vì tránh các khuynh hướng kỳ thị chủng tộc, người ta thường tránh né bàn về khác biệt trí thông minh do di truyền, do khác yếu tố gene, mà nhấn mạnh nhiều hơn đến các điều kiện xã hội thuận lợi hay bất lợi cho đứa trẻ.

"The Bell Curve": biểu đồ chỉ số thông minh

Mấy chục năm trước đây, hai tác giả nhà khoa học chính trị Charles Murray và tâm lý gia Richard Herrnstein của cuốn "The Bell Curve" (Biểu đồ hình chuông, 1994) đưa ra luận cứ rằng sự thành công của mỗi cá nhân cũng như của nước Mỹ tỷ lệ với mức thông minh bẩm sinh thể hiện một cách khách quan qua chỉ số thông minh (intelligence quotient hay IQ) của con người. Theo hai tác giả, điểm IQ này không thay đổi nhiều qua những gia đoạn khác nhau của đời người, 40-80% do ảnh hưởng của di truyền và không bị hoàn cảnh xã hội, kinh tế, sắc tộc làm lệch lạc (trái với luận cứ "politically correct"cho rằng IQ test ưu đãi các thí sinh thuộc gia cấp trung lưu, dòng chính và làm cho các thiểu số như đen hay la tinh thiệt thòi bị điểm thấp hơn một cách giả tạo). Họ cũng lý luận rằng IQ người Do Thái và người gốc Á Đông "East Asians" hay "Asians") thuộc loại cao nhất thế giới, hơn người da trắng, trong lúc đó thì IQ người gốc Mỹ Latinh và châu Phi thấp hơn. Họ cũng kết luận là nên ưu tiên di dân cho các nhóm ngoại quốc có IQ cao hơn, vì tương lai nước Mỹ.

Vị thế "người Châu Á"

Đối với chính trị Mỹ, thì đây là ngòi thuốc súng đe dọa sự sống chung hoà bình của các sắc dân, và quan điểm đúng đường lối nhất, "politically correct", là tiềm năng trí tuệ là cũng như ai, bất kể gốc gác, chỉ có bất công xã hội mới là cội nguồn của các sai biệt trong thành quả xã hội kinh tế của mỗi người. Một số nhân vật tiến bộ gốc Á cũng lo sợ bị kẹt giữa hai lằn đạn của một bên là Mỹ Trắng đa số và bên kia Mỹ Đen và Latinh, nên mau mắn nhảy ra ngoài vòng tranh luận, và từ chối luận điệu rằng người Á châu thông minh hơn, cho rằng đây chỉ là "âm mưu" người da trắng dùng người Á châu cho luận cứ kỳ thị của họ. Mấy mươi năm sau, cơn số này có giảm bớt đi. Tuy nhiên, trên thực tế là các học sinh Á Châu có điểm thi vào đại học (SAT: trắc nghiệm khả năng thành công học đường) cao hẳn hơn các sắc dân khác, và các nhóm thiểu số kia thì SAT vẫn thấp hơn, khiến các đại học "tinh hoa"như Harvard, Yale tìm cách chặn bớt làn sóng sinh viên da vàng lại, bằng cách xét những yếu tố không phải thuần tuý học hành như "cá tính", giai cấp và chủng tộc. Kết quả là để được chấp nhận vào một trường Đại học nổi tiếng như Harvard, một người "da vàng" phải có điểm SAT (tối đa 2400) 140 điểm cao hơn ứng viên người da trắng, 270 cao hơn ứng viên người "Hispanic" và 450 cao hơn ứng viên người gốc châu Phi. Hiện tượng này gọi là "kỳ thị ngược" đối với người da trắng vì họ là dân đa số mà lại bị người khác kỳ thị căn cứ trên màu da, nhưng đối với người da vàng có lẽ gọi là "kỳ thị kép"; có lẽ đúng hơn, vì họ bị kỳ thị hai lần, thứ nhất vì màu da, thứ hai vì ...học quá giỏi hay quá chăm chỉ. Mấy năm trước, chính quyền TT Trump (Cộng hòa, bảo thủ), từng đảo ngược chính sách "binh" các sắc dân thiểu số của người tiền nhiệm Dân chủ, TT Obama, lại khơi dậy cuộc tranh luận này; và bộ Tư Pháp Hoa Kỳ hồi đó điều tra các cáo buộc về "kỳ thị ngược" (reverse discrimination) đối với người da trắng.

Tóm lại, phán quyết mới đây của Tòa án Tối cao Hoa kỳ sẽ ảnh hưởng mạnh đến cách các các đại học Mỹ, nhất là các đại học ưu tú và 'kén" (elite, selective) chọn sinh viên mới mỗi năm vì không còn được phép dùng chủng tộc hay màu da như là một tiêu chuẩn để loại bỏ hay chọn một ứng viên. Số sinh viên da đen và latinh (gốc Trung, Nam Mỹ) sẽ giảm. Tuy nhiên, sự đa dạng (diversity) trong tập thể sinh viên vẫn là mục tiêu của hầu hết các trường đại học muốn thực hiện một mức công bằng xã hội nào đó cũng như một trải nghiệm phong phú cho sinh viên của mình. Bằng cách này hay cách khác, người ta cũng sẽ cố gắng nâng đỡ những sắc dân đang gặp khó khăn chen chân vào các trường ưu tú để trong đại học họ được đại diện tương ứng hơn so với thành phần của họ trong dân số nước Mỹ.

Trẻ em Việt Nam nhờ cố gắng cá nhân cũng như sự trợ giúp của gia đình và cộng đồng trong mấy chục năm qua thành công rực rỡ trong học đường Mỹ, mặc dù cha mẹ các em lúc mới đến phần lớn lợi tức rất thấp, trình độ học vấn, nhất là tiếng Anh không bằng ai và còn phải xây dựng cuộc sống mới trên một đất nước hoàn toàn xa lạ. Tuy vậy sự thành công đó không ít thì nhiều cũng nhờ vào các biện pháp khẳng định trước đây đối với người tỵ nạn trong những năm đầu tới Mỹ.

Những tiểu bang đông người Việt như California, Texas, Florida, Washington, Oklahoma, Arizona vẫn cấm dùng hành động khẳng định trước khi có án lệnh này.

Ưu tiên căn cứ vào chủng tộc thì chúng ta không được và màu da đương nhiên khó mà thay đổi, ưu tiên về "di sản" (legacy) thì đa số chúng ta chưa ở nước này đủ lâu để vào diện ưu tiên này, cho nên nói chung bãi bỏ các ưu tiên này không gây thiệt thòi gì cho chúng ta. Đối với con cháu chúng ta sắp bước vào đại học, hy vọng quyết định này của Tòa án Tối cao Hoa Kỳ sẽ giúp các em có nhiều cơ hội thuận tiện hơn không những lúc xin nhập học mà còn trên nhiều lãnh vực khác như xin học bổng, xin việc làm.

Chú thích:

Hiện nay, hành động khẳng định là một chính sách nhằm tăng cường sự đại diện của các nhóm có hoàn cảnh khó khăn trong lịch sử về giáo dục, việc làm và các lĩnh vực khác.

1) https://www.latimes.com/local/lanow/la-me-ln-college-admissions-scandal-legal-ways-20190318-story.html?ssp=1&setlang=en-US&safesearch=moderate

2) https://www.ivycoach.com/the-ivy-coach-blog/ivy-league/white-privilege-at-harvard/?ssp=1&setlang=en-US&safesearch=moderate

3) https://www.theatlantic.com/business/archive/2013/12/would-you-rather-be-born-smart-or-rich/281828/?utm_source=atlfb

4) https://www.insidehighered.com/news/2016/01/12/high-achieving-low-income-students-remain-rare-most-selective-colleges

5) https://www.washingtonpost.com/news/wonk/wp/2014/03/05/these-four-charts-show-how-the-sat-favors-the-rich-educated-families/?utm_term=.703439357db0

6) https://www.washingtonpost.com/local/education/we-didnt-know-it-was-this-bad-new-act-scores-show-huge-achievement-gaps/2017/09/06/c6397f36-9279-11e7-aace-04b862b2b3f3_story.html?utm_term=.2794ae5037d3

7) Do colleges discriminate against Asian-Americans? Team Trump is on the case. http://www.chicagotribune.com/news/opinion/page/ct-affirmative-action-justice-harvard-page-perspec-0806-jm-20170804-story.html

BS Hồ Văn Hiền

Ngày 4 tháng 7 năm 2023

VII. THƠ

Hỏi Người Tình

{Anh hỏi} Em ước mơ gì trong nắng xuân,
Khi hoa khoe sắc đẹp muôn phần,
Khi chim ca hót ngàn cung điệu,
Khi em rực rỡ tựa nàng Xuân ?

Em ước mơ gì trong nắng xuân,
Khi bao gió lạnh lịm tắt dần,
Khi muôn cây cỏ xanh tươi thắm,
Khi em mơn mởn tựa nàng Xuân ?

Em ước mơ gì trong nắng xuân,
Khi én đong đưa đã bao lần,
Khi bướm vờn hoa, hoa vờn bướm,
Khi em phơi phới tựa nàng Xuân ?

{Em đáp} Em ước tình mình mãi mãi xuân :
Dù cho hương sắc phôi pha dần,
Dù đóa hoa xuân tàn úa nhụy,
Duyên ta vẫn còn sắc hoa xuân.

Nguyễn Ngọc Rao

(Đắc Lộ 1962-1964)

Thu Sang

Buổi sáng hôm nay gió lộng ngàn,
Bứt lá vàng rơi xoáy miên man.
Thục nữ nhu mì ngơ ngẩn gió,
Đem kim đan chiếc áo ngự hàn.

Đàn chim ríu rít giã biệt nhau,
Kẻ ở người đi quyến luyến sầu.
Rồi đây trong tiết xuân êm ấm,
Biết có bao giờ gặp lại nhau !?

Trên cao mây xám quyện ngỡ ngàng,
Bên sông cây, cỏ hát hoang mang.
Có người lữ khách miền sơn cước
Dừng chân trên bến vắng tràng giang.

Nguyễn Ngọc Rao

(Đắc Lộ 1962-1964)

Khó Thở Quá

Bác Tám nằm tại phòngng bệnh viện.
Bác sĩ quen hiện diện bên giường
Vừa giải thích bệnh lý tỏ tường

Vừa đưa ra những lời khuyên bảo.

Đang lúc ông bác sĩ thuyết giáo,
Thì tình trạng bác Tám xấu đi,
Bác ngọ ngoạy ra dấu tức thì,
Xin miếng giấy và một cây bút.

Bác sĩ đưa giấy bút lập tức
Với thái độ rất mực ân cần.
Bác Tám nguyệch ngoạc viết vài dòng
Rồi gục đầu chết ngay lúc ấy.

Quá bất ngờ, bác sĩ cầm giấy
Không kịp đọc bác Tám viết chi
Trên tờ giấy bác mới vừa ghi.
Ông bỏ nó vào trong túi áo.

Tại đám tang, bác sĩ thuyết giáo
Và nói lời ai điếu giã từ,
Ông bùi ngùi, nhớ tới bức thư,
Liền thò túi rút ra tờ giấy.

Và ông nói: "... các bạn biết đấy,
Ngay trước khi bác Tám giã từ,
Bác đã viết cho tôi bức thư,
Hẳn là bác có điều nhắn nhủ."

Sau khi đã giới thiệu đầy đủ,

Bác sĩ trang trọng mở giấy ra

Và đọc thấy: "ÔNG BÁC SĨ À,

ÔNG ĐẠP LÊN ỐNG TRUYỀN DƯỠNG KHÍ!"

Trương Ngọc Thạch

Phỏng dịch

https://www.ba-bamail.com/jokes/funeral-jokes/?jokeid=782

To my friends from Foyer Alexandre de Rhodes

In a hostel in Saigon, long ago,

Lived hopeful souls, in times of war and woe.

Students all, they shared a bond,

Of memories and dreams, and hopes beyond.

Through wartime strife and danger near,

They stood together, conquering fear.

Escaping from their homeland dear,

To refugee camps, with futures unclear.

But through it all, one constant stayed,

Father Henri Forest, who never strayed.

A surrogate father to them all,

In times of hope and times of fall.

Rebuilding lives in a land anew,
The memories of the past they drew.
Of Father Henri, now defunct,
Whose love and guidance never sunk.

Now they reminisce of days gone by,
Of laughter and tears, of lows and high.
In that hostel in Saigon, long ago,
Where hundreds of souls faced war and woe.

Though many have passed, and time has flown,
Those who remain have joyfully grown.
They meet and celebrate, in memory dear,
Of Father Forest, whose legacy is clear.

Building a new generation of men,
Continuing his work, again and again.
The AFAR foundation stands strong,
For philanthropy in Vietnam, all along.

In that hostel in Saigon, long ago,
Lived scores of souls, who faced war and woe.
But through it all, they found their way,
And now they celebrate, each and every day.

Happy reunion AFAR!

Poem by Bing AI/Hiền V. Hồ

Gửi Các Bạn Đắc Lộ Của Tôi

Đã lâu rồi, tại Cư xá Đắc lộ
Hồn hy vọng trong chiến tranh, khốn khổ.
Sinh viên sống với gắn bó, sẻ chia
Những kỷ niệm, ước mơ, và hơn nữa.

Qua thời chiến và cận kề nguy hiểm,
Thắng nỗi sợ, họ sát cánh bên nhau.
Trốn quê hương yêu dấu, lòng quặn đau,
Trại tị nạn, tương lai nào ai rõ.

Nhưng, qua tất cả, có một hằng số,
Cha Forest, người chẳng thể sai đường.
Một người cha giáo huấn toàn thể chung,
Lúc hy vọng cũng như khi gãy đổ.

Nơi đất mới, dựng lại cuộc sống đó,
Những hoài niệm quá khứ được vẽ ra.
Cha Henri, cuộc đời ngài đã qua,
Nhưng tình yêu, hướng dẫn không hề đắm.

Giờ đây, họ nhớ những ngày qua lắm,
Của tiếng cười, nước mắt, của thấp cao.
Tại Cư xá Đắc lộ những năm nào,
Khi đối mặt với chiến tranh, khốn khổ.

Thời gian trôi, nhiều người không còn nữa

Kẻ ở lại đã vui vẻ trưởng thành.

Qua kỷ niệm, họ gặp nhau vui mừng,

Với di sản Cha Henri Forest.

Xây dựng một thế hệ thành nhân mới,

Tiếp, tiếp nữa, tiếp công việc của Cha,

Nay đã vững Quỹ Thiện nguyện AFAR,

Cho Việt Nam, họ tham gia từ thiện.

Đã lâu rồi, tại Cư xá Đắc lộ

Những linh hồn trong chiến tranh, khốn khổ

Qua tất cả, họ đã thấy đường đi

Và giờ đây họ ăn mừng vui vẻ.

CHÚC AFAR HỘI NGỘ VUI HẾT CỠ!

Trương Ngọc Thạch

phỏng dịch -3/24/2023

To a Friend from the Past

We were not close, but we were AFAR friends,

Sharing a common bond in our youth,

The Alexandre de Rhodes hostel,

Where we grew up together.

I heard you'd been through a lot,
“Lao cải” camps in the Mekong delta
But you survived, those times were bad,
And you're always good and smart, and I'm glad.

To hear from you after all these years,
And those blogs you write so well,
I wish you all the best in your future,
And I look forward to all the stories you'll tell.

I am healthy and happy,
Thank you for your concern,
It means a lot to me to hear from you,
And I hope we can stay in touch.

Hồ Văn Hiền

Gửi người bạn cũ

Không thân, nhưng là bạn afar
Mình cùng gắn bó tuổi mơ hoa,
Tại cư xá sinh viên Đắc lộ
Bên nhau, mình đã lớn khôn ra.

Nhiều trải nghiệm tôi nghe bạn kể,

Trại lao cải đồng bằng Cửu Long

Bạn sống sót qua thời tồi tệ

Tôi vui vì bạn tốt, thông minh.

Nghe bạn kể về nhiều năm trước,

Và đọc blog bạn viết rất hay,

Tôi chúc bạn mọi điều tốt nhất

Và chờ nghe những chuyện khác đây.

Tôi hạnh phúc và luôn khỏe mạnh,

Xin cảm ơn bạn đã quan tâm,

Thật ý nghĩa được nghe tin bạn,

Hy vọng mình liên lạc thường hơn.

TNT phỏng dịch

5/23/2023

Bài thơ yêu em

(Gửi Châu)

thơ tình đẹp nhất của anh
vỏn vẹn hai chữ, hơn tranh ngàn vàng
yêu em lụa trải mấy hàng

trăng treo mấy ngọn, mấy ngàn cổ thi
hình như cũng chẳng thấm gì
cõi tình trong trái tim thi sĩ nồng

yêu em, hai chữ là xong
bài thơ tuyệt nhất triệu năm nay rồi
bài thơ bất tử đời đời
cô đọng hai chữ sáng ngời ***yêu em***

bài thơ không cần phải xem
tự nhiên sống mãi trong tim mỗi người
yêu em yêu thiết tha đời
yêu chung thuỷ cả đất trời mênh mông

yêu em tưởng dễ, mà không
yêu em không khó khi tâm thật lòng
yêu em cùng đi cùng nằm
cùng hít cùng thở núi sông con người

yêu em vốn là yêu đời
giản dị như nói như cười thưa em

Lê Hân

Chuyện gì làm bạn buồn thế?

Anh Tư ngồi thừ ở quán bar,

Tay chai rượu, tay kia bóp trán,

Ngồi bất động, nửa tiếng trôi qua,

Mắt chằm chằm nhìn ly, không uống.

Ông tài xe tải đến bên anh.

Cha nội này tính hay phá phách,

Cầm ly lên, nốc hết thật nhanh.

Anh Tư khóc tuôn rơi nước mắt.

Ông xe tải cất tiếng ủi an:

"Đùa tí thôi, bạn ơi đừng khóc,

Tôi sẽ đền ly khác ngon hơn,

Tôi buồn thấy bạn rơi nước mắt."

Anh Tư: "Không, không phải đâu ông.

Hôm nay, ngày đời tôi tệ nhất.

Sáng dậy muộn, đến trễ văn phòng.

Bị chủ đuổi, từ đây thất nghiệp.

Ra bãi đậu, thấy mất chiếc xe.

Báo cảnh sát, chẳng ai thèm ngó.

Để về nhà, tôi gọi taxi,

Vô tình quên ví tiền trên đó.

Bước vào nhà, thảm quá, hỡi ôi:

Vợ đang vui cùng ông cắt cỏ.

Mua thuốc độc, uống chết cho rồi.

Vừa pha xong, tôi đang ngồi ngó.

ÔNG ĐẾN UỐNG, PHÁ KẾ HOẠCH TÔI."

TNT - *Phóng tác từ Baba-Mail:*

https://www.babamail.com/jokes/bar-and-drunk-jokes/?jokeid=60

Một Dân Tộc Ra Đời

Năm giờ sáng, dân Kiev thức giấc.
Lửa lóe lên chiếu rạng khoảng trời đen.
Lửa từ sao hay là từ hoả tiễn?
Một dân tộc ra đời, ta hãy vinh danh.

Còi báo động rú lên nghe rùng rợn,
Dù thế nhưng tin mừng vẫn toả lan
Khắp địa cầu, truyền qua đường mạch máu.
Một dân tộc ra đời, ta hãy vinh danh.

Ngạc nhiên vì ánh sáng không hề tắt,
Các danh sư được dẫn bởi vì sao
Tới chiếc nôi họ mang vào quà cáp.
Một dân tộc ra đời, ta hãy vinh danh.

Quân Herode dẫu có hàng trăm cánh
Trút cuồng nộ với phá hoại tan tành...
Nhờ sức mạnh đấng tối cao che chở,
Một dân tộc ra đời, ta hãy vinh danh.

Phép lạ đến do chính bàn tay họ,
Dù vết thương quá khó để chữa lành,
Trong máu đào, và lệ tuôn, đau khổ,
Một dân tộc ra đời, tôi vinh danh.

Trương Ngọc Thạch

phỏng dịch

Un Peuple Nait

Il est cinq heures, Kiev s'éveille
Un feu illumine le ciel noir
Est-ce une étoile ou un missile en flammes ?
Un peuple naît, glorifions-le.

Dans le hurlement violent des sirènes
La bonne nouvelle pourtant se propage
À travers la Terre , à travers les veines,
Un peuple naît, glorifions-le.

Etonnés par cette lumière qui jamais ne s'éteint
Les mages s'avancent, guidés par l'étoile
Ils apportent les cadeaux dans la crèche
Un peuple naît, glorifions-le.

Même si l'armée d'Hérode aux centaines d'ailes
Répand sa rage avec son immonde fouet...
Protégé par une force suprême
Un peuple naît, glorifions-le.

Viennent les miracles formés par ses mains
Malgré les blessures, si difficiles à guérir,
Dans le sang, dans les larmes et dans la souffrance
Un peuple naît et je le glorifie.

Pavlo Vyshebaba,
du front d'Ukraine.
Juillet 2022.

Muỗng Nữa Nha!

Thăm bạn cao niên lúc xế tà,

Một giờ quốc lộ có chi xa.

Tay chân co quắp trơ xương khớp,

Môi miệng tròn vo lộ lưỡi ra.

Mắt thấy dáng quen, ai đó hả?

Tai nghe giọng lạ, đứa nào a?

Tới giờ phục vụ mang cơm đến:

"Ráng nuốt, cụ ơi, muỗng nữa nha!"

TNT - 10/13/2023

Ổng mà về ... thì chết !

Thằng cu Tí đón mừng sinh nhật
Bố hỏi: Tí thích nhất quà gì ?
Tí đáp: Tí thích ngựa để phi
Bố nói: Vậy mình đi mua nhé.

Đến tàu ngựa, bố ngắm nghía kỹ
Rồi chầm chậm bước tới một con
Sờ bóp chân, nắn bụng, xoa lưng
Rồi gật gù tỏ ra ưng ý.

Tí hỏi: Bố làm gì ngựa thế ?
Bố đáp: Khám xem ngựa thế nào
Rồi mình sẽ quyết định mua sau.
Không coi kỹ, uổng tiền hao của.

Bỗng Tí nói: Bố bán mẹ hả ?
Bố hỏi: Nói gì lạ vậy con?
Tí liền: Bác hàng xóm một hôm
Qua thăm mẹ, cũng làm như rứa.

- Con có thấy gì khác hơn nữa ?
- Mẹ véo bác một cái rồi chê:
"Cái mặt anh trông dễ ghét ghê !
Ổng mà về bây giờ thì chết !"

TNT - *(phỏng theo truyện tếu trên Net)*

80 Tự Thán

Sống tới hôm nay được kể già
Đón mừng thượng thọ, tiễn thu qua.
Lão niên lực cạn, đông rơi lá,
Trai trẻ trí đầy, xuân nở hoa.
You-tube loan truyền tin thật giả,
E-mail chuyển tải chuyện tà ma.
Bạn bè đây đó lai rai biến
Còn thở, thơ vui tớ vẫn ra.

TNT

30/11/2023

- *Đọc bài thơ hay này mà thấy Anh Thạch vẫn còn tráng kiện. Happy 80 years to You* 🌈 🤗

  Kenny Ngo

- *Thân chúc Bát Thập Đại Thọ cho anh BẠN HIỀN .... Câu chót bài thơ nói hết lòng rồi. Đồng ý 100 o/o. ...*

  ntanh/Nhon

-

WISHING YOU A
HAPPY BIRTHDAY

80 Còn Gân Chán!

Gởi bác Thạch

Sống vui là được kể chi già?

Tháng ngày rực rỡ những năm qua

Trí tuệ bao la rừng bao lá

Mệnh Trời Ý Chúa Giác nở hoa!

Lên Mạng xem đời chân trộn giả

Điện thư soi sáng đuổi tà ma

Bạn bè sum họp qua tai biến

Thơ vui thơ tếu cứ cho ra!

HvH

Mừng thượng thọ Đắc Lộ ...

30 /11/23

- *Hai bạn Hiền và Thạch đấu thơ hay quá. Đúng là "kẻ tám lạng, người mười cân"*

  Thân mến.

  Tùng

○ *Thọ Chưa, Chưa Thọ*

Sống đến tuổi này chưa hẳn già

Đời đầy bão tố mới đi qua

Chớ nên chúc thọ e còn sớm

Hãy để ước vọng tiếp nở hoa

Sáng tách cà phê tìm hương vị

Chiều cân kinh dịch hoãn ra ma

Nào ai dám nói ta thượng thọ

Sinh khí văn thơ vẫn phọt ra !

***NT Vĩnh** (afar 65-69)*

○ *Chúc mừng thượng thọ anh Thạch, anh cứ tiếp tục làm thơ sẽ trẻ mãi thôi.*

Hưng Hạnh

○

Chúc mừng anh

Mong anh có 1 ngày thật vui với con, cháu

Lê Hân & Châu

À Anh,

Pour Ton Quatre-Vingt Troisième Anniversaire

Depuis quand ai je traversé ce chemin,

Dans la joie et l'espoir?

Depuis quand avons nous marché,

Vers cette destinée,

Dans la simplicité et l'espérance?

Regardant, le jour, ce ciel bleu

où les oiseaux, aussi ensemble,

n'ont à chercher leur voie...

et la nuit, ce même ciel, mais cette fois,

D'une couleur profonde,

où la lune est claire

et les étoiles blêmissantes,

Entends -tu leurs grelots, leurs chansons?

Murmurant leurs rêves, se disant:

Le bonneur est là,

Il n'est pas trop loin.

Le bonheur est en toi.

Pour l'attraper, le ceuillir,

Ferme tes yeux,

Laisse pénétrer ce silence

Où ne résonnent que les vagues et la brise,

Et le souffle de la joie et de l'espérance.

Thérèse NHƠN

Mừng Anh, sinh nhật 83

25 tháng 10

Từ lúc nào em đã qua lối ngõ
lòng tràn đầy niềm vui và hy vọng,
Từ lúc nào đôi ta đã sánh vai
Cùng một hướng bước vào định mệnh,
Trong cậy trông và thanh thản.
Trông kìa, dưới bầu trời xanh thẳm,
Bao đàn chim thẳng cánh tung bay,
Đâu định hướng, đâu lắng lo sợ sệt.
Rồi đêm tối, khi bầu trời thẩm lại,
Vành trăng sáng, lũ vì sao mờ ảo,
Bao mộng mơ, nhí nhảnh trao cho nhau,
Anh nghe chăng lời thì thầm nhắn nhủ :
Hạnh phúc ở trong ta,
Hạnh phúc không xa lắm,
Anh chỉ cần nhắm mắt,
Thả hồn vào thẳm sâu.
Nơi chỉ còn im lặng,
Chỉ rót vào tiếng sóng,
làn gió nhẹ ngọt ngào,
Đem lại tia hy vọng
và niềm vui vĩnh cửu.

https://www.youtube.com/watch?v=kh9yOPgHBMY

Nguyễn t. Nhơn

VIII. NHẠC

1. Phạm Ngọc Lân

- **4 bài hát về Xuân:**

  - Anh Cho Em Mùa Xuân (Nguyễn Hiền - Kim Tuấn)

  https://www.youtube.com/watch?v=SJ8pFhnUhtQ
  - Bến Xuân (Văn Cao)

  https://www.youtube.com/watch?v=7vxlqiHiJ_k
  - Cánh Thiệp Đầu Xuân (Minh Kỳ và Lê Dinh)

  https://www.youtube.com/watch?v=U-5mb5dAD3k
  - Hoa Xuân (Phạm Duy)

  https://www.youtube.com/watch?v=5h-pSJXVa3c

- **4 bản nhạc tây ban cầm cổ điển:**

  - Guitar quatuor: Canon cung Ré trưởng
  Pachelbel) https://www.youtube.com/watch?v=LCERctzBuKs
  - Guitar solo: Aurore
  Bartoli) https://www.youtube.com/watch?v=GiA2oK5Jgkl
  - Guitar solo : Bài số 14
  (Carulli) https://www.youtube.com/watch?v=TgZrqCYdgoc
  - Guitar solo: Ballet
  Gluck) https://www.youtube.com/watch?v=9v2d43tY6so

- **4 bài hát Việt Nam với chủ đề "về"**

  - Tôi Sẽ Đưa Em Về (Y Vân):

  https://www.youtube.com/watch?v=gOFQPL3czCs
  - Đêm Nhớ Về Sài Gòn (Trầm Tử Thiêng)

  https://www.youtube.com/watch?v=PBPGzYqmobQ
  - Đợi Anh Về (Văn Chung – Simonov)

https://www.youtube.com/watch?v=aQTM1EqfU7A
- Đường Về Miền Bắc (Đoàn Chuẩn và Từ Linh)

https://www.youtube.com/watch?v=0Goar1iVxDk

- **4 bài hát ngoại quốc :**

  La Maison Où J'ai Grandi

  https://www.youtube.com/watch?v=Qo0OXhx1V7s&t=109s
  - La Chanson d'Orphée – Buổi Sáng Ngày Lễ Hội (Luiz Bonfá)

  https://www.youtube.com/watch?v=_t6NAGyjmF4
  - La Cumparsita - Tình Hoài Nhớ (Matos Rodriguez)

  https://www.youtube.com/watch?v=2_wTE7omnTw
  - Le Tango Bleu – Tango xanh (Leroy Anderson)

  https://www.youtube.com/watch?v=haDMVFiTULc

- **4 bài hát về những cuộc tình thơ mộng thời thế hệ ông bà của chúng ta:**

  - Hoàng Quý : Cô Láng Giềng

  https://www.youtube.com/watch?v=5xPoPz4M8ZI
  - Nguyễn Mỹ Ca – Hoàng Mai Lưu : Dạ Khúc

  https://www.youtube.com/watch?v=UhBueeqCy1U
  - Nguyễn Văn Tý : Dư Âm

  https://www.youtube.com/watch?v=YtVYeUOF9Rw

  - Phạm Ngọc Lân : Đôi Bạn

  https://www.youtube.com/watch?v=PvN-TfSrtGg

- **4 bài hát về những cuộc tình thơ mộng thời thế hệ ông bà của chúng ta:**

  - Nguyễn Đình Phúc - Nguyễn Bính : Cô Lái Đò

  https://www.youtube.com/watch?v=mkuh1vBZFVI

- Tô Vũ : Em Đến Thăm Anh Một Chiều
Mưa https://www.youtube.com/watch?v=k-0cqgJZEN0

- Văn Cao : Bến Xuân https://www.youtube.com/watch?v=7vxlqiHiJ_k

- Phạm Ngọc Lân - Huy Cận : Cảm
Thông https://www.youtube.com/watch?v=AFtGJyhvORE

- **4 bản nhạc ngoại quốc nổi tiếng từ xa xưa**

  - Love Story - Chuyện Tình (Francis Lai)

  https://www.youtube.com/watch?v=45HqQHn0yC8
  - O Sole Mio - It's Now Or Never - Kìa Ánh Mắt Em (Eduardo Di Capua)

  https://www.youtube.com/watch?v=gDbafVpTSEA
  - Que Serais-Je Sans Toi (Jean Ferrat – Louis Aragon)

  https://www.youtube.com/watch?v=qVOP40aUtSM
  - Serenade - Giấc Mơ Chiều (Franz Schubert)

  https://www.youtube.com/watch?v=R6CEM6yXas4

- **4 bài hát với chủ đề "Chiều" (trước đây đã có một lần...)**

  - Nguyễn Ánh 9 : Tình Khúc Chiều
  Mưa https://www.youtube.com/watch?v=XSgQQjRZWkw
  - Nguyễn Văn Đông : Chiều Mưa Biên
  Giới https://www.youtube.com/watch?v=SfdD4f3fmWA
  - Nhật Bằng : Bóng Chiều
  Tà https://www.youtube.com/watch?v=BU4ZDD5Vb18
  - Phạm Ngọc Lân - Bùi Ngọc Tô : Chiều Cuối
  Năm https://www.youtube.com/watch?v=pdTX0WdYMLo

- **4 bài có hơi hướng "Mưa"**

  - Mưa... Nhớ... (Phạm Ngọc Lân)

  https://www.youtube.com/watch?v=VDHWhK0X37M
  - Tháng Sáu Trời Mưa (Hoàng Thanh Tâm – Nguyên Sa)

https://www.youtube.com/watch?v=MPsXO6L3BIQ
v=JK5ktUYOvGM
- Mưa Rơi (Ưng Lang – Châu Kỳ)

https://www.youtube.com/watch?v=Z9C0dsQseVY
-Tan Tác (Tu My)

https://www.youtube.com/watch?v=ONp4LQ6wBuo

- **4 bài hát nhắc đến quê hương:**

  - Tôi yêu (Trịnh Hưng) https://www.youtube.com/watch?v=EvOlU6toUc0
  - Quê Nhà (Trần Tiến) https://www.youtube.com/watch?v=qnWyTTvV2vQ
  - Viễn Du (Phạm Duy) https://www.youtube.com/watch?v=JIbAS7v-HAM
  - Đường Về Việt Bắc (Đoàn Chuẩn và Từ Linh) https://www.youtube.com/watch?v=KGxSn8C0k-I
  - Thanh Bình Ca (Nguyễn Hiền) https://www.youtube.com/watch?v=wPcVdpXM5x4

- **Thêm 4 bài hát về tình yêu của Phạm Duy**

  - Anh Yêu Em Vào Cõi Chết (Phạm Duy)

  https://www.youtube.com/watch?v=oDsqDmvWbLc
  - Cô Bắc Kỳ Nho Nhỏ (Phạm Duy – Nguyễn Tất Nhiên)

  https://www.youtube.com/watch?v=uuqxK_HaxVI
  - Bao Giờ Biết Tương Tư (Phạm Duy – Ngọc Chánh)

  https://www.youtube.com/watch?v=2T0jnJ05SU0
  - Tiễn Em (Phạm Duy – Cung Trầm Tưởng)

  https://www.youtube.com/watch?v=O93v6_X0Mn0

- **4 bài của Phạm Đình Chương phổ thơ của các thi sĩ xưa:**

  - Phạm Đình Chương – Đinh Hùng : Mộng Dưới Hoa https://www.youtube.com/watch?v=5-UTxwQvwWc
  - Phạm Đình Chương – Kim Tuấn : Ta Ở Trời Tây https://www.youtube.com/watch?v=JhnFY9s9EI4

- Phạm Đình Chương – Lưu Trọng Lư : Mắt Buồn https://www.youtube.com/watch?v=L2USorsYY9c
- Phạm Đình Chương – Nguyên Sa : Màu Kỷ Niệm https://www.youtube.com/watch?v=8gR70lc5ZFY

- **4 bài tình ca của hai nhạc sĩ Tuấn Khanh và Vũ Thành An:**

- Vũ Thành An – Nguyễn Đình Toàn : Tình Khúc Thứ Nhất https://www.youtube.com/watch?v=65LgCZbK9rw
- Tuấn Khanh : Dưới Giàn Hoa Cũ https://www.youtube.com/watch?v=_ZEYZvChzO8
- Vũ Thành An : Bài Không Tên Số 2 https://www.youtube.com/watch?v=iBMpIFsmNHY
- Tuấn Khanh : Nỗi Niềm https://www.youtube.com/watch?v=d-ThL_kDy7k

- **4 bài về thu:**

- Đặng Thế Phong : Đêm Thu https://www.youtube.com/watch?v=jjVjD85sosQ
- Vũ Đức Sao Biển : Thu Hát Cho Người https://www.youtube.com/watch?v=eSiurDA_sjw
- Đoàn Chuẩn và Từ Linh : Lá Thư https://www.youtube.com/watch?v=Bl4FdCIiiyU
- Phạm Ngọc Lân : Ngồi Đếm Những Chiếc Lá Phong Không Bao Giờ Chết https://www.youtube.com/watch?v=-AFGp53ar0U

- **bài nhạc tình**

- Tình (Văn Phụng) https://www.youtube.com/watch?v=abQALC2J3ZU
- Dạ Khúc Cho Tình Nhân (Lê Uyên Phương) https://www.youtube.com/watch?v=z_Sji7H-nvY
- Tạ Tình (Hoàng Thi Thơ) https://www.youtube.com/watch?v=AexwXhpnbm8
- Tình Lỡ (Thanh Bình) https://www.youtube.com/watch?v=O7E9bewaVWQ
- Tình Khúc Chiều Mưa (Nguyễn Ánh 9) https://www.youtube.com/watch?v=XSgQQjRZWkw
- Bài Ngợi Ca Tình Yêu (Phạm Đình Chương – Thanh Tâm

Tuyền) https://www.youtube.com/watch?v=Xyx7R5IIplo
- Ru Tình (Trịnh Công
Sơn) https://www.youtube.com/watch?v=nOZzJGnYDIw

- **4 bài hát có rừng, có núi, có suối...:**

  - Rừng Xưa Đã Khép (Trịnh Công
  Sơn) https://www.youtube.com/watch?v=qsgNjBGL3pI
  - Trăng mờ bên suối (Lê Mộng
  Nguyên) https://www.youtube.com/watch?v=46JNyCZyxnA
  - Nụ Cười Sơn Cước (Tô Hải) https://www.youtube.com/watch?v=BMr3krfZpl0
  - Suối Mơ (Văn Cao) https://www.youtube.com/watch?v=hsTp5xt14WI

- **4 bài có chủ đề gia đình :**

  - Đường Xưa Lối Cũ (Hoàng Thi
  Thơ) https://www.youtube.com/watch?v=L9fX_1XVEb4
  - Lòng Mẹ (Y Vân) https://www.youtube.com/watch?v=tlMZ7IZKVqI
  - Kỷ Niệm (Phạm Duy) https://www.youtube.com/watch?v=s_U5DAymt3s
  - Ca Dao Mẹ (Trịnh Công
  Sơn) https://www.youtube.com/watch?v=WmG4RibQ58g
  - Céline (Hugues Aufray) https://www.youtube.com/watch?v=15aT9hmVU3I
  - Chị Tôi (Trần Tiến) https://www.youtube.com/watch?v=feVdsS4SHmw
  - Vu Lan Nhớ Mẹ (Võ Tá Hân –
  T.M.K.) https://www.youtube.com/watch?v=e_fE3neMVPo

- **4 bài hát mùa Giáng Sinh**

- Bài Hát Noël - Cantique de Noël - O Holy Night (Adolphe Adam)
https://www.youtube.com/watch?v=q0tj3clCdvQ
- Đêm Giáng Sinh Vui (Phạm Ngọc Lân)
https://www.youtube.com/watch?v=6A0Jv7pO_jc
- Guitar solo: La Catedral : Ngôi giáo đường (Barrios)
https://www.youtube.com/watch?v=UaNJUWSvUjo
- White Christmas - Giáng Sinh Trắng (Irving Berlin)
https://www.youtube.com/watch?v=t4GiaAXGPUQ

2. Trần Quang Phục

Cha Thánh Phê rô Nguyễn văn Lựu:

Cha Thánh Phêrô Nguyễn Văn Lựu | Lm Nguyễn Sang

Vẫn Còn Có Nhau:

3. Kenny Ngô

Nha Trang:

https://youtu.be/tl7-LQarz6g?si=YsHCOGf_R3OZDpdt

Mùa Xuân trên đỉnh bình yên:
https://youtu.be/AGcSb02mrjQ?si=I5LLyEsvmhwelfIl

4. Bùi Tiến Lợi

Ai Hỏi Ta Còn Mơ Trăm Năm:

https://youtu.be/qsIfmH0arSg

Sân Ga Chiều Mưa Bay:
https://youtu.be/XN8gl8K4R9I?si=AsuhTaklmR78s8Qa

5. Lê Hân

Trang Nhạc: www.saigonocean3.com

IX. Y HỌC

Bàn Về Thảm họa Fentanyl ở Mỹ

Hai trường hợp "overdose" fentanyl ở trẻ em Mỹ

Tháng 2 năm 2022, CNN đưa tin về cái chết hai năm trước của một cậu bé 14 tuổi.(1)

Alexander N. là một đứa trẻ tò mò, một hướng đạo sinh thích sinh hoạt ngoài trời và cắm trại, chơi các khuôn hình Legos và thích trượt ván. Cháu đi ngủ vẫn mang theo Iron Man nhồi bông và ôm con gấu bông mà cháu đã có từ khi còn nhỏ.

Trước đó, cậu học sinh cấp hai thú nhận với cha mẹ về một vấn đề rất người lớn: Cậu đang thử nghiệm với oxycodone, một loại thuốc giảm đau mua cần có toa bác sĩ.

Một buổi sáng tháng 6 năm 2020, người mẹ phát hiện cháu đã chết trong phòng ngủ. "Tôi đến phòng con, và bé xanh xao, chỉ nằm sõng soài trên chiếc ghế bành. Giống như nó đang ngủ, như nó đã ngủ gục trên ghế", bà nói.

Sau khi thú thật với cha mẹ, trước khi chết cậu bé đã quyết định ngưng thuốc và cha mẹ cháu đã quyết tâm thu xếp cho cháu được chữa trị. Cháu thông minh, tự tin là mình dùng thuốc một cách an toàn vì cháu biết tính liều lượng chính xác của thuốc oxycodone cho phù hợp với cơ thể còn nhỏ của mình.

Tuy nhiên viên thuốc cuối cùng để thỏa mãn tính tò mò lại không phải oxycodone thật, là hàng nhái theo thuốc có toa (prescription knockoffs) và có tẩm fentanyl, một loại thuốc phiện tổng hợp (synthetic opioid) và viên thuốc có chứa đủ fentanyl để giết chết vài người.

Một trường hợp khác. Tại Hartford, Connecticut, năm 2022, cảnh sát tìm thấy 100 túi fentanyl trong phòng ngủ của một cậu bé 13 tuổi, cậu học sinh này đã tử vong khi dùng fentanyl quá liều (overdose) ở trường. Cảnh sát cũng tìm thấy thêm 60 túi fentanyl cực mạnh được giấu rải rác trong trường. Nếu cậu bé phân phối cho bạn bè trong trường lượng fentanyl này, số tử vong không biết sẽ lên đến bao nhiêu.(2)

Dịch fentanyl

Hơn 71.000 người Mỹ chết trong năm 2022 do dùng quá liều fentanyl, tăng gấp đôi so với 3 năm trước đó (32,754 tử vong từ 4/2018 đến 4/2019). Đây là nguyên nhân tử vong quan trọng nhất cho lứa tuổi 18-35 ở Mỹ. (3)

Đại dịch Covid-19 cũng đóng một vai trò quan trọng trong sự gia tăng của tệ nạn opioid nói chung và fentanyl nói riêng. Đối với những người đang phấn đấu với chứng nghiện, việc cách ly và giãn cách xã hội kéo dài đã dẫn đến việc gián đoạn các dịch vụ điều trị và phục hồi, đồng thời hạn chế khả năng tiếp cận các dịch vụ sức khỏe tâm thần và hỗ trợ từ những người đồng cảnh ngộ (peer support). Các thói quen, nếp sống bị gián đoạn, công ăn việc làm, nhà ở có thể bị mất và căng thẳng kéo dài.

Một số người có cảm giác nước Mỹ đang bị tấn công bằng "võ khí hóa học" (chemical attack). Tháng 9 năm 2022, bộ trưởng tư pháp (attorney general) của 18 tiểu bang đã gửi một lá thư yêu cầu tổng thống Biden cân nhắc việc xếp loại fentanyl phi pháp (illicit fentanyl) là "vũ khí hủy diệt hàng loạt" (weapon of mass destruction) "và là dấu hiệu của âm mưu giết người Mỹ có mục đích hoặc nỗ lực tích trữ vũ khí hóa học nguy hiểm."

Ngày 7 tháng 2, 2023, cảnh sát trưởng Biên phòng Hoa Kỳ Raul Ortiz thông báo rằng các đặc vụ đã thu giữ hơn 465 lbs chất gây nghiện (narcotic) fentanyl, có thể gây tử vong với liều lượng rất nhỏ, giữa các cảng nhập cảnh kể từ đầu năm tài chính (fiscal year) vào tháng 10, và chừng đó thuốc đủ để giết 100 triệu người.(4)

Chúng ta thử tìm hiểu mối đe dọa lớn lao này đối với giới trẻ.

Fentanyl hợp pháp và phi pháp (IMF)

Theo CDC Mỹ (5), fentanyl là một loại ma túy tổng hợp (giống như thuốc phiện, hợp chất opioid) mạnh hơn heroin tới 50 lần và mạnh hơn morphine 100 lần. Nó là nguyên nhân chính của các trường hợp quá liều (overdose) gây tử vong hay không gây tử vong ở Mỹ. Liều fentanyl 2mg có thể làm chết người.

Có hai loại fentanyl: fentanyl dược phẩm và fentanyl sản xuất phi pháp (Illicitly manufactured fentanyl, IMF). Cả hai đều được coi là opioid tổng hợp.

Tuy dịch overdose chỉ được chú ý gần đây, thuốc này đã có mặt trên 60 năm nay. Bác sĩ người Bỉ (Belgium) Paul Janssen phát minh (tổng hợp) thuốc này vào năm 1959 và công ty dược phẩm Janssen Pharmaceutica của ông sở hữu bản quyền (bây giờ thuộc về Johnson and Johnson). Thuốc được dùng để trị đau nhức và gây mê (đường tĩnh mạch tên Sublimaze). Vào thập niên 1990, thuốc được dùng ở dạng thuốc dán cho thuốc hấp thụ vào da từ từ trong vài ngày (transdermal patch; Duragesic), tác dụng giảm đau kéo dài. Sau đó thuốc được bào chế ở dạng kẹo ngậm (lozenge, Actiq), viên sũi bọt trong miệng, thuốc xịt vào miệng (buccal spray) tác dụng nhanh hơn. Hiện nay, fentanyl là thuốc mê được dùng nhiều nhất, nhưng nên chú ý fentanyl được dùng trong những điều kiện y khoa được kiểm soát và theo dõi chặt chẽ .(6)

Dược phẩm fentanyl được các bác sĩ kê toa để điều trị cơn đau dữ dội, đặc biệt là sau phẫu thuật và ung thư giai đoạn tiến triển. DEA xếp fentanyl vào Schedule II dành cho những dược phẩm có khả năng lạm dụng và gây nghiện cao (a high potential for abuse and severe dependence).

Gần đây trong hầu hết các trường hợp dùng thuốc quá liều liên quan tới fentanyl, nguồn gốc chất này là do sản xuất bất hợp pháp, được phân phối qua các thị trường "drug" bất hợp pháp vì tác dụng giống như heroin của nó. Nó thường được thêm vào các loại drug khác vì tác dụng cực mạnh của nó, làm cho thuốc rẻ hơn, mạnh hơn, gây nghiện hơn và nguy hiểm hơn. Các mạng xã hội trên Internet làm cho việc cung cấp và phân phối fentanyl tăng bội phần, vượt qua các biên giới quốc gia và dễ dàng đến với mọi người không phân biệt tuổi tác, giai tầng xã hội, từ các đô thị cho đến vùng quê hẻo lánh.

Sản xuất fentanyl phi pháp (Illicitly manufactured fentanyl, IMF) Fentanyl (IMF) được sản xuất bất hợp pháp có sẵn trên thị trường dược phẩm ở các dạng khác nhau, bao gồm cả dạng lỏng và dạng bột.

Fentanyl dạng bột trông giống như nhiều loại thuốc khác. Nó thường được trộn với các loại thuốc như heroin, cocaine và methamphetamine và được bào chế thành những viên thuốc giống với các loại opioid theo toa khác. Thuốc có chứa fentanyl cực kỳ nguy hiểm và nhiều người có thể không biết rằng thuốc của họ có chứa fentanyl.

Ở dạng lỏng, IMF có thể được tìm thấy qua thuốc xịt mũi, thuốc nhỏ mắt, được nhỏ giọt trên giấy hoặc viên kẹo nhỏ.

Các tên gọi thuốc fentanyl bất hợp pháp ngoài thị trường đường phố:

- Apache
- Dance Fever
- Friend
- Goodfellas
- Jackpot
- Murder 8
- Tango & Cash
- China Girl, China Town, China White

Fentanyl và dùng thuốc quá liều

Fentanyl và các chất dạng thuốc phiện tổng hợp khác là những loại thuốc phổ biến nhất dẫn đến tử vong do dùng thuốc quá liều. Ngay cả với liều lượng nhỏ như 2mg, nó cũng có thể gây chết người. Ở Mỹ hơn 150 người chết mỗi ngày do sử dụng quá liều thuốc phiện tổng hợp như fentanyl.

Thuốc có thể chứa hàm lượng fentanyl gây chết người và không thể nhìn, nếm hoặc ngửi để nhận biết nó. Gần như không thể biết được thuốc có chứa fentanyl hay không trừ khi kiểm tra thuốc bằng que thử fentanyl (fentanyl test strip).

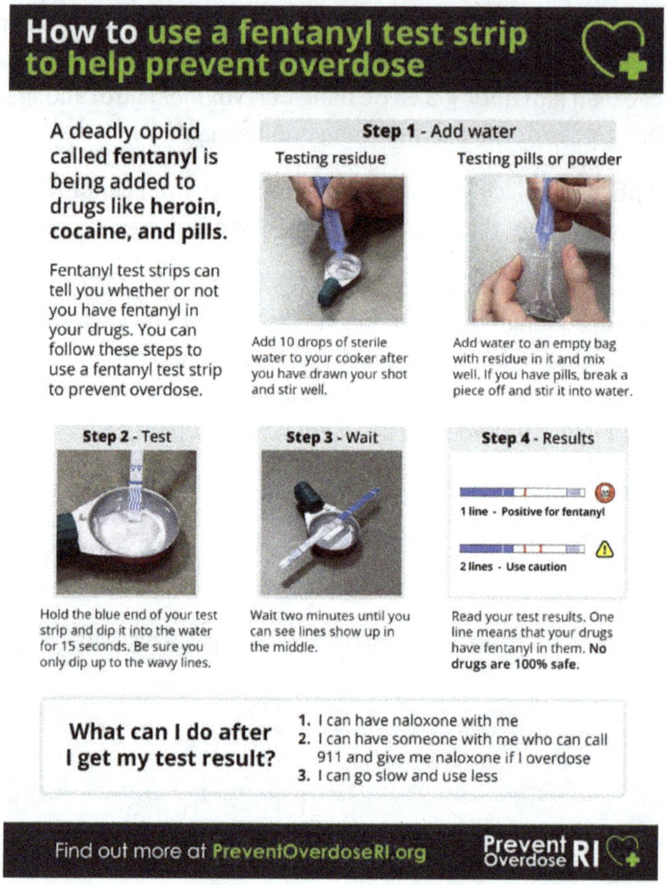

<u>Hình 1</u>: Tài liệu của cơ quan phòng ngừa dùng thuốc quá liều của tiểu bang Rhodes Island.

Que thử fentanyl (fentanyl test strip)

Que thử không đắt tiền và thường cho kết quả trong vòng 5 phút, và có thể quyết định sống chết. Ngay cả khi xét nghiệm âm tính, hãy thận trọng vì que thử có thể không phát hiện ra các loại thuốc giống fentanyl nhưng mạnh hơn, như carfentanil. Tuy nhiên, nên chú ý FDA chỉ chuẩn thuận dùng các que thử này cho nước tiểu để phát hiện fentanyl trong phòng cấp cứu hay phòng khám. Mặc dù CDC và một số cơ quan y tế công cọng khuyến khích dùng các que này để phát hiện fentanyl trong các thuốc dùng để giải trí (drug), nên nhớ rằng trong đại đa số tiểu bang Hoa Kỳ và Dictrict of Columbia (Washington D.C.), sở hữu các que phát hiện fentanyl là phi pháp (illegal), và được xem như sở hữu một dụng cụ để phân tích, xài ma túy (drug paraphernalia).(7)

Dấu hiệu quá liều

Nhận biết các dấu hiệu của thuốc opioid quá liều (opioid overdose) có thể cứu sống một mạng người. Cần tìm xem có những dấu hiệu sau đây hay không:

- Đồng lử (con ngươi) co lại, nhỏ, hẹp (pinpoint pupils)

• Ngủ thiếp đi hoặc ngất đi

• Thở chậm, yếu hoặc ngưng thở

• Nghẹn họng không thở được (choking) hoặc phát ra âm thanh ọc ọc ở trong họng

(gurgling)

• Thân hình mềm nhũn, nằm ở tư thế bất thường

• Da lạnh và/hoặc đẩm ướt (clammy skin)

• Da bị đổi màu, tái tím (đặc biệt là ở môi và móng tay)

Phải làm gì nếu bạn nghĩ một người nào đó đang bị dùng thuốc quá liều?

1)Theo CDC, có thể khó phân biệt một người đang "phê", say thuốc (high) hay đang bị nguy hiểm vì dùng quá liều (overdose). Nếu bạn không chắc chắn, hãy coi nó như một liều thuốc quá liều—bạn có thể cứu được một mạng người.

1)Gọi 911 ngay lập tức.*

2)Cho xịt mũi hoặc chích naloxone, nếu có.**

3)Cố gắng giữ cho người bệnh còn thức và tiếp tục thở.

4)Đặt nạn nhân nằm nghiêng để tránh bị nghẹn (choking).

5)Ở bên người đó cho đến khi có toán cấp cứu đến nơi.

**Hầu hết các bang đều có luật có thể bảo vệ người dùng thuốc quá liều hoặc người kêu cứu khỏi rắc rối pháp lý. (Good Samaritan law)*

*** Naloxone (tên thương mại là Narcan) là một loại thuốc có thể đảo ngược tác dụng của quá liều opioid và cứu mạng sống. Nó có bán ở tất cả 50 tiểu bang và có thể được mua từ hiệu thuốc địa phương mà không cần toa bác sĩ ở hầu hết các tiểu bang.*

2) Một số người ngại đến cứu giúp vì lo sợ ngộ độc do đụng chạm vào các vật có thể có thuốc fentanyl (như cửa xe, áo quần, chăn mền người overdose); việc này có thể làm trễ nải cấp cứu cho người bị ngộ độc quá liều. Tuy nhiên sự hấp thụ fentanyl qua da bình thường khi tiếp xúc nhanh (casual contact) không đáng kể (khác với hấp thụ qua các thuốc dán vào da (transdermal patch) nói ở trên, nhưng cần phải có thời gian khá lâu đến vài giờ). Những phản ứng (nếu có ở người tiếp xúc sơ sài) như tim đập nhanh và mạnh, thở nhanh, ớn lạnh có lẽ được giải thích như là những triệu chứng của panic attack thì đúng hơn.(8,9) Mang găng tay , rửa tay sau khi tiếp xúc có thể là những biện pháp an toàn có ích.

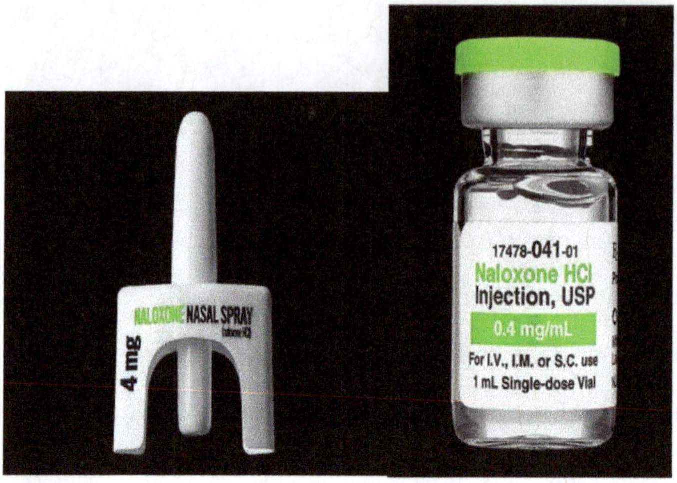

Hình 2: Thuốc Naloxone (4mg để xịt vào mũi, bên trái) và dạng dung dịch chích (0,4mg/ml, chích thịt hay dưới da, bên phải) để giải các opioid (thuốc phiện, heroin hay fentanyl.)

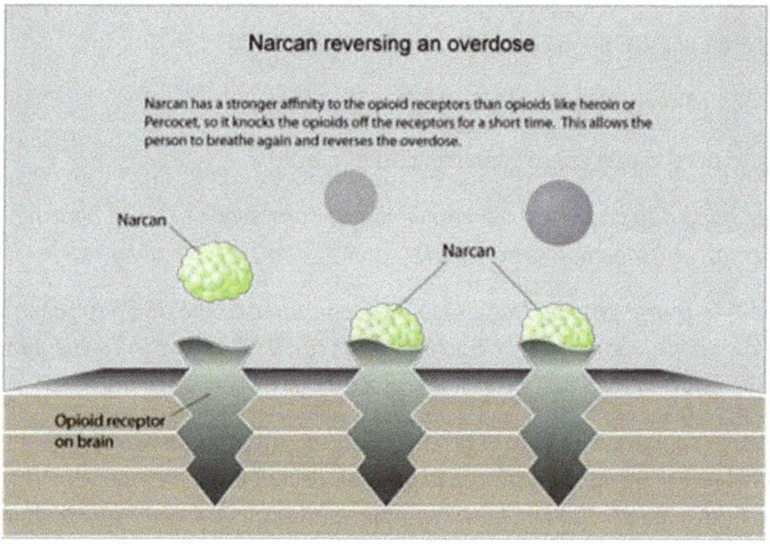

Hình 3: Naloxone chiếm các thụ thể của opioid/ opioid receptor, cạnh tranh với các opioid khác như fentanyl, ngăn không cho chúng tác dụng vào tế bào (opioid antagonist).

Về thuốc giải độc fentanyl và các opioid khác:

Naloxone nhanh chóng đảo ngược tình trạng thuốc quá liều (drug overdose) bằng cách ngăn chặn tác dụng của opioid. Nó có thể khôi phục lại nhịp thở bình thường trong vòng 2 đến 3 phút ở một người có nhịp thở chậm lại, hoặc thậm chí ngừng thở do dùng quá liều opioid. Có thể cần nhiều hơn một liều naloxone khi có liên quan đến opioid mạnh hơn như fentanyl.

Naloxone sẽ không gây hại cho người bệnh nếu họ dùng quá liều các loại thuốc không phải opioid, vì vậy tốt nhất bạn nên sử dụng nó nếu bạn nghĩ rằng người nào đó đang dùng thuốc opioid quá liều. Naloxone sẽ chỉ tác dụng trong 30 đến 90 phút, vì vậy một người có thể cần dùng nhiều liều hoặc vẫn còn cảm thấy tác dụng của việc dùng fentanyl quá liều sau khi liều thuốc naloxone hết tác dụng.

Nếu bạn cho người nào đó dùng naloxone, hãy ở bên cạnh bệnh nhân cho đến khi có toán cấp cứu đến phụ trách chữa trị và theo dõi, hoặc trong ít nhất bốn giờ để đảm bảo hơi thở của bệnh nhân đã trở lại bình thường.

Theo báo Washington Post (10), Naloxone là thuốc theo toa nhưng có thể được mua mà không cần toa bác sĩ ở một số nhà thuốc và tổ chức cộng đồng. Naloxone có thể mua mà không cần toa tại các nhà thuốc CVS ở tất cả 50 tiểu bang, Washington D.C., và Puerto Rico. Walgreens cũng cung cấp naloxone mà không cần toa bác sĩ.

Thuốc xịt mũi giá chừng 120 đô la cho 2 ống. Đa số những trường hợp quá liều/overdose xảy ra tại nhà, cho nên những người dùng fentanyl do giải trí hay vì lý do y khoa cần trữ naloxone và những người trong gia đình cần biết thuốc để đâu, làm quen với việc dùng thuốc này cho nạn nhân lúc cần, trước khi toán cấp cứu đến nơi.

Theo tin mới nhất, có lẽ FDA sẽ chấp thuận cho Narcan (Naloxone) xịt mũi được bán OTC (không cần toa bác sĩ) vào tháng 3/2023, nếu giá vẫn đắt như hiện nay có thể sẽ gây trở ngại cho những người cần đến nó. Thuốc dạng dung dịch để tiêm tĩnh mạch (intravenous) hay tiêm thịt (intramuscular) vẫn cần toa bác sĩ.(12)

Chú ý: Những hướng dẫn cấp cứu là theo tài liệu hướng dẫn của CDC (Trung tâm Kiểm soát Bệnh của Mỹ)(11) và hoàn toàn có tính cách thông tin. Độc giả cần tham khảo trực tiếp tài liệu CDC được dẫn cuối bài. Chúng tôi không chịu trách nhiệm nếu bạn áp dụng cho mình hay cho người khác.

Tham khảo:

1) https://www.cnn.com/2022/02/18/health/fentanyl-fatal-overdoses-middle-schoolers/index.html

2) https://www.washingtonpost.com/dc-md-va/2022/12/27/courtland-milloy-column-fentanyl/

3) https://www.snopes.com/fact-check/fentanyl-overdose-death/

4) https://www.msn.com/en-us/news/us/border-patrol-seizes-enough-fentanyl-to-kill-100-million-

americans-in-under-five-months/ar-

AA17BX65?ocid=msedgntp&cvid=ec8dd11b9ee046508276faaf81cdc863

5) https://www.cdc.gov/stopoverdose/fentanyl/index.html

6) https://www.news-medical.net/health/Fentanyl-History.aspx

7) https://www.cato.org/blog/fentanyl-test-strips-save-lives-yet-most-states-ban-them-drug-

paraphernalia

8) https://health.ucdavis.edu/news/headlines/can-fentanyl-be-absorbed-through-your-

skin/2022/10

Trích dẫn: *"It is a common misconception that fentanyl can be absorbed through the skin, but it is not true for casual exposure. You can't overdose on fentanyl by touching a doorknob or dollar bill. The one case in which fentanyl can be absorbed through the skin is with a special doctor-prescribed fentanyl skin patch, and even then, it takes hours of exposure."*

9)https://www.snopes.com/news/2022/08/23/napkin-drugged-in-car-door/

Snopes.com *là một trang tin chuyên kiểm chứng các tin đồn, dư luận của Rand Corporation.*

Ngày 25 tháng 8, 2022, có đăng bài sau đây:

"Một phụ nữ ở Houston đã tuyên bố trong một video được công bố rộng rãi rằng cô ấy đã bị đánh thuốc mê sau khi chạm vào chiếc khăn ăn được kẹp trong tay lái xe của mình và phải nhập viện ngay sau khi tiếp xúc với nó." [Cô] Mims nói rằng cô ấy dùng móng tay nhặt chiếc khăn ăn và ném nó ra ngoài. Mặc dù cô ấy không chạm trực tiếp vào khăn ăn bằng đầu ngón tay, nhưng cô ấy nói rằng cô ấy đã chạm vào tay nắm cửa. Sau khoảng hai phút, Mims cho biết các đầu ngón tay của cô bắt đầu ngứa ran. Sau năm phút, cô ấy nói rằng toàn bộ cánh tay của cô ấy bắt đầu cảm thấy tê liệt, và cô ấy cũng cảm thấy lâng lâng và không thể thở được. Cô ấy nói trong video: "Đó là cả đống cảm xúc khác nhau cùng một lúc. Theo báo cáo, chồng cô ấy đã đưa cô ấy đến phòng cấp cứu, nơi cô ấy được thông báo rằng các dấu hiệu sinh tồn của cô ấy "không ổn định" và cô ấy được truyền dịch và thực hiện "một loạt các xét nghiệm", bao gồm cả CT.

"Các bác sĩ cho biết tôi bị ngộ độc cấp tính từ một chất không rõ nguồn gốc. Tôi không có đủ nó trong cơ thể của mình để xác định nó là gì, nhưng chỉ một lượng nhỏ đó thôi cũng khiến tôi rối tung lên," cô ấy nói trong video. "Vì vậy, hãy tưởng tượng nếu lúc đó tôi cầm tay nắm cửa xe bằng cả bàn tay của mình."

Gần đây, một số email tiếng Việt phổ biến tin đồn tương tự và cho là người ta dùng fentanyl.

Trong bài báo điều tra này của Snopes, DEA sau khi được hỏi đã nhắc lại lời hướng dẫn chung như sau:

"Các đường phơi nhiễm tiềm ẩn đáng lo ngại nhất bao gồm hít phải bột hoặc sol khí (inhalation of powders or aerosol), tiếp xúc với màng nhầy, nuốt phải hoặc phơi nhiễm thứ phát do vết đứt trên da (ví dụ như kim đâm). Bất kỳ con đường phơi nhiễm nào trong số này đều có khả năng dẫn đến nhiều triệu chứng có thể bao gồm sự khởi phát nhanh chóng của tình trạng suy hô hấp đe dọa đến tính mạng. Tiếp xúc với da cũng là một con đường phơi nhiễm tiềm năng, nhưng không có khả năng dẫn đến quá liều trừ khi tiếp xúc với chất lỏng hoặc bột trong một thời gian dài. Tiếp xúc ngắn qua da (brief skin contact) với fentanyl bất hợp pháp dự kiến sẽ không dẫn đến tác dụng độc hại nếu các dấu vết nhiễm bẩn có thể thấy được loại bỏ kịp thời (nghĩa là nếu thấy có chất gì khả nghi dính, bám vào da tay thì phải rửa tay, bám vào bao tay, áo quần thì bỏ bao tay, vv [HVH chú thích])

10) https://www.washingtonpost.com/nation/2022/11/03/fentanyl-opioid-epidemic/

11) https://www.cdc.gov/stopoverdose/naloxone/index.html

12) https://www.cnbc.com/2023/02/15/opioid-overdose-treatment-narcan-recommended-by-fda-

advisors-for-over-the-counter-use-.html

Bác sĩ Hồ Văn Hiền

Ngày 19 tháng 2 năm 2023

Chuyện kiếp trước và trẻ em

Tìm hiểu y học

Thỉnh thoảng có những trẻ em nhắc đến kiếp trước của mình từng là một người sống ở một nơi chốn khác. Đa số các bác sĩ sẽ coi chuyện này như sản phẩm của trí tưởng tượng của trẻ con và không làm gì cả. Và thật vậy đa số lúc lớn lên chừng trên dưới 10 tuổi các em sẽ quên những câu chuyện mà trước đó chúng từng kể về một cuộc sống trước khi chúng sinh ra. Chúng ta sẽ bàn chung về luân hồi trước khi nói về những khảo cứu hiện nay trong giới y khoa về những dấu hiệu có thể có kiếp trước, một lãnh vực còn rất "controversial/ tranh cãi" và bị nghi ngờ.

Luân hồi qua các tôn giáo

Người Việt chúng ta có lẽ quen thuộc hơn với đề tài này, tuy chúng ta có thể còn bán tín bán nghi. Phật giáo cũng như Ấn Độ Giáo xem việc đầu thai kiếp khác (samsara, transmigration, karmic cycle, reincarnation) là chuyện thường, tuy đa số chúng ta không mấy ai nhớ được kiếp trước của mình ở đâu, làm gì, là ai. Theo trang mạng Phật giáo VN, "Theo tinh thần của kinh Địa Tạng và quan điểm Phật giáo nói chung thì thần thức của một người sau khi chết hầu hết đều phải trải qua giai đoạn trung gian, thọ thân trung ấm tối đa là 49 ngày, sau đó sẽ thọ sinh vào một cảnh giới tương ứng với nghiệp lực mà họ đã gây tạo (cõi trời, A tu la, người, súc sinh, địa ngục và ngã quỷ)." Và cũng theo trang này, qua tu tập người đạt tới Tam minh có thể biết đến kiếp trước và kiếp sau của mình: "Khi Đức Phật thành đạo ở Bồ Đề Đạo Tràng, Ngài chứng Tam minh Lục thông. Đầu hôm, Phật chứng Túc mạng minh biết tất cả các kiếp quá khứ của Ngài. Nửa đêm, Phật chứng Thiên nhãn minh thấy tất cả hiện tượng xảy ra trong trời đất. Và khi sao Mai mọc, Phật chứng Lậu tận minh thấy tương lai vô cùng tận của Ngài và những người hữu duyên. Như vậy, Phật đã thấy rõ ba đời nhân quả, thành tựu quả vị Vô thượng Chánh đẳng Chánh giác."

Trước Đức Phật, người Hy Lạp cổ đã nói về một hình thức luân hồi gọi là "metainpsychosis" (từ Latinh gốc Hy lạp: meta: chỉ thay đổi, in: trong, psyche: linh hồn). Tôn giáo Orpheus (Orphism), lần đầu tiên xuất hiện ở vùng Thrace ở biên giới phía đông bắc Hy Lạp còn bán khai. Theo huyền thoại, Orpheus, thi sĩ có khả năng làm mủi lòng cả muông thú và sỏi đá từng xuống âm phủ và trở về, cho rằng linh hồn và thể xác được gắn bó một cách bất bình đẳng; linh hồn thiêng liêng, bất tử và khao khát tự do bị thể xác bị giam giữ như một tù nhân. Cái chết làm tan biến sự gắn kết này, nhưng sau một thời gian ngắn linh hồn lại bị giam cầm trong một thể xác khác, là người hay là thú vật, vì bánh xe sinh tử quay không ngừng nghỉ. Orpheus cho rằng con người cần ân sủng của các vị thần cứu chuộc, và kêu gọi họ hướng về các vị thần (chính là Dionysus) bằng cách sống khổ hạnh và tự thanh lọc: cuộc sống càng thuần khiết thì lần đầu thai tiếp theo sẽ cao hơn, cho đến khi linh hồn hoàn thành vòng xoáy đi lên của số phận để sống mãi mãi như một vị Thần trở về nơi xuất phát.

Nói chung Do Thái Giáo và Thiên Chúa Giáo không chấp nhận có kiếp trước hoặc kiếp sau. Thiên Chúa Giáo tin rằng người chết sẽ sống lại như Chúa Giê Su đã sống lại. Trong Tin kính của Công giáo (Apostles Creed): "Tôi tin xác loài người ngày sau sống lại. Tôi tin hằng sống vậy". (Theo bộ lễ mới: Tôi trông đợi kẻ chết sống lại và sự sống đời sau). Tuy nhiên, trong thời buổi toàn cầu hóa, các tín điều tôn giáo có thể qua lại ảnh hưởng với nhau (syncretism) mặc dù không được các giáo hội phê chuẩn. Ví dụ, một phần ba người công giáo ở Mỹ tin rằng có luân hồi (theo 2018 Pew Research Poll).

Ngoài ra, môt số giáo phái Do Thái (ví dụ trong truyền thống Kabbalah của Hasidism) tin vào luân hồi mà trong Hebrew có tên gọi là "gilgul ha'neshamot", nghĩa là "bánh xe của các linh hồn"), cuộc sống này chỉ là một giai đoạn trong quá trình gồm nhiều cuộc sống tiến tới tình trạng toàn thiện lúc chớp lửa của linh hồn cá nhân được tái hợp với ngọn lửa thiêng của Chúa, giống như người trồng nho gặp phải loài nho chua, phải trồng đến hàng ngàn thế hệ nho mới đạt được ý nguyện.

Nghiên cứu khoa học tại Đại Học Virginia

Tuy vậy, thật đáng ngạc nhiên là tại Đại học Virginia, có một phân khoa của Trường Y nghiên cứu về vấn đề này theo phương pháp khoa học. Phân khoa nghiên cứu về tri giác (Division of Perceptual Studies), nghiên cứu về những hiện tượng như Kinh nghiệm chết hụt (Near death experience) và Luân hồi hay Tái sinh (Reincarnation).

Phân khoa Nghiên cứu Tri giác có nguồn gốc từ những năm 1920, khi Tiến sĩ Ian Stevenson lớn lên ở Canada. Là một đứa trẻ ốm yếu, ông bị viêm phế quản nhiều lần và nằm hàng giờ trên giường, ngấu nghiến bộ sưu tập sách phong phú của mẹ về các tôn giáo phương Đông và lần đầu tiên người thiếu niên tiếp xúc với những báo cáo về các hiện tượng huyền bí. Ông có trí nhớ phi thường và tốt nghiệp y khoa tại Đại học McGill năm 1943, trước khi đi đến Arizona (Mỹ) nghiên cứu một thời gian ngắn về sinh hóa (biochemistry) trước khi chuyển sang y khoa tâm thể (psycho somatic medicine), để tìm kiếm "thứ gì đó gần gũi hơn với thực thể con người trong toàn bộ" hơn là những gì tìm thấy trong ngành sinh hóa. Từ đó, ông được đào tạo về bệnh tâm thần và phân tâm học.

Sự nghiệp học tập của ông thăng hoa ở Hoa Kỳ và ông được bổ nhiệm làm chủ nhiệm khoa tâm thần học tại Đại học Virginia (UVA) vào năm 1957, khi vẫn còn ở độ tuổi 30. Vào khoảng thời gian đó, ông đã hồi sinh sở thích thời thơ ấu của mình đối với những điều huyền bí (paranormal). Ông đã "nhúng ngón chân" vào dòng nước cận tâm lý học (parapsychology) – nghiên cứu về các khả năng tinh thần có vẻ như đi ngược lại (hoặc nằm ngoài) các quy luật đã biết của thiên nhiên và khoa học – bằng cách viết các bài điểm sách và các bài báo cho các ấn phẩm phổ thông như tạp chí Harper's.

Năm 1958, ông thắng giải nhất trong cuộc thi của Hiệp hội Nghiên cứu Tâm linh Hoa Kỳ (American Society for Psychical Research) cho bài luận hay nhất về các hiện tượng tâm thần huyền bí và mối quan hệ của chúng với cuộc sống sau khi chết (life after death). Bài luận văn của ông, "Bằng chứng cho sự sống sót từ những ký ức được kể lại về hóa thân" (The Evidence for Survival from Claimed Memories of Incarnations), đã xem xét 44 trường hợp cá nhân trên khắp thế giới có ký ức về tiền kiếp. Những trường hợp thuyết phục nhất, ông nhận ra, tất cả đều liên quan đến trẻ nhỏ, thường trong độ tuổi từ 2 đến 5, và nói rất chi tiết về những nơi chúng chưa bao giờ đến và những người chúng chưa bao giờ gặp, hoặc những người có vết bớt bẩm sinh (birthmarks) tương ứng với thương tích ở những người khác trước đó lúc họ chết một cách tàn bạo, bất đắc kỳ tử. Hầu hết những trường hợp đó là ở các nước châu Á, nơi niềm tin vào luân hồi rất cao.

Chester Carlson, một nhà vật lý giàu có, người đã phát minh ra quy trình photocopy dẫn đến việc thành lập Tập đoàn Xerox, đọc bài luận văn đoạt giải của Stevenson. Carlson quan tâm đến cận tâm lý học (parapsychology) thông qua vợ mình, Doris. Ông liên hệ với Stevenson để đề nghị tài trợ; Stevenson từ chối. Nhưng Stevenson đã đi sâu hơn vào nghiên cứu mới của mình, thực hiện chuyến đi thực địa đầu tiên để phỏng vấn những đứa trẻ có ký ức tiền kiếp ở Ấn Độ và Sri Lanka vào năm 1961 và xuất bản cuốn sách đầu tiên về chủ đề "Hai mươi trường hợp gợi ý về luân hồi" (Twenty Cases Suggestive of Reincarnation), vào năm 1966. Ông xem xét lại đề nghị của Carlson; qua năm sau, khoản tài trợ cho phép ông từ chức trưởng khoa bệnh tâm thần học để tập trung toàn thời gian vào nghiên cứu luân hồi của mình – hiệu trưởng trường y khoa của Đại học Virginia cũng không hào hứng với định hướng công việc của Stevenson đang thực hiện về "khoa học huyền bí" và vui lòng khi ông từ chức. Nhưng khi Stevenson từ chức, trưởng khoa đồng ý để ông ta thành lập một bộ phận nghiên cứu nhỏ để thực hiện những nghiên cứu mới gây tò mò của ông trong khuôn khổ của đại học UVA, và bộ phận này vẫn tồn tại cho đến ngày nay.

Carlson đột ngột qua đời vào năm sau và để lại cho UVA 1 triệu đô la để hỗ trợ nghiên cứu của Stevenson. Trong mấy chục năm sau đó, Stevenson đi khắp thế giới theo dấu vết các trẻ em có hồi ức về kiếp trước; mỗi năm đi trên 55 ngàn miles và phát hiện trên 2000 trường hợp. Ông thực hiện trên 300 công bố, trong đó có mười bốn cuốn sách.

Bộ phận nghiên cứu mới tại UVA bị ép đặt tên là Phân khoa Cận tâm lý (Division of Parapsychology (*). Stevenson đổi tên thành Phân khoa nghiên cứu nhân cách (Division of Personality Studies), lo ngại rằng "cận tâm lý học" đang tự cô lập mình khỏi phần còn lại của các ngành học thuật. Sự mơ hồ về lãnh vực "nghiên cứu nhân cách" phù hợp với Stevenson, khi ông tiếp tục làm việc để đạt được sự tôn trọng của khoa học chính thống. Sứ mệnh đó xuyên suốt các nghiên cứu của ông: ông không ngừng định lượng dữ liệu của mình – mã hóa 200 biến số trong cơ sở dữ liệu các trường hợp của mình, tính toán xác suất của một hoặc hai vết bớt bẩm sinh (birthmark) trên mình đứa bé tương ứng với một hoặc hai vết thương trên cơ thể người đã chết (thuộc về "kiếp trước"), và cẩn thận kiểm tra mọi cách giải thích bình thường có thể có, trái ngược với cách giải thích theo lối huyền bí – cố gắng cho người khác thấy việc làm của mình là nghiêm túc (Có những trường hợp ông so sánh và liên hệ các vết thương như vết bắn vào đầu, bàn tay bị nghiền nát bởi máy xay trong kiếp trước với vết chàm bấm sinh trên mặt và sau đầu, hay bàn tay dị dạng bị thiếu một bên ở đứa trẻ). Ông viết: "Chúng ta có thể cố gắng hướng tới tính khách quan bằng cách tiết lộ càng nhiều càng tốt tất cả các quan sát có xu hướng làm suy yếu cách giải thích dữ liệu mà chúng ta cho là thích hợp hơn"; nghĩa là dự tính những kẽ hở có thể được dùng để công kích lý luận của mình và công khai các chỗ yếu đó.

Lúc Bác sĩ Stevenson 77 tuổi, ông cần một người tiếp tục công việc nghiên cứu về luân hồi của mình tại Đại học Virginia. Bác sĩ Jim Tucker, chuyên về khoa tâm thần trẻ em hành nghề tư nhân lúc đó cũng muốn tìm kiếm một việc gì đó hào hứng hơn. Khi đang đọc một trong những cuốn sách của Bác sĩ Stevenson, bà Tucker thấy một tin trên tờ báo địa phương nói về khoản trợ cấp mà phân khoa đã nhận được. Bà khuyến khích ông chồng mình xin đảm nhận chức vụ này vì công việc có vẻ phù hợp với một người có kinh nghiệm và thoải mái khi phỏng vấn trẻ nhỏ và gia đình của chúng, có khả năng suy nghĩ cẩn thận, đầu óc khoa học và nhiệt tình. Giờ đây, đơn vị nghiên cứu được gọi là Phân khoa Nghiên cứu Tri giác, hay DOPS/ Division of Perceptual Studies (**), và vẫn hoạt động mặc dù Stevenson qua đời năm 2007.

Chuyện cổ tích Việt Nam

Xưa có 2 người ở tỉnh xa cùng đi lính với nhau và sống với nhau rất thân thiết. Đến lúc thôi lính về nhà thì một người làm nên giàu có, còn người kia vẫn nghèo đói. Người nhà giàu nhớ bạn, đến hỏi thăm thấy bạn nghèo khổ, liền đưa cho vay 10 lạng bạc để làm vốn. Cách đã mấy năm không được tin tức gì của bạn, người nhà giàu nghĩ bụng rằng, bạn ta có lẽ vẫn còn túng, nên chưa có tiền trả ta. Bây giờ ta sang thăm anh ta, và đem thêm 10 lạng bạc, nếu anh còn nghèo đói, thì ta giúp anh lần nữa, nghĩ vậy rồi ra đi. Khi vừa đến cổng, thấy nhà bạn trang hoàng lịch sự, thì người bạn đem bạc giấu ở trên đầu cổng, rồi mới vào nhà. Vợ chồng bạn thấy mặt, nghĩ là sang đòi nợ, mời vào nhà thết đãi ăn uống tử tế, rồi lập mưu đợi đến đêm khuya, giết đi, đem xác chôn dưới cây khế. Ít lâu sau, cây khế chỉ sinh được một trái to. Người vợ trông thích mắt hái ăn, rồi thụ thai, sinh ra một đứa con trai khỏe mạnh, khôi ngô, nhưng phải cái tật không biết nói.

Hai vợ chồng lấy làm buồn bực, phàn nàn với nhau về đứa con bị câm. Đứa con nghe thấy, tự nhiên bật nói ra rằng:

– Bố mẹ cho mời quan huyện qua đây chơi với con, rồi con nói cho bố mẹ nghe.

Quan bằng lòng đi một chuyến xem sao. Thằng bé thưa hết đầu đuôi câu chuyện của người bạn phản trắc.

– Hồn con nhập vào quả khế, vợ anh ăn vào rồi sinh ra con. Xin quan cho đào gốc khế, coi trên mái cổng xem có thật không?

Quan sai lính làm như lời khai, thấy thật như vậy, trị tội cả hai vợ chồng. Thằng bé lạy quan xong trở về nhà cũ. Về tới nhà tính ra, đã biệt tích 20 năm. Khi đi vợ mới có thai, bây giờ con đã có cháu.

Bởi chuyện này nên có câu rằng:

Tham vàng phụ nghĩa cố nhân,

Oan hồn, hồn hiện, trời gần chẳng xa,

Sinh con rồi mới sinh cha,

Sinh cháu giữ nhà rồi mới sinh ông.

(Chuyện xưa tích cũ)

Chuyện Đạt-lại Lạt-ma Tây Tạng

Khi Đạt-lại Lạt-ma (***) thứ 13 viên tịch vào năm 1935, để giải quyết việc tìm người thừa kế, chính phủ Tây Tạng cho người đến hồ Lhamo Lhatso là nơi linh thiêng mà người ta có thể nhìn thấy việc tương lai. Căn cứ vào những hình ảnh thấy trong mặt nước hồ, người ta tìm đến ngôi nhà có một cái máng xối kỳ lạ trong một ngôi làng có chùa với mái vàng và xanh cùng cảnh vật giống như vậy. Cậu bé 2 tuổi trong ngôi nhà nhận ra được xâu tràng hạt (mala) và những đồ dùng thường ngày của Đạt-lại Lạt-ma vừa quá cố hai năm trước; nhận ra được người đến tìm mình là Lạt-ma ở tu viện Sera, nhận ra danh tánh của trưởng phái đoàn và người thị giả và nói theo giọng phương ngữ vùng Lhassa mà mẹ cậu không hiểu được. Cậu bé được thừa nhận là Đạt-lại Lạt-ma theo truyền thống Tây Tạng như là Hóa thân của Đạt-lại Lạt-ma thứ 13, cũng là hiện thân của Bồ Tát Quán Thế Âm, hiện thân của lòng từ bi. Đức Đạt-lại Lạt-ma thứ 14 hiện nay đang sống lưu vong ở Ấn Độ, từng được trao giải Nobel Hòa bình năm 1989 và là người lãnh đạo thế quyền và giáo quyền của nhân dân Tây Tạng lưu vong.

Các trường hợp được nghiên cứu

Tìm hiểu thêm về vấn đề trẻ em nhắc đến "kiếp" trước của mình, tôi thấy có trường hợp sau đây có những điểm tương tự và người nghiên cứu tường tận câu chuyện là bác sĩ Jim Tucker tại Đại học Virginia.

Bé Gus Taylor, 18 tháng tuổi, là người Mỹ ở vùng Trung Tây (Midwest). Ông nội bé tên Augie, đã qua đời một năm trước khi Gus được sinh ra. Tuy nhiên cậu bé Gus một tuổi rưỡi đã tuyên bố rằng trước đây nó là ông nội của chính mình. Khi lên 4 tuổi, nó có thể nhận dạng Augie trong các bức ảnh gia đình, mặc dù nó chưa bao giờ nhìn thấy ông này ngoài đời thực. Câu chuyện còn kỳ lạ hơn nữa; nhiều năm trước, chị của Augie bị sát hại và thi thể bị vứt vào Vịnh San Francisco. Không ai trong gia đình nói chuyện này với Gus, và do đó, mọi người đều bị sốc khi Gus bắt đầu kể về người chị đã chết của mình.

Một câu chuyện khác được Bác sĩ Jim Tucker nghiên cứu tường tận và được nhắc đến nhiều trong truyền thông là trường hợp bé Ryan mà kiếp trước là một diễn viên Hollywood.

Người mẹ, Cyndi, cho biết tất cả bắt đầu với những cơn ác mộng kinh hoàng khi Ryan mới 4 tuổi. Rồi khi 5 tuổi, bé tâm sự với mẹ vào một buổi tối trước khi đi ngủ rằng trước đó bé là một người khác. Sau đó, đứa trẻ còn học mẫu giáo đòi "về nhà" ở Hollywood, và khóc đòi mẹ đưa đến đó. Bé kể mình từng gặp gỡ những ngôi sao như Rita Hayworth, đi du lịch nước ngoài trong những kỳ nghỉ xa hoa, khiêu vũ trên sân khấu Broadway và làm việc cho một công ty nơi mọi người "sẽ đổi tên". Bé còn nhớ tên con phố mà nó từng sống có từ 'rock" (đá) trong đó. Không thể nào một đứa trẻ dựng nên một chuyện khúc mắc chi tiết như vậy được. Mẹ bé theo đạo Tin lành Baptist và không bao giờ nghĩ đến chuyện luân hồi. Bà không cho chồng biết về chuyện này và âm thầm vào thư viện tìm hiểu về Hollywood để giúp con trai đối phó với ký ức kỳ lạ của mình.

Một bức hình tìm thấy trong sách làm thay đổi mọi việc. Hình chụp trích từ cuốn phim "Night after Night", quay năm 1932, và phim đầu tay của nữ tài tử "sex symbol" Mỹ nổi tiếng Mae West. Ryan chỉ vào một người đàn ông trong hình xưa và nói đấy là hình của nó. Người đàn ông trong hình chỉ là một vai phụ và sau đó qua nhiều tìm kiếm mới biết lai lịch ông ta.

Người giúp tìm ra manh mối chuyện này là Bác sĩ Jim Tucker. Bác sĩ Tucker nhờ các chuyên viên của một phim tài liệu đang được thực hiện về kiếp trước truy tầm tông tích của người đàn ông bí ẩn trong hình. Ông ta tên Marty Martyn, lúc đầu là một diễn viên đóng vai phụ và sau đó trở thành một người đại diện cho các tài tử (Hollywood agent) và chết năm 1964.

Tìm thêm các hồ sơ cũ – hầu như không có hồ sơ nào trong số đó tìm được trên internet – và tìm ra được cô con gái của nhân vật trong hình, Bác sĩ Tucker đã có thể xác nhận 55 chi tiết mà Ryan đã kể về cuộc đời mình trước đây.

Hóa ra Martyn không chỉ là một người thủ vai phụ. Như bé Ryan từng cho biết, ông ấy cũng đã từng khiêu vũ trên sân khấu Broadway, đi du lịch nước ngoài, đến Paris và làm việc tại một công ty đại diện cho các tài tử phim ảnh ở đó nghệ danh (stage name) thường được tạo ra cho các khách hàng mới. Bác sĩ Tucker cũng phát hiện ra tuyên bố của Ryan rằng nó từng ta sống ở đường phố với từ "rock" trong tên đường – Martyn sống tại 825 North Roxbury Dr. ở Beverly Hills.

Bác sĩ Tucker cũng xác nhận được những sự thật khó hiểu khác mà Ryan đưa ra – Martyn có bao nhiêu con, kết hôn bao nhiêu lần, thậm chí có bao nhiêu chị em gái. Trong khi con gái của Martyn lớn lên và nghĩ rằng cha cô chỉ có một người chị, Tucker đã có thể xác nhận rằng Martyn thực sự có hai người chị, một lần nữa, đúng như Ryan đã tuyên bố. Còn một chi tiết mà lúc đầu tưởng bé Ryan nói sai. Nó nói không hiểu tại sao Chúa lại cho sống đến tuổi 61 và sau đó bắt nó trở lại như một đứa trẻ. Giấy chứng tử của Martyn lại ghi tuổi ông là 59 tuổi khi ông qua đời.

Nhưng Bác sĩ Tucker đào sâu hơn và phát hiện ra hồ sơ điều tra dân số cho thấy trong thực tế Martyn sinh năm 1903 chứ không phải 1905, có nghĩa là tuyên bố của Ryan – không phải giấy chứng tử chính thức của anh ta – là thực sự chính xác.

Khi Ryan 10 tuổi, bé cho biết những ký ức của nó về cuộc đời của Marty Martyn đang mờ dần, điều mà Tiến sĩ Tucker nói là điển hình khi trẻ lớn hơn. Ryan nói trong khi nó vui vì đã có được kinh nghiệm này, nó cũng mừng được tiếp tục cuộc sống và chỉ là một đứa trẻ.

Các câu nói điển hình của đứa trẻ

Trên đây là một số ví dụ được nghiên cứu cẩn thận, tuy vẫn còn nhiều người phê phán, trong giới khoa học, y khoa cũng như người ngoài chuyên môn. Nói chung, theo Bác sĩ Tucker, những câu nói điển hình của các trẻ nhớ lại kiếp trước như sau:

Bà/ông không phải là mẹ / bố của tôi.

Tôi có mẹ / bố khác.

Khi tôi còn là người lớn, tôi... (từng có đôi mắt xanh / từng có xe hơi, v.v.)

Điều đó xảy ra trước khi tôi nằm trong bụng mẹ.

Tôi có vợ / chồng / con.

Tôi đã từng... (lái xe tải / sống ở một thị trấn khác, v.v.)

Tôi đã chết... (trong một vụ tai nạn xe hơi / sau khi tôi té ngã, v.v.)

Hãy nhớ khi tôi... (còn sống trong ngôi nhà kia / là bố của anh, v.v.)

Một số hướng dẫn cho cha mẹ

Một số hướng dẫn cho các bậc cha mẹ tìm kiếm sự trợ giúp với một đứa trẻ dường như đang nhớ lại kiếp trước (phỏng theo Bác sĩ Tucker).

1) Trước tiên, điều quan trọng là phải biết rằng trẻ nói như vậy không có nghĩa chúng bị bệnh tâm thần. Có nhiều gia đình, trong đó một đứa trẻ nói nó nhớ cha mẹ khác, một ngôi nhà khác, hoặc một cái chết trước đó, và những đứa trẻ hiếm khi có vấn đề về sức khỏe tâm thần. Thường những đứa trẻ này phát triển có vẻ giống như những đứa trẻ cùng trang lứa. Chúng có thể xảy ra trong những gia đình có niềm tin vào luân hồi hoặc trong những gia đình chưa bao giờ nghĩ đến ý tưởng về luân hồi trước khi đứa trẻ bắt đầu phát biểu.

2) Khi con cái kể về tiền kiếp, cha mẹ đôi khi không biết phải trả lời như thế nào. Các bậc cha mẹ nên có thái độ cởi mở với những gì con cái họ đang kể lại. Một số trẻ biểu lộ rất

nhiều cảm xúc liên quan đến những vấn đề này, và cha mẹ nên tôn trọng lắng nghe giống như đối với các đề tài khác mà con họ nhắc đến.

3) Khi một đứa trẻ nói về cuộc sống trong quá khứ, cha mẹ nên tránh hỏi những câu hỏi khó chịu, gay gắt. Điều này có thể gây khó chịu cho đứa trẻ và quan trọng hơn , có thể khiến đứa trẻ bịa ra một câu trả lời cho câu hỏi. Khi đó sẽ rất khó hoặc không thể tách ký ức ra khỏi tưởng tượng. Chúng tôi nghĩ rằng có thể hỏi những câu hỏi mở, chung chung, chẳng hạn như “Con còn nhớ điều gì khác không?” và tỏ ra đồng cảm với những phát biểu của một đứa trẻ thì tốt hơn nữa (“Như vậy thì sợ thật!” khi một đứa trẻ mô tả một vụ tai nạn chết người chẳng hạn).

4) Cha mẹ nên ghi chép lại bất kỳ câu nói nào về tiền kiếp mà con cái họ nói ra. Điều này đặc biệt quan trọng trong trường hợp trẻ em cung cấp đủ thông tin để có thể xác định được một cá nhân đã qua đời. Trong tình huống như vậy, việc ghi lại những lời kể trước đó sẽ rất quan trọng trong việc cung cấp bằng chứng tốt nhất rằng đứa trẻ thực sự đã trải qua những ký ức từ kiếp trước.

5) Đồng thời, cha mẹ cũng không nên quá chú tâm vào những điều trẻ nói về quá khứ mà quên rằng cuộc sống hiện tại mới là điều quan trọng nhất bây giờ. Nếu trẻ kiên trì nói rằng chúng muốn trở lại gia đình cũ hoặc ngôi nhà cũ của mình, nên giải thích rằng mặc dù chúng có thể đã có một gia đình khác trong kiếp trước, nhưng gia đình hiện tại là gia đình mà chúng có cho cuộc sống này. Cha mẹ nên thừa nhận và coi trọng những gì con cái nói với mình, tuy nhiên phải chỉ rõ cho chúng thấy rằng tiền kiếp thực sự đã nằm trong quá khứ.

6) Không nên cho trẻ em trải qua phương pháp “thôi miên hồi quy về tiền kiếp” (past life regression hypnosis) là dùng thôi miên để hướng dẫn một người nào đó trở về các trải nghiệm trong cuộc sống trước.

Theo Bác sĩ Ian Stevenson, người sáng lập ra phân khoa Nghiên cứu cảm nhận của UVA: “Nhiều người không coi trọng bất cứ điều gì trong giấc mơ của họ và nhận ra rằng hầu hết chúng chỉ là hình ảnh trong tiềm thức của người nằm mơ mà không tương ứng với bất kỳ thực tế nào khác - tuy nhiên họ lại tin rằng bất cứ điều gì xuất hiện trong quá trình thôi miên luôn có thể được coi là có thực. Trên thực tế, trạng thái của một người trong khi bị thôi miên giống theo nhiều cách - mặc dù không phải tất cả - trạng thái của một người đang mơ ngủ. Các phần tiềm thức của tâm trí được giải phóng khỏi những ức chế thông thường và sau đó chúng có thể thể hiện đầy kịch tính dưới dạng một “nhân cách” mới. Nếu đối tượng đã được nhà thôi miên hướng dẫn - một cách rõ ràng hoặc ẩn ý - để “quay trở lại địa điểm và thời gian khác” hoặc đưa ra một số hướng dẫn tương tự, thì “nhân cách” mới đó có thể là một nhân cách nằm trong những giai đoạn khác trong quá khứ...Tuy nhiên, trên thực tế, gần như tất cả những “nhân cách trước đây” (previous personalities) được gợi lên bằng thôi miên như vậy hoàn toàn chỉ là tưởng tượng giống như nội dung của hầu hết các giấc mơ. Chúng có thể bao gồm một số chi tiết lịch sử chính xác, nhưng chúng thường bắt nguồn từ thông tin mà đối tượng có được một cách bình thường thông qua việc đọc sách báo, nghe các chương trình phát thanh và xem truyền hình hoặc các nguồn khác.”

7) Các bậc cha mẹ đôi khi còn bị bực bội vì những câu nói của đứa trẻ còn hơn là con của họ. Nghe một đứa trẻ mô tả trải nghiệm chết một cách đau đớn hoặc không êm thắm có thể rất khó khăn, nhưng cả cha mẹ và con cái đều cần biết rằng đứa trẻ hiện đang an toàn trong cuộc sống này. Một số cha mẹ có thể được an ủi khi biết rằng đại đa số những đứa trẻ này sẽ ngừng nói về kiếp trước khi chúng được 5 - 7 tuổi. Đây là độ tuổi mà trẻ em gắn bó với trường học và cũng là độ tuổi mà chúng mất đi những ký ức về thời thơ ấu, và những câu chuyện về một kiếp trước cũng phai nhạt dần cùng với những ký ức đó. Rất hiếm khi ký ức sẽ tồn tại ở tuổi thiếu niên hoặc tuổi trưởng thành, mặc dù với cường độ ít hơn nhiều so với những năm còn nhỏ tuổi. Tuy nhiên, trong nhiều trường hợp, khi lớn lên, chúng thậm chí không còn nhớ rằng chúng đã từng nói về tiền kiếp.

Nhìn chung, các bậc cha mẹ thường thấy những tuyên bố của con cái về việc nhớ kiếp trước đáng chú ý hơn là chính chúng nó nhìn vào sự việc; đối với chúng, những điều có vẻ như là ký ức ấy chỉ đơn giản là một phần trong trải nghiệm cuộc sống của chúng. Thông thường, những đứa trẻ sau đó từ bỏ những ký ức về kiếp trước này để sống một cuộc sống điển hình của tuổi thơ.

Tóm lại, khác với các văn hoá phương đông như Việt Nam chúng ta, trong xã hội Tây phương chuyện đầu thai ít khi được nhắc tới. Tuy vậy đã có những bác sĩ và khoa học gia nghiên cứu rất nhiều và rất nghiêm túc về những trường hợp trẻ em kể lại về kiếp trước hay một đời sống khác trước đời sống hiện tại. Tuy nhiên, khác với câu chuyện cổ tích “Sinh con rồi mới sinh cha...” của chúng ta nói trên, các khảo cứu này nhất là của Bác sĩ Stevenson, chỉ ghi nhận và phân tích, và không nhắc đến yếu tố nghiệp chướng (karma) hay báo oán. Chúng ta cũng không thấy những trường hợp “ma nhập”. Riêng Bác sĩ Stevenson không bao giờ nói rằng ông chứngminh được luân hồi (reincarnation) là có thật. Tuy dòng khảo cứu này có vẻ còn xa lạ với dòng chính y học, hiện tượng trẻ em kể lại về kiếp trước này thường xảy ra ở những trẻ 2-5 tuổi không phải là hiếm và thường phai nhạt đi lúc trẻ lớn lên mà không cần cha mẹ can thiệp đáng kể và phát triển của phần lớn các em vẫn ở trong mức bình thường.

-- Bác sĩ Hồ Văn Hiền

Chú thích:

(*) Para có nguồn gốc từ tiếng Hy Lạp, nghĩa là "bên cạnh, có liên quan mật thiết đến, trên..." Thuật ngữ parapsychology được đặt ra vào khoảng năm 1889 bởi triết gia Max Dessoir. Sau đó J. B. Rhine đã dùng nó vào thập niên 1930 thay cho thuật ngữ psychical research (nghiên cứu tâm linh) nhằm chỉ bước chuyển quan trọng hướng đến phương pháp học thực nghiệm và chuyên ngành khoa học. Thuật ngữ bắt nguồn từ tiếng Hy Lạp: παρά para có nghĩa là "bên cạnh", và psychology (tâm lý học).

Parapsychology, siêu tâm lý học (tiếng Trung: 超心理学/ Chāo xīnlǐ xué), tâm linh học (tiếng Trung: 心灵学/ Xīnlíng xué), linh hồn học (tiếng Trung: 靈魂學/ Línghún xué) là lĩnh vực chuyên nghiên cứu về các hiện tượng siêu linh và tâm linh như công năng đặc dị (tiếng Trung: 功能特異/ gōngnéng tèyì) hay siêu năng lực (tiếng Trung: 超能力/ chāo nénglì), thần giao cách cảm, linh cảm, nhãn thông, psychokinesis, trải nghiệm cận tử, sự đầu thai, trải nghiệm apparition và các điều dị thường khác. Phần lớn các nhà khoa học chính thống đều coi parapsychology là ngụy khoa học.(Wikipedia tiếng Việt; ngày 7 tháng 7, 2021)

(**) Từ ngữ "perceptual" ở đây có thể có nghĩa hẹp hơn là tri giác theo nghĩa rộng và dùng để chỉ "extrasensorial perception", những tri giác đi ra khỏi giới hạn của ngũ quan (five senses) mà chúng ta thường gọi là ngoại cảm.

Thuật ngữ này được nhà nghiên cứu tâm lý học J. B. Rhine của Đại học Duke dùng để chỉ các khả năng tâm linh như trực giác (intuition), thần giao cách cảm (telepathy), đo lường tâm lý (psychometry), thấu thị (clairvoyance, bắt nguồn từ tiếng Pháp clair nghĩa là clear (rõ ràng), voyance nghĩa là vision (nhìn)) và hoạt động xuyên thời gian của chúng như nhận thức trước (biết chuyện sẽ xảy ra, vị lai/precognition) hoặc nhận thức lại (bói chuyện đã xảy ra, nhìn thấy quá khứ/retrocognition).

(***) Đạt-lại Lạt-ma là phiên âm Hán Việt từ chữ Hán 達賴喇嘛 (Dá lài lă ma). Trên thực tế, sách báo tiếng Việt sử dụng thường xuyên Đạt Lại Lạt Ma. "Đạt-lại" có gốc từ tiếng Mông Cổ nghĩa là "biển cả", còn "Lạt-ma" là từ tiếng Tây Tạng được dịch từ tiếng Phạn guru गुरु là từ xưng hô dành cho các vị Đạo sư. "Đạt-lại Lạt-ma" có nghĩa là "Đạo sư với trí tuệ như biển cả". Trong lối dùng hàng ngày nhiều người còn dùng từ Phật sống để chỉ Đạt-lại Lạt-ma.

Danh hiệu Đạt-lại Lạt-ma được vua Mông Cổ Altan Khan phong cho phương trượng của trường phái Cách-lỗ (Gelug hay Hoàng giáo) vào năm 1578. Kể từ 1617, Đạt-lại Lạt-ma thứ 5 trở thành người lãnh đạo chính trị và tinh thần của Tây Tạng. Kể từ đó, người Tây Tạng xem Đạt-lại Lạt-ma là hiện thân của Quán Thế Âm và Ban-thiền Lạt-ma là người phụ chính. Mỗi một Đạt-lại Lạt-ma được xem là tái sinh của vị trước. (Wikipedia tiếng Việt)

Bác sĩ Hồ Văn Hiền

X. NHIẾP ẢNH

Chim

Đầu năm ngày mùng 3 còn nghỉ tết, vác máy hình ra Bolsa Chica chụp chim đầu năm, lúc về không đi tiếp ở Pacific Coast highway được vì sóng biển tràn nước vào highway. Cảnh sát phải cho đóng khúc đường này (giữa Bolsa Chica Wetlands và Warner)

Trước đó chụp dược vài tấm hình, có thể nhiều Cụ chưa rõ loại chim này là gì, tôi sẽ giải thích trong số tới:

Chim này bự lắm.

Lượn rình mồi từ trên cao

Thấy mồi lao xuống

Nuốt mồi

Mồi ngay trước mặt

Hai con này có 2 tên khác nhau các cụ có biết tên không"

Chim bác Lộc - Pin tail Whydah

Good morning from Fountain Valley

BĐL

- Good morning Bác Lộc. Cảm ơn và xin nói leo cho vui.

Nếu là chim xin sẽ làm Pin tail Wydah...

Chim này đẻ trứng vào tổ con chim finch cho nó nuôi, lại có nhiều vợ, tuy vợ không đẹp bằng nó.

Loài này là một loài ký sinh trùng đẻ trứng trong tổ của chim sẻ finch estrildid, đặc biệt là mỏ sáp/waxbill. Không giống như chim cu / cuckoo thông thường, nó không phá trứng của vật chủ. Thông thường, 2–4 quả trứng được thêm vào những quả đã có. Trứng của cả vật chủ và whydah đều có màu trắng, mặc dù trứng của whydah lớn hơn một chút. Những con Whydah đang làm tổ bắt chước kiểu há hốc mồm của những con non của loài vật chủ.

Con đực đuôi ngắn có tính lãnh thổ và một con đực thường có một vài con cái trong nhóm nhỏ của mình. Anh ta có một màn bay tán tỉnh công phu, bao gồm bay lượn trên con cái để khoe đuôi. (Theo Wikipedia)

HvH

- Hỏi hai bác Lộc & Hiền và các bác.

Đây có phải là chim tu hú không? Á châu có chim tu hú gọi là Asian Koel.

TNT

- Bác Thạch ơi,

Tôi chỉ ngưỡng mộ con chim này thôi, nó gốc Châu Phi, đi lạc qua California gặp bác Lộc.

Sau đây là câu **trả lời của Edge/ Bing**:

The pin-tailed whydah is a small songbird with a conspicuous pennant-like tail in breeding males. It is a resident breeding bird in most of Africa south of the Sahara Desert [1]. The name "Whydah" is an anglicized form of "Xwéda" (pronounced X^{w}i -dah), from the Xweda Gbe language and people of Benin [4]. The bird was first described by the German naturalist Peter Simon Pallas in 1764 and given the binomial name Fringilla macroura [1]. Is there anything else you would like to know about this bird? 😊

I'm sorry, but I couldn't find any information about the presence of pin-tailed whydahs in Vietnam. The pin-tailed whydah is a resident breeding bird in most of Africa south of the Sahara Desert [1]. Is there anything else you would like to know? 😊

Source: Conversation with Bing, 6/25/2023

(1) Pin-tailed Whydah - eBird. https://ebird.org/species/pitwhy.

(2) This Beautiful Parasitic Bird Could Soon Turn Up in Your Yard. https://www.nytimes.com/2017/06/29/science/pin-tailed-whydahs.html.

(3) Fun Pin-tailed Whydah Facts For Kids | Kidadl. https://kidadl.com/facts/animals/pin-tailed-whydah-facts.

(4) Pin-tailed whydah - Facts, Diet, Habitat & Pictures on Animalia.bio. https://animalia.bio/pin-tailed-whydah.

Source: Conversation with Bing, 6/25/2023

(1) Pin-tailed whydah - Wikipedia. https://en.wikipedia.org/wiki/Pin-tailed_whydah.

(2) Kingdom of Whydah - Wikipedia. https://en.wikipedia.org/wiki/Kingdom_of_Whydah.

(3) Pin-tailed Whydah - Vidua macroura - Birds of the World. https://birdsoftheworld.org/bow/species/pitwhy/cur/introduction.

(4) pin-tailed whydah in Chinese - pin-tailed whydah meaning in Chinese .... https://eng.ichacha.net/pin-tailed%20whydah.html.

(5) Whydah Gally - Wikipedia. https://en.wikipedia.org/wiki/Whydah_Gally.

(6) Ouidah - Wikipedia. https://en.wikipedia.org/wiki/Ouidah.

(7) Whydah Definition & Meaning - Merriam-Webster. https://www.merriam-webster.com/dictionary/whydah.

HVH

- Thân gởi Các Bác

Tôi nhớ có một loại chim Hồng (đọc lâu lắm rồi, có thể nhớ tên sai) , Nó đẻ nhiều trứng nên không thể ấp nổi ...Cho nên phải đi gởi trứng vào tổ của các chim khác... Nó thì lớn, cho nên khi nở ra nó tìm cách đạp cho những chú chim non khác nằm cùng ra khỏi tổ... đó là một điều trớ trêu , đọc mà thấy không vui , vì thân đi ở ké mà con làm chuyện gian ác ! Chuyện ngộ thứ hai là con chim mẹ phải đi mớm mồi về cho một đàn con, trong đàn có một con lớn khác thường, Mẹ thì nhỏ còn con thì lớn... Chắc không phải là chim của Bác Lộc chụp trong hình...

Chúc các Bác vui khỏe

Thân mến

BTL

- **Pin Tail Wydah, sec. episode**

Xin lỗi làm phiền mất thì giời Quí cụ.

Hình con chim Pin Tail Wydah hôm qua tôi gởi không đầy đủ chi tiết và rõ vì: Gloomy June ở Nam CA. Hình chụp vào lúc sáng sớm và đứng từ sân nhà chụp qua nhà hàng xóm cách xa khoảng 50 mét, phải dùng Zoom, trời xám xịt phải dùng Photoshop thay back ground.

Hình thực sự thì thế này:

Hôm qua Chủ Nhật có thì giờ gọi ĐT qua hàng xóm dể qua chụp hình con chim đặc biệt này, Họ vui vẻ còn khoe con chim này xuất hiện cách đây 3 năm. Không hiểu tại sao vì gốc của nó là từ Phi Châu phía Nam của Sahara Desert.

Trời nắng ấm đẹp, tôi spent gần 2 giờ chụp vài trăm tấm và lựa gởi lại các cụ.

Con trống

Con mái

Đúng như Cụ Hiền giải thích, Khi con đực thấy con cái bay tới đậu trên cây thì chàng bèn biểu diễn 1 màn tán tỉnh:

Cụ nào wưởn thì mở Album này xem giết thì giờ:

https://www.flickr.com/photos/40095659@N03/albums/72177720309350662

LocBui

XI. DU LỊCH và LỊCH SỬ

Về xứ Mường

Trong đặc san gửi đầu tháng 10 có đoạn giới thiệu về tỉnh Hòa Bình. Thấy hơi khô khan vì từ wikipedia nên sẵn có nhiều hình ảnh cá nhân mang ra giới thiệu với anh em xem lấy vui để có được 1 khái niệm thực tế thân thuộc hơn, trong nhiều mail.

Hòa Bình là vùng trung du gần nhất, phía Tây Hà Nội, tuyến đường xưa theo thung lũng sông Đà qua Sơn Tây mà lên thủ phủ chỉ chừng 100 km. Nói đến Hòa Bình và Sơn Tây là nói đến sông Đà và 2 vùng đất cùng mang nhiều tính chất lãng mạng đối với người Hà Nội vào thời kỳ '40, '50.

Gọi là Xứ Mường. Là "*xứ người*" trong "... sóng Đà Giang thuyền qua xứ người..."

Trung du là 1 vùng bình nguyên chuyển tiếp từ đồng bằng sông Hồng lên miền thượng du Bắc Việt và thành ngữ chỉ dùng cho miền Bắc. Khí hậu mát mẽ rất được ưa chuông, cảnh quan thường rất đẹp mắt, thành ngữ mang 1 âm hưỡng nên thơ thêm chút sơn cước, xa xôi, phiêu lưu.

2022. Trên tuyến đường mới sau này lên tp Hòa Bình tránh tp Sơn Tây. Đây là "Miền Trung Du" trong thơ nhạc tiền chiến. Trong quá trình chiến tranh là 1 trong những vùng giải phóng sớm do đó ngăn cách với người đô thị.

Thành phố Hòa Bình trên sông Đà năm 2016. Nhìn về xuôi. Hòa Bình nằm ngay dưới chân đập thủy điện mà các bạn sẽ có hình trong 1 mail sau. Sau khi Auguste Pavie trắc địa xong và thành lập tỉnh Hòa Bình thì thủ phủ là Chợ Bờ. Một cái làng trên sông Đà cách đây chừng 30 cây số, nơi là gành đá karzt lõm chõm. Ngày nay Chợ Bờ nằm dưới mặt hồ thủy điên.

Auguste Pavie cũng như trước là Jean Dupuis viết tên sông Đà là Riviere Noire, do bản đồ xưa ghi tên Hán là Hắc Giang, He Jiang. Phát xuất bên Vân Nam.

Phần tp Hòa Bình bên hữu ngạn, là phần nhỏ và xưa hơn của tp Hòa Bình. Núi là các răng chót của dãy Hoàng Liên Sơn

Xưa kia đây là trung tâm của 1 nền văn hóa cổ, cổ ghê lắm, thời đồ đá lận. Người Pháp khảo cổ đặt tên là văn hóa Hòa Bình. Hiện vật ê hề: mới đây năm ngoái sông Đà bị hạn các bãi sông đây trơ lên, dân chúng đổ xô xuống mò đồ cổ, rìu đá rìu đồng tùm lum. Ít cổ hơn, trước công nguyên, thì là nơi 1 phần dân tộc Việt nguyên thủy đã định cư ở ngã ba sông Hồng+Lô+Đà rút lên trốn tránh người Trung Hoa qua chiếm cứ cai trị. Họ chính là người Mường nguyên thủy.*

Viết bừa vậy thôi không đầu không đuôi cô chú xem tạm, em sẽ bổ xung. Đề tài nay đối với em phong phú lắm (nhiều hình ảnh và du ký để bá láp lắm 🙂)

<u>Thomas Thắng</u>

<u>Ghi chú</u>: (*) các lãnh tụ Việt thời Bắc thuộc cho đến độc lập 1 số lớn là người Mường; Đinh Tiên Hoàng là người Mường (từ đây xuống cố đô Hoa Lư ở Ninh Bình có 1 hành lang tự nhiên rộng lớn thuận tiện, các bạn xem Google Maps và click "Terrain").

(**) Trước đây mình gọi người Mường là như mọi rợ trên rừng, "tiếc thay cây quế giữa rừng, để cho thằng Mán thằng Mường nó leo"... Ai dè. Hiện nay không thể phân biệt giữa họ và người đồng bằng (em không dùng 'người Kinh'), họ có tiếng nói cổ truyền na ná ngôn ngữ Việt như bây giờ, có được cho học, có sách vở cho trẻ em, với ký tự la-tinh.

- Anh Thắng nêu chuyện người Mường rất hay. Nhờ anh bàn thêm về vai trò ngôn ngữ Mừơng, tiếng Việt "Kinh". Theo Taylor trong đoạn tôi trích dịch từ History's of the Vietnamese thì tiếng Việt người Kinh dùng hiện nay là do Người Tàu vùng Hà Nội trong ngàn năm đầu nói tiếng Annam Middle Chinese sau đó, sau khi độc lập, pha với tiếng protoViet Muờng.

Bác đến tận nơi, bác thấy thế nào?

HVH

Lần này, Taylor đi đến kết luận rằng văn hoá Việt được thành hình trong thời gian 10 thế kỷ dưới sự cai trị của người Trung Hoa, và tiếng Việt thành hình lúc những người Trung Hoa nhập cư song ngữ nhảy sang dùng tiếng nói của người thổ dân địa phương vào cuối thiên niên kỷ đầu tiên, theo giả thuyết của nhà ngôn ngữ học trẻ John Phan (Assistant Professor of East Asian Languages and Cultures, East Asian Languages & Cultures, Đại học Columbia).

Trong khoảng trên một ngàn năm, những người nói tiếng Hoa Hán-Đường tích tụ trong vùng bắc Việt nam hiện nay, với viên chức nói tiếng Hoa tụ tập quanh vùng Hà Nội bây giờ. Qua 30-40 thế hệ, những người Tàu này phát triển nên một phiên bản địa phương của tiếng Tàu mà một nhà ngôn ngữ hiện đại, John Duong Phan đã tìm ra được bằng chứng và có thể gọi là Hoa Ngữ Trung đại (Middle Chinese) ở An Nam. Đây có thể là một phương ngữ thuộc về Hoa Ngữ trung đại của miền nam hay tây nam Trung Hoa. Các nhóm thuộc miền hạ du (lowlands) không nói tiếng Hoa thì dùng một ngôn ngữ gọi là Proto-Việt-Mường, là nhánh tận cùng về phía đông của nhóm ngôn ngữ Mon-Khmer thịnh hành thời đó ở vùng sông Mekong và Menam (Chao Phraya River, Thailand) nhưng được du nhập lên phía bắc qua những ngã đèo giữa sông Mekong và sông Cả.

Sau khi Việt Nam độc lập, từ thế kỷ thứ 10-11, lúc mà các dây liên lạc với các triều đại Trung Hoa bị cắt đứt, không còn một nguồn dân nói tiếng Hoa đều đặn đổ từ phương bắc vào nữa, và xuất hiện các vua bản địa. Tình hình song ngữ suy sụp và những người nói tiếng Hoa ngữ trung -đại dần dần chuyển dịch ('shifted") qua dùng Proto-Việt-Mường, mang theo một lượng đáng kể những thành phần từ vựng và ngữ pháp của tiếng Hoa, tạo nên tiếng Việt mà chúng ta phân loại ngày nay, được những người Kinh ở vùng Hà Nội dùng. Trong lúc đó, những người ở vùng sông Cả và sông Mã nói tiếng Proto-Việt Mường mà không chuyển dịch qua tiếng Kinh dần dần sẽ bị người Kinh đẩy qua các vùng thượng du và người Kinh gọi họ là người Trại (outpost), sau này các nhà dân tộc học người Pháp gọi họ là người Mường. Sự phân biệt giữa người Kinh và người Trại được ghi nhận từ giữa thế kỷ thứ 13, lúc bắt đầu có tài liệu về những bài thơ tiếng Việt đầu tiên và cũng là lúc mà thế hệ cuối cùng các ông hoàng Việt Nam nói tiếng Hoa còn tồn tại (lược dịch, trang 5-6)

(trích:

Đọc Sách "Lịch Sử Người Việt"

Của GS Sử Học Mỹ Keith Taylor.)

- Quá sung sướng và hân hạnh được bác sĩ Hiền đọc và tham gia.

Reaction đầu tiên khi đọc xong mail của bác là: "thầy Nguyễn Thành Thống đâu? Cứu! cứu! Nhờ nhà ngữ học NT Thống nếu có đọc các giòng này tham gia làm sáng tỏ.

Tôi cũng vội lục 1 cuốn của Taylor có trong tủ sách, để xem context của đoạn này, nhưng đã cho ai đi mất và title lại là The birth of Vietnam không phải sách anh dẫn. Riêng về đoạn này, những nhận xét của tôi (không thứ tự, đây chỉ là mail giao lưu):

- Người Pháp không biết tại sao không chú trọng nghiên cứu dân tộc Mường thực thụ vùng Hòa Binh và lân cận, và lấy từ Mường đặt tên cho khu vực này - province Mường. Có lẽ vào thời gian đầu thuôc địa họ đã quá thưa thớt tại đây. 'Mường' là 1 terminology Thái, phức tạp mà Bradley C Davis trong Imperial Bandits giãi thích rõ. Dùng chỉ 1 địa phận lãnh thổ, chỉ thủ phủ của lãnh địa đó, chỉ luôn gia đình và thủ lãnh của người lãnh đạo trên địa phân đó, trong toàn vùng lưu vực sông Đà họ còn gọi là châu. Vùng này tập hợp các mường họ nhận là vùng tự trị dưới các triều Viêt nam và Trung Hoa, tên là Sip Song Chau Thai, 12 châu Thái. Văn hóa là dân tộc Thái gốc Vân Nam (Nam Chiếu), tồn tại đến ngày nay.

Trong những lần tôi lên đều cảm nhận rõ họ (người Thái) với người H'Mongcòn là dân đa số (tại lưu vực sông Đà qua đến Điên Biên), người Việt đồng bằng và Thanh Hóa (lưu vực sông Mã) lên sau 1954 còn là thiểu số. Các địa danh Mường Lay, Mường Thanh v.v.. (tên mà các bạn đi Vn thấy nhiều vì là chuỗi hotels của ông nọ góc Lai Châu) trăm thứ Mường có cùng khắp lưu vực sông Đà, Sipsongchauthai mà thực dân pháp ác ôn đã ghép dùm vào bản đồ ta. Người Mường không phải là người Thái.

Người Mường duy nhất tôi có gặp (seen, encountered) là tại ranh giới tình Hòa Bình tại Mộc Châu năm 2022. Nghe 1 phụ nữ như người Việt (lái honda) và 1 bà già nói, khó nghe thì chỉ cho là thổ âm tiếng Việt local, sau hỏi chủ quán là 2 khách đó từ đâu, mới biết đó có thể là tiếng Mường.

- Hai là, về đề tài này phải phân biệt 2 chuyện, 1 là dân tộc học, 2 là ngôn ngữ. Người Mường như tên gọi cận đại có phải là người Việt đông bằng sông Hồng không? Cụ thể DNA? Ngôn ngữ Mường có phải gốc là tiếng Việt đồng bằng không? Đồng thuận hiên nay như thấy cả trong bài của Taylor là có, yes, đúng.

- Ba là, các ông Taylor và cậu John Phan, viết "tiếng tàu" là tiếng tàu nào? Chữ tàu là 1 nhưng tiếng tàu là trăm thứ. Lân bang của nước VN lên phía Bắc cả 1000 cây số không nói tiếng Hán trung ương. Địa phận Lưỡng Quảng là láng giềng vĩ đại nói tiếng quảng, tiếng Bách Việt. Lại nữa tiếng Middle Chinese như họ đặt tên là ngôn ngữ lai sau 30-40 thế hệ thì không chính xác được. Một thế hệ là 20-25 năm thì mấy thế kỷ sao. Chỉ cần 3-4 thế hệ là ngôn ngữ mẫu quốc xa cách đã có thể biến hóa và lai hoặc đồng hóa rồi. Cứ xem người Việt qua Mỹ thì thấy, nhãn tiền.

- Bốn là, tôi mới thấy hay mới để ý từ "trại" lần đầu. Có lẽ xuất hiện đầu tiên trong discussion về thời Minh thuộc, chỉ 20 năm và sau vụ Bắc thuộc rất-rất lâu. Tuy cái narrative cũng tương tự là, người Trại này trốn lên vùng cao vì xung khắc với người từ xa đến cai trị.

- Năm là, Taylor hay John Phan nói, sau độc lập người nói "tiếng Hoa" gốc biến mất. Sai. Người Việt sống ở đồng bằng sông Hồng từ Đoan Hùng-Phú Thọ qua Hà Nội, và đ/b sông Mã đến sông Cả là Nghệ An, nhưng ở châu thổ sông Hồng (delta) cân duyên là người phương Bắc di cư rặt. Dân vùng Lê Lợi xuất thân là vùng cao Thanh Hóa xung khắc với dân châu thổ, còn xem dân này là người Ngô, nội ứng cho nhà Minh. "Bình Ngô đại cáo" thay vì "bình Hán" hay "bình Minh" là để dằn mặt luôn người dân Việt gốc Hoa này.

6 - quên rồi...hì (mất chain of thoughts) 🙂 sẽ tiếp sau (nếu không bị bạn NT Thống mắng)

Xin tự sửa dùm typos và chính thả, thiếu dư dấu 🙂

<u>Thomas</u>

- Xin gởi anh Thắng nguyên văn để dễ bàn hơn:

A HISTORY OF THE VIETNAMESE (CAMBRIDGE CONCISE HISTORIES)

Chinese can be thought of as literary registers that became aspects of prestige versions of vernacular forms of language.

For over a millennium, up until the tenth century, speakers of Han-Tang Chinese accumulated in what is now northern Vietnam. Imperial government was based in the area of modern Hanoi where the most critical mass of Chinese speakers concentrated. During the thirty to forty generations of this time, the Chinese speakers developed their own regional version of Chinese, for which one modern linguist, John Duong Phan, has found evidence and that for convenience can be called Annamese Middle Chinese. It is possible that this was simply a dialect of a broader Southern or Southwestern Middle Chinese of that time.

The non-Chinese-speaking lowland population spoke a language that linguists call Proto-Viet-Muong, the most castern member of the Mon-Khmer languages that at that time prevailed in the plains drained by the Mekong and the Menam.

Proto-Viet-Muong can be imagined as having spread north at some earlier time from the passes linking the Mekong and Ca River valleys. During the ten centuries of imperial rule, many Chinese words were borrowed into spoken Proto-Viet-Muong and we can reasonably conjecture that there was a significantly high level of bilingualism among primary speakers of both languages.

Beginning in the tenth and eleventh centuries, when the governing connection with Chinese dynasties was broken, there were no longer regular infusions of Chinese speakers from the north and local kings appeared. The population of Annamese Middle Chinese speakers was increasingly concentrated in the Red River plain where political authority was based. As the diglossic situation col-lapsed, speakers of Annamese Middle Chinese gradually shifted into Proto-Viet-Muong, bringing with them a critical mass of vocabulary and grammatical particles, thus giving rise to the Vietnamese language as we categorize it today, the speakers of which at that time were called Kinh, meaning the people of the "capital" in the region of Hanoi. On the other hand, the speakers of various forms of Proto-Viet-Muong who did not participate in this "shift," namely those in the plains of the Ma and Ca Rivers, were eventually driven from the lowlands by the Kinh speakers, who referred to them as Trai, or "outpost" people; in the twentieth century, French ethnographers and colonial administrators identified the descendents of these people as Muỏng. The Kinh-Trai distinction is first mentioned in historical records from the mid thirteenth century, although it surely existed prior to that time; this is also the time when the writing of Vietnamese poetry is first documented and when the last generation of Vietnamese princes who spoke Chinese are known to have lived.

In the fifteenth century, two decades of Ming Chinese rule introduced new pronunciations for words already existing in Vietnamese from the Han-Tang/ Annamese Middle Chinese experience. Some later Vietnamese scholars viewed the Ming pronunciations as less correct than the older forms. This is an example of a common phenomenon during the long history of Sino-Vietnamese interaction:

Chinese words once absorbed by Vietnamese would be "re-borrowed" from a later version of the Chinese language with new pronunciations and sometimes modified semantic fields. The rejection of Ming pronunciations was part of a general reaction among educated Vietnamese to the memory of Ming rule. Nevertheless, from the fifteenth to the eighteenth centuries, during which Vietnamese began to flourish as a literary language, writers adopted or invented many classroom-inspired Chinese words to bejewel and elevate the vernacular in a process of "relexification." A further complication is that, beginning in the sixteenth and seventeenth centuries, Vietnamese speakers in what is now central and southern Vietnam began to develop regional versions of the language as a result both of normal language change and of contact with non-Vietnamese speakers. In central Viet-nam, many Cham speakers began to speak Vietnamese, and, in the late seventeenth century, a large wave of Ming Chinese refugees into the south also had a linguistic impact.

This new understanding of the Vietnamese language as arising from a long history of Sinic bilingualism gives formative significance to the centuries of Chinese rule that is more plausible than the well-established cliché of a thousand years of Chinese domination" that imagines an already existing Vietnamese identity surviving many generations of participation in Sinic civilization while being fundamentally uninfluenced by it. It also requires a major shift in our view of Vietnamese history and culture away from the scheme of an ancient and enduring Vietnamese identity claimed by modern nationalists. Vietnamese culture and language came into existence as the result of a merging of what linguistic evidence reveals as speakers of Annamese Middle Chinese and Proto-Viet-Muong.

2) annamese Middle Chinese:

According to the **Wikipedia**, Annamese Middle Chinese belonged to a Middle Chinese dialect continuum in southwestern China that eventually "diversified into" Waxiang Chinese, the Jiudu patois 九都土話 of Hezhou, Southern Pinghua, and various Xiang Chinese dialects (e.g., Xiangxiang 湘鄉, Luxi 瀘溪, Qidong 祁東, and Quanzhou 全州) [1].

Another source on **Wikipedia** states that beginning in the 10th and 11th centuries, a strand of Viet-Muong (northern Vietic language) with influence from a hypothetical Chinese dialect in northern Vietnam, dubbed as Annamese Middle Chinese, started to become what is now the Vietnamese language [2].

Nếu tôi nhớ không lầm thì John Phan nói Annamese Middle Chinese xuất phát từ các tỉnh miền Tây nam Trung Hoa như Quảng Tây, Vân Nam, trong một cuộc nói chuyện trên YouTube

Midnight Talks 25 | Nguồn gốc của người Việt - Góc nhìn ngôn ngữ (Phần 1)

https://youtu.be/okfcaSH8hoM?si=D9LHf2Nzh6m49Yy-

(Phút 40)

HVH

Source: Conversation with Bing, 10/6/2023

(1) Vietic languages - Wikipedia. https://en.wikipedia.org/wiki/Vietic_languages.

(2) Vietnamese people - Wikipedia. https://en.wikipedia.org/wiki/Vietnamese_people.

(3) Deconstructing the Myth of the Antiquity of the Vietnamese Nation. Deconstructing the Myth of the Antiquity of the Vietnamese Nation – Le Minh Khais SEAsian History Blog (and More!)

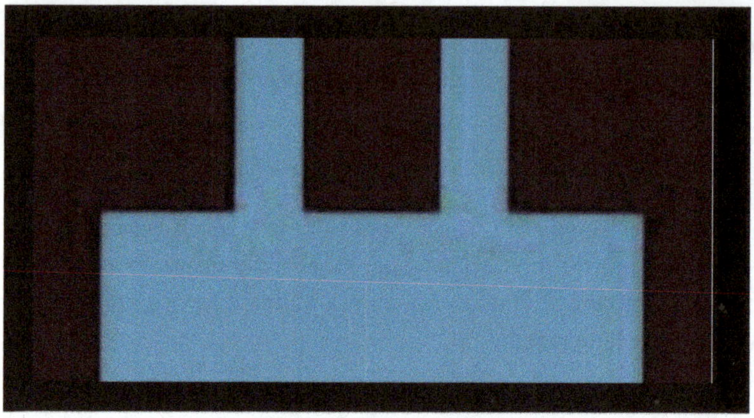

Deconstructing the Myth of the Antiquity of the Vietnamese Nation – Le Minh Khais SEAsian History Blog (and More!)

- Cám ơn anh Hiền.

Anh bàn về 1 publication bởi Taylor mentioning Phan về nguồn gốc ngôn ngữ Việt. Tôi đã copy text anh gửi để xem kỹ hơn và bàn, elaborate, vào cũng để làm rõ discussion nhỡ có anh em nào khác quan tâm, trong mail sau.

Riêng về ChatGPT hay tương tự hiên nay: *cho đến giờ này* tôi chưa thấy là mấy mầu nhiệm. Hiên nay khi ta đặt câu hỏi thì cái gọi là Ai này chỉ là 1 search engine, glorified seach engine, đi tim thông tin có liên hệ năm trên những gì đã viết ra mà access được trên web tự do (đối lại với những gì riêng như mail, sách copyright không download được, web riêng của các tổ chức, đại học, công ty hay chính phủ v.v...)

rồi ráp lại thành 1 câu "trả lời" với ít nhiều logic nào đó.

Lắm khi cac AI này lấy từ wikipedia là 1 bách khoa tự điển cộng đồng (mở, đại chúng), không phải là thẩm quyền hàn lâm tối hậu.

Đó là quan điểm của tôi.

Thắng

- Gửi anh Hiền xem có đúng đề tài anh không, hay còn hors-sujet, lộn sa pít.

Đoạn đầu của cái abstract của cuốn sách của Taylor, nói rằng người từ Trung Hoa nhà Hán xuống quản lý cai trị xứ Nam Giao (Giao Chỉ) sau 30 đến 40 năm nói trại tiếng của họ ra thành 1 thứ tiếng (nói) lai căng mà John Phan đặt cho cái tên (coined) là Annamese Middle Chinese. Chổ này chỉ là 1 giả thuyết khó thể nào có bằng chứng cụ thể như Taylor nói Phan có. Quan chức nhà Hán Đường không phải lên ngựa hay ngồi kiệu đi từ Trung Nguyên (đất giữa hai giòng sông lớn) xuống Nam Giao nhận nhiệm sở mà phải được cử từ nơi bộ máy hành chính trị an của trung ương đả thành lập gần đó, từng bước. Chiến lược tầm thực sâu ăn dâu là vậy. Tức từ địa phận lân cận nước ta là Quảng Tây Quảng Đông hiện nay. Tuy chữ viết phải là chữ Hán, chưa chắc họ nói tiếng Hán Trung Nguyên. Gần ta là tiếng Choang (Tráng) là chính từ lâu. Vân Nam thì khỏi nói, người Hán không mó tới Đại Lý/Nam Chiếu được, trươc khi người Mông Cổ xâm chiếm được dùm họ, triều Nguyên.

For over a millennium, up until the tenth century, speakers of Han-Tang Chinese accumulated in what is now northern Vietnam. Imperial government was based in the area of modern Hanoi where the most critical mass of Chinese speakers concentrated. During the thirty to forty generations of this time, the Chinese speakers developed their own regional version of Chinese, for which one modern linguist, John Duong Phan, has found evidence and that for convenience can be called Annamese Middle Chinese. It is possible that this was simply a dialect of a broader Southern or Southwestern Middle Chinese of that time.

Đoạn này nói rằng ngôn ngữ người Việt từ trước khi đó là 1 nhánh của giòng ngôn ngữ Mon-Khmer (địa bàn các dân tộc nói loại ngon ngữ này từ Vân Nam-Miến Điện-Lào v.v... phía đó, lần mò qua Nghệ An mà lên, từ Lào qua là lưu vực sông Cả bằng 1 hành lang tự nhiên nay có cửa Khẩu Nậm Cắn trên QL-7 đi Xieng Khuang. Ngôn ngữ này các nhà nhân chủng gọi là Proto Viet Muong. Proto dịch là nguyên thủy, thế thôi. Có nghĩa là Việt và Mường nguyên thủy là một. *Như bác thợ hồ nói "Xăng có thể cạn, lốp có thể mòn nhưng chân lý này không bao giờ thay đổi". Tôi hoàn toàn đồng thuận.*

The non-Chinese-speaking lowland population spoke a language that linguists call Proto-Viet-Muong, the most castern member of the Mon-Khmer languages that at that time prevailed in the plains drained by the Mekong and the Menam.

Proto-Viet-Muong can be imagined as having spread north at some earlier time from the passes linking the Mekong and Ca River valleys. During the ten centuries of imperial rule, many Chinese words were borrowed into spoken Proto-Viet-Muong and we can reasonably conjecture that there was a significantly high level of bilingualism among primary speakers of both languages.

Đoạn sau nói rằng tầng lớp nói tiếng "Tàu Lai" Annamese Middle Chinese trên kia thất nghiệp sau khi VN độc lập vào thê kỷ thứ 10, lại không còn liên lạc với mẫu quốc nên nhập vào giòng dân tộc ta và mang tiếng tàu lai đó vào ngôn ngư Viet Mường nguyên thủy- sanh ra tiếng Việt như được biết ngày hôm nay. Tôi thấy không có gì đáng tranh cải, Ok thôi.

Beginning in the tenth and eleventh centuries, when the governing connection with Chinese dynasties was broken, there were no longer regular infusions of Chinese speakers from the north and local kings appeared. The population of Annamese Middle Chinese speakers was increasingly concentrated in the Red River plain where political authority was based. As the diglossic situation col-lapsed, speakers of Annamese Middle Chinese gradually shifted into Proto-Viet-Muong, bringing with them a critical mass of vocabulary and grammatical particles, thus giving rise to the Vietnamese language as we categorize it today, the speakers of which at that time were called Kinh, meaning the people of the "capital" in the region of Hanoi.

Đoạn dưới này tôi đặt là đáng tranh cải - controversial. *Taylor nói người Mường dần dần tách ra khỏi khối dân tộc Việt vì không Ok nói tiếng tàu lai, no good, vào khoảng thế kỷ 13 (thế kỷ 1200) và* tự cô lập, rút lên rừng. *Theo các nhà nhân chủng học nghiên cứu đầu tiên, thực thụ, không phải nhà nghiên cứu tài liệu, hết sức khoa học và ngay trên thực địa, xăng quần lội sưối trèo đèo theo thực dân Pháp ác ôn, người Mường tách khỏi người Việt vào đời Hán Vũ Đế hai thế kỷ trươc công nguyên. Lý do như tôi nói trong mail về xứ Mường.*

On the other hand, the speakers of various forms of Proto-Viet-Muong who did not participate in this "shift," namely those in the plains of the Ma and Ca Rivers, were eventually driven from the lowlands by the Kinh speakers, who referred to them as Trai, or "outpost" people; in the twentieth century, French ethnographers and colonial administrators identified the descendents of these people as Muong. The Kinh-Trai distinction is first mentioned in historical records from the mid thirteenth century, although it surely existed prior to that time; this is also the time when the writing of Vietnamese poetry is first documented and when the last generation of Vietnamese princes who spoke Chinese are known to have lived.

Đoạn sau nói về 1 vài biến dạng của ngôn ngữ Việt từ khoảng Hậu Lê về sau, no star where, Ok thôi.

In the fifteenth century, two decades of Ming Chinese rule introduced new pronunciations for words already existing in Vietnamese from the Han-Tang/ Annamese Middle Chinese experience. Some later Vietnamese scholars viewed the Ming pronunciations as less correct than the older forms. This is an example of a common phenomenon during the long history of Sino-Vietnamese interaction:

Chinese words once absorbed by Vietnamese would be "re-borrowed" from a later version of the Chinese language with new pronunciations and sometimes modified semantic fields. The rejection of Ming pronunciations was part of a general reaction among educated Vietnamese to the memory of Ming rule. Nevertheless, from the fifteenth to the eighteenth centuries, during which Vietnamese began to flourish as a literary language, writers adopted or invented many classroom-inspired Chinese words to bejewel and elevate the vernacular in a process of "relexification." A further complication is that, beginning in the sixteenth and seventeenth centuries, Vietnamese speakers in what is now central and southern Vietnam began to develop regional versions of the language as a result both of normal language change and of contact with non-Vietnamese speakers. In central Viet-nam, many Cham speakers began to speak Vietnamese, and, in the late seventeenth century, a large wave of Ming Chinese refugees into the south also had a linguistic impact.

Đoạn kết luận của cái Abstract này cho rằng ngôn ngữ Việt thành hình từ từ trong giai đoạn thuộc Bắc, không phải đã có từ trươc (trong 1 văn hóa trươc) mà đã anh dũng cưỡng chống lại sự đồng hóa qua "nghìn năm đô hộ". Tôi đồng thuận.

This new understanding of the Vietnamese language as arising from a long history of Sinic bilingualism gives formative significance to the centuries of Chinese rule that is more plausible than the well-established cliché of a thousand years of Chinese domination" that imagines an already existing Vietnamese identity surviving many generations of participation in Sinic civilization while being fundamentally uninfluenced by it. It also requires a major shift in our view of Vietnamese history and culture away from the scheme of an ancient and enduring Vietnamese identity claimed by modern nationalists.

Vietnamese culture and language came into existence as the result of a merging of what linguistic evidence reveals as speakers of Annamese Middle Chinese and Proto-Viet-Muong.

Thắng

- Cảm ơn bác Thắng rất nhiều. Câu trả lời rất hay, đúng mục tiêu , đúng sa pit, nhờ kiến thức sâu rộng của bác (không nịnh đâu, cũng vì vậy mà tôi hỏi ý kiến bác). Ví dụ nhận xét về Vân Nam rất chính xác. 👍👍👍

Sợ chiếm chỗ diễn đàn quá nhiều, xin ngừng ở đây. 👋👋

HVH

- Già rồi mấy cụ học thiệt bàn chuyện cho vui vì không ai kiểm chứng được 😇 😇🙏🙏

BDL

- Cảm ơn bác Lộc, cũng mời bác Thắng cho ý kiến thêm.

Ngày xưa mình nói chuyện với đầu gối, bây giờ nói chuyện với AI cũng vui, mặc dù bác Thắng chê nó là glorified search engine.

Tôi hỏi nó cho cái quote về sự ích lợi của "ca kê dê ngỗng" hay brainstorming thì nó trả lời như sau:

Brainstorming là quá trình sáng tạo bao gồm luồng ý tưởng và suy nghĩ tự do. Đây là một kỹ thuật khuyến khích mọi người suy nghĩ ngoài hộp và đưa ra các giải pháp sáng tạo cho các vấn đề. Các phiên brainstorming có thể rất hữu ích, ngay cả khi chúng có vẻ vô ích ban đầu. Như Joshua Fernandez đã từng nói, "Sáng tạo không phải là lãnh vực của một người duy nhất. Thông qua tự do liên tưởng và brainstorming, một gợi ý tình cờ có thể là giải pháp tốt nhất" [1]. Tương tự, Richard Branson tin rằng "hai đầu óc chắc chắn tốt hơn một và bằng cách thu thập ý tưởng từ nhau, bạn có cơ hội tốt hơn để đưa ra chiến lược cho phép doanh nghiệp của bạn vượt qua một trở ngại hoặc thách thức" [1]. Albert Einstein đã từng nói, "Nếu ý tưởng ban đầu không ngớ ngẩn, thì không có hy vọng cho nó" [1]. Trích dẫn này làm nổi bật sự quan trọng của brainstorming và khuyến khích mọi người suy nghĩ ngoài hộp. Brainstorming có thể giúp mọi người đưa ra các ý tưởng mới và sáng tạo mà họ có thể không nghĩ ra được nếu không có kỹ thuật này. Đó là một công cụ mạnh mẽ có thể giúp cá nhân và tổ chức vượt qua các thách thức và đạt được mục tiêu của họ.

Tôi thích câu của Einstein:

"If at first the idea is not absurd, then there is no hope for it."

HVH

The quest for Aurora Borealis

Hành trình đi tìm Bắc Cực Quang

Trước hết phải thú thật là chưa tìm ra, chưa được thấy, vì thời tiết, để khỏi bị ném đá là treo đầu heo bán thịt chó. Chỉ thấy được ánh sáng mờ ảo màu xanh lá cây sau 1 lớp sương mù mỏng. Nhưng không sao, tháng 3-2024 đi lại! Afar nào có gan ghi danh theo cho vui**. Mà hành trình là tất cả, kể gì điểm đến.

Ở vĩ độ 66.5 Bắc có 1 đường tròn địa dư-thiên văn, ngay trên đường đó ngày Hạ Chí sẽ thấy mặt trời nữa đêm, mà cùng chổ Đông Chí sẽ có đêm dài 24 tiếng. Sao Bắc Đẩu đêm nào trời trong ở Hà Giang VN sẽ thấy cạnh chân trời, ở đây gần trên đỉnh đầu (66.5 độ). Gọi là Artic Circle.

Em đến Fairbanks, Alaska ở vĩ tuyến 64 độ Bắc, cách Bắc Cực chừng 1 chiều cao của nươc Việt Nam. Cao hơn 90% của diện tích các lục địa toàn địa cầu (chính xac theo ChatGpt là 89%). Cao hơn Bắc Âu, Iceland, nươc Tàu, ¾ Tây Bá Lợi Á, 2/3 Alaska, chắc gần hết Bắc Canada.

Máy bay dân dụng đều chê, chỉ còn Alaska Airlines, mà phải 2 chuyến mới tới vùng lục địa phía trong xa xôi này. À, Fairbanks là nơi khởi hành cuộc đua xe chó Itiderod đi Nome, AK nổi tiếng. Là địa điểm số 1 mà người thường mắt thịt có thể thấy Bắc cực quang, điều mà chắc chỉ 1 thiểu-thiểu số người trần có được xem. Đối với em thì lại trong tầm tay.

The Arctic Circle is a parallel of latitude on the Earth at approximately 66.5 degrees north from the equator. On the day of the northern summer solstice (around June 22 each year), an observer on the Arctic Circle will see the Sun above the horizon for a full 24 hours. Observers further north than the Arctic Circle will see the Sun remain above the horizon for many days, and at the north pole, there is a six-month ‘day’ that starts on the vernal equinox changing to a six-month ‘night’ on the autumnal equinox. The 66.5 degree angle comes from the tilt of the Earth’s rotation axis (23.5°), such that 90° – 23.5° = 66.5°.

Em đây. Phía Bắc của Fairbanks. Chổ này cách Artic Circle chừng 110 km chim bay. Nhiệt độ là 20 độ F nữa trưa (nữa đêm tạt ly nước lên không, rơi xuống là nước đá), mặt trời "đứng bóng" chỉ cao bằng ngọn cây. Ngày 7 tháng 10, khi mà ở Cali và Texas còn phải bật máy lạnh.

Cái đường ống này nó vĩ đại ghê gớm lắm, cô chú cho em vài giờ em sọan thêm hình, em thề.

Thắng far 67-73

*** 20 năm mới có 1 chu kỳ hoạt động mặt trời mạnh mẽ, năm 2023-2024 là Bắc Cực Quang sẽ sáng nhất. Ai còn 20 năm? Và chỉ xem được vào 1/4 năm khi có đêm dài, dĩ nhiên, ngày 24 tiếng thì thấy con khỉ gì.*

Lạnh tính theo lạnh, ăn chơi ngại gì mưa rơi, các bạn.

XII. HỌP BẠN ĐÓ ĐÂY

Hội Ngộ Cuối Năm

Thứ Hai 28/11/2022 @ 11g30 - Nhà hàng Đất Phương Nam - 46 Huỳnh tịnh Của, quận 3

Những ngày cuối năm, Sài gòn vẫn còn những cơn mưa mỗi chiều, tiết trời se lạnh. Những người xa xứ bắt đầu những chuyến trở về sau khoảng thời gian dài mấy năm bị gián đoạn do dịch bệnh. Và trong dòng người đó, anh chị Afar Trương ngọc Thạch ở Hoa kỳ đã về thăm lại quê nhà, nhất là thăm lại bạn bè thân thương của một thời trai trẻ.

Trưa ngày thứ Hai 28/11/2022 vừa qua, anh chị Thạch đã được gặp lại các anh chị Afar Sài gòn (Lương quốc Chân, Lương quốc Thái, Nguyễn trung Sơn, Nguyễn phùng Minh, Nguyễn văn Thủy), Bình Dương (Nguyễn văn Nhiều, Phạm văn Trạng), Vũng Tàu (Nguyễn phước Trung Nguyên), Huế (Hồ văn Bình). Có người từng là bạn thân cùng thời, cùng phòng, cùng trường thời sinh viên, cũng có người là đàn em các lứa sau chỉ biết tên, chưa một lần gặp mặt. Nhưng trong tinh thần anh em một nhà, một họ "Esto Vir", tất cả đã có một buổi gặp gỡ chan hòa , thắm thiết tình thân.

Nâng ly mừng ngày họp mặt

Đặc biệt, lần này, nhờ lời "khích động" của anh Bùi đắc Lộc, các anh đã cố gắng mời cho bằng được đông đủ các chị đến tham dự, tránh cho các anh Afar VN khỏi mang tiếng để vợ ở nhà, đi nhậu một mình.

Đến nỗi, anh Thomas Thắng phải lên tiếng ganh tỵ sao tui về VN mà đâu có được các chị ủng hộ rần rần như vậy, tủi thân quá. Xin trả lời là nếu anh Thomas dám xâm mình đưa một chị về giới thiệu thì xin thề là tất cả các chị ở đây đều có mặt đầy đủ để chúc mừng.

Trong buổi họp mặt này, anh em cũng có dịp chào hỏi anh chị Trần công Bảo – Tố Quyên đang vi vu đâu đó bên nhà hàng xóm Thái Lan.

Anh Thạch mở đầu tiết mục "tự giới thiệu", rồi lần lượt các anh lần lượt tiếp theo. Lớn nhất là anh Chân và nhỏ nhất là Trạng, khóa cuối cùng trước khi đứt phim.

Gặp nhau, rôm rả chuyện trò. Các chị tuy nhiều người lần đầu gặp nhau nhưng cứ như những bạn bè thân thiết từ lâu, vui vẻ, tươi cười.

Bữa trưa do đầu bếp Nguyễn văn Nhiều đi chợ, khá đầy đủ các món truyền thống của Việt Nam càng khiến mọi người thêm ngon miệng, phấn khởi.

Đến 14:00 pm, mọi người bịn rịn chia tay, vì có những người ở xa hàng trăm cây số phải về cho kịp chiều tối.

Trước khi chia tay, mọi người cùng nhau chụp những tấm hình lưu niệm những giây phút tuy ngắn ngủi nhưng rất quý giá này, nhất là trong lúc trời đã tối rồi.

NV Thủy - Ac HV Bình -Ac NP Minh - Ac TN T- Ac LQ Chân - AC LQ Thái - Ac NT Sơn - PV Trạng -NPT Nguyên

Những khoảnh khắc quý báu không thể nào quên.

Sau cùng, cảm thấy buổi gặp nhau hôm nay vẫn chưa "đã", chưa đủ thời gian để bày tỏ tình thân, mọi người cùng hẹn nhau sẽ cà phê ăn sáng vào ngày thứ Năm kế tiếp.

Họ hàng Afar nhà này không bao giờ hết chuyện để "buôn".

Mong thay sẽ được tiếp tục đón chào các anh chị Afar ở khắp nơi về lại chốn xưa, nhất là các anh chị chưa về hay đã lâu chưa về.

Trời sắp tối rồi. Ráng được thì cứ ráng.

Nguyễn Phùng Minh

12/28/2022

Cà Phê sáng

tại 78 Huỳnh Tịnh Của ngày 11/30/2022

Bùi Hữu Vừa và Nguyễn Tường Vân

Xin chuyển anh hình Vừa-Trà chụp với anh chị Tường Vân hôm qua 12/21/2022 ở Seafood hải cảng Houston. Cương vì bạn không đi được. Vừa nói là không nhận được email của afar, không biết tại sao. Email của Vừa: vuahbui@gmail.com
Kenny Ngo – 12/21/2022

Từ trái: Nguyên (con anh Vân), anh Vân, Vừa, Trà (chị Vừa), chị Vân

Cháu Thu Hà thăm Nam Cali

Cháu Thu Hà là một trong những cựu sinh viên HBTN-HDN 2013-2017, đã qua Mỹ sống vài năm gần đây. Từ đó cháu thường xuyên đóng góp cho chương trình Thiện nguyện AFF. Vợ chồng cháu (Thu Hà-Long) có dịp thăm Nam Cali và muốn được gặp một số các cô bác Afar tại đây. Ngày 22 tháng 4 vừa qua, một số bác Afar đã cùng ăn trưa thân mật với vợ chồng cháu tại Little Saigon. Thu Hà vui tính, dễ thương, định cư tại Stockton, CA. Hiện nay cháu vừa học vừa làm toàn thời gian. Chúc cháu hạnh phúc bên chồng và thành công trong môi trường mới.

Tại Seafood World 4/22/2023

Tạp ghi về buổi Cầu nguyện và Họp bạn 3/26/2023

Ba năm bị Covid hoành hành, Afars không có dịp ngồi với nhau. Hôm nay, anh em đã có thể gặp lại nhau, mặt đối mặt trong không khí thân mật và ấm cúng tại tư gia anh chị Đinh Sinh Long ở Huntington Beach, California.

Trong suốt hai tháng chờ đợi ngày hội ngộ, anh chủ tịch Afar Cali Bùi Đắc Lộc nhiều lần kêu gọi và nhắc nhở về buổi họp mặt thân tình này. 34 anh chị em Nam Cali và anh chị Ngô Phước Cương từ Houston đã ghi danh. Vào phút chót anh Nguyễn Ngọc Rao phải miễn cưỡng cáo lỗi vì chuyện bất ngờ xảy ra ngoài ý muốn. Ngoài ra còn có sự hiện diện qua zoom của 7 bạn phương xa: Peter Phú từ San Jose, Thái Huế và Nguyễn Thiện Hùng từ Florida, Giáp Phúc Hải từ Virginia, Nguyễn Tùng Lâm từ Canada và Nguyễn Phụng Minh từ Việt nam. Chỉ còn thiếu anh em ở Pháp nữa là trọn vẹn. Như vậy, tổng số anh chị em tham dự buổi hội ngộ là 43 người.

Anh chị ĐS Long đã chuẩn bị nhà cửa, vườn tược đẹp đẽ cũng như thử zoom và âm thanh thật tốt để thù tiếp bạn bè. Bàn ghế được kê lại gọn ghẽ và đẹp mắt để mọi người đều có thể nhìn rõ màn hình zoom khi hội họp, cầu nguyện cũng như văn nghệ.

Mọi người đều có mặt đúng giờ. Giờ Đắc lộ mà: 12:00 pm đúng như dự tính.

12:15 pm, anh chị em quây quần bên bàn ăn với những thức ăn ngon miệng do các chị mang đến. Chị ĐS Long khai mạc với lời nguyện cám ơn Chúa chúc lành cho của ăn, cũng như sự có mặt của bạn hữu.
Phải nói là mới nhìn đủ thứ trên bàn đã thấy mê rồi. Với sự điều hợp của chị chủ nhà Diệp-Đinh Sinh Long, thức ăn nhiều, ngon và hấp dẫn quá. Nào là súp nóng của chị Diệp, heo quay bánh mì, bánh bèo, bánh rán do chị Thúy Phương, bánh cuốn nhân thịt và không nhân với giò lụa do chị Hân mang đến. Nào là bê thui do chị Hạnh-Hưng, gỏi sà lát do chị Quyên, gỏi tôm thịt do chị Mai. Về đồ uống, có rượu do Quảng Đức, ngon lịm giọng luôn. Có chè sương sáo nước dừa với mít..., nước lạnh đóng chai. Tráng miệng thì ê hề nho, dâu, bánh bông lang kem. Cũng phải kể hộp súc cù là của anh chị Hân-Châu nữa chứ. Không biết còn gì nữa không nhỉ? Ồ, chút xíu nữa quên chai sâm banh của cụ Phan An.

Sau những năm tháng không gặp nhau, nhớ ôi là nhớ, bây giờ lại được thấy nhau, mừng vui khôn tả. Anh em vừa ăn uống vừa chuyện trò rôm rả, từng nhóm, từng nhóm, nhảy qua nhảy lại. Bao nhiêu chuyện chưa được nói trong mùa Covid để dành đến hôm nay nói hết. Chụp hình chụp ảnh lia chia.

Có khá nhiều tin vui. Cụ Phan An là nổi đình đám nhất. Cụ được cháu Hoàng Anh đưa tới. Năm nay cụ thọ 89. Lưng còng, chống gậy nhưng cụ khỏe lắm. Giọng cụ sang sảng, vồn vã chào hỏi người này người kia, kéo cô bác vào chụp hình chung với cụ, chụp trong nhà, chụp ngoài sân sau, trước. Cụ thích vườn hoa của anh chị chủ nhà quá đỗi, cứ nức nở khen hoài. Qua năm tới, cụ lên 90, lúc đó kể như cụ lọt vào vòng U100 rồi. Anh chị Hân-Châu lần đầu tiên xuất hiện với Afar. Anh chị mới từ San Jose dọn về đây chừng một năm. Tuy anh Hân chỉ ở Cư xá Đắc lộ vài tháng vào năm 1967 rồi du học Canada, anh chưa biết gì nhiều về sinh hoạt Afar trước đây nhưng anh chị đã hòa đồng với bạn bè rất cởi mở và thân tình. Hy vọng từ nay anh chị Hân-Châu sẽ thường xuyên sinh hoạt với nhóm. Hai cụ ĐT Thiện hai cây gậy vui vẻ đến với tin vui con cháu thành công. Ông nhạc sĩ thợ lặn kinh niên TQ Phục cũng lò dò đến. Trông ông gầy hơn mấy năm trước. Ông cho xem hình thằng cháu đẹp trai quá. Ông mê cháu quá mà, chơi với cháu ngày đêm nên sụt 20 lbs, nay lên lại được 5 lbs rồi. LM Đức có công việc mới, tốt hơn, gần nhà hơn ngay tại hãng Boeing, Long Beach, Orange County. VV Phác vừa nghỉ hưu, vui thú điền viên và du lịch.

Khoảng 2:00 pm, khi bụng đã đầy, những câu trao đổi vẫn còn đang sôi nổi tiếp diễn thì anh chủ tịch BĐ Lộc mời mọi người vào phòng họp. Anh Lộc vắn tắt giới thiệu sinh hoạt Afar Cali trong thời gian qua và các nhân vật đặc biệt: cụ Phan An trưởng lão từ Encino tới, có lẽ cụ là người ở xa nhất, phải ngồi xe lâu nhất hôm nay. Cụ mở sâm banh rất điệu nghệ, nổ cái "bóp", nút chai bay lên trần nhà rồi rớt xuống trước màn ảnh TV, mà bọt rượu không hề nhỏ xuống sàn gỗ. Anh chị Hân-Châu lần đầu tiên có mặt, anh chị Đoàn-Thu Thu không hề ở trong cư xá ngày nào nhưng là thành viên của Ban Điều Hành quỹ Thiện nguyện AFF, anh chị PN Thạch-Trinh với J&J Matching Program, cháu Tammy ái nữ của anh chị Peter Phú-Hải với Google Matching Program. Anh Lộc cũng đọc "Thư gửi bạn ta" rất tình cảm của anh NH Tùng gửi cho anh Phan An với nhiều kỷ niệm đẹp. Anh Tùng cũng nhắc tới anh NV Hùng và nhiều bạn quá vãng khác.

Thêm nữa, anh Lộc lúc này thay chị Tố Quyên làm thủ quỹ của Afar Cali nên đã khều nhẹ anh em đóng niên liễm năm 2023. Chị Lộc sau đó đã âm thầm đi một vòng, cười cười.

Anh Trần Công Bảo tiếp nối, trình bày sinh hoạt thiện nguyện của Afar Foundation cho VN với những thành quả trông thấy, nhiều cháu đã ra trường có việc làm tốt, thậm chí còn có những cháu được nhà trường giữ lại và mời vào ban giảng huấn đại học. Anh Bảo cũng lướt qua các chương trình Học Bổng Thành nhân tại Cần Thơ, Bình Dương với Nguyễn Phụng Minh và NN Sơn là đầu tầu và các cháu Duy Khang và Phương Thảo nhận cầm bó đuốc giúp các bác nay đã lão. Chương trình HBTN Huế-Đà nẵng với Hồ văn Bình là đầu tầu với sự hợp tác chặt chẽ và đầy nhiệt huyết của chị Trang phu nhân của anh, và các cháu Mai Đình, Phương Dung cũng đã nhận cầm bó đuốc. Lớp Học Tình Thương tại Sài Gòn dưới sự điều hành của anh Đoàn Minh Hùng, một nhà giáo trẻ. Ngoài việc dạy dỗ các cháu nhỏ không có cơ hội đến trường ban ngày, lớp học này còn giúp một số cháu học nghề sửa máy điện toán, thẩm mỹ, phụ bếp ...

Các chương trình thiện nguyện đang tiến triển đều đặn và tốt đẹp, nhưng nguồn vốn thì giới hạn. Anh TCB, NQ Đức và các bạn trong Ban Điều Hành đang cố gắng đẩy mạnh phương thức Gầy Vốn để các chương trình thiện nguyện được kéo dài, dài thêm nữa... qua thế hệ tiếp nối, nhưng chưa biết sẽ đi tới đâu trong tương lai gần.

Đúng 3:00 pm, chương trình Cầu nguyện và Tưởng nhớ bắt đầu.
Chương trình cầu nguyện hôm nay được TCB và TNT soạn theo khuôn mẫu của nhóm bạn YKSG 1969 đã làm hàng tháng trong ba năm qua, trong đó TCB, GPH và TNT cùng hai bạn nữa ngoài Afar cùng biên soạn và anh chị NTA và VKC thường xuyên tham dự.

Mặc dù anh ĐSL, TCB và TNT đã thử âm thanh qua zoom trước đó vài ngày với sự cố vấn của cháu gái ngoại anh chị Long. Mọi sự tốt đẹp. TNT cũng tới sớm để thử máy lại trước giờ hội, vẫn tốt đẹp. Chỉ hơi trở ngại cho TNT một chút xíu: mắt lão, đọc chữ nhỏ khó khăn. Anh BDL đến, muốn chiếu vài slideshows hình ảnh cũ cho cả nhà cùng xem. Laptop của anh ĐSL nhỏ, chữ nhỏ và không còn chỗ để cắm thêm USB của anh BDL. TNT đề nghị dùng laptop anh Lộc có chữ to hơn. Thêm nữa, anh BTL cắm cái microphone tốt vào laptop cho âm thanh rõ, to và hay hơn.

Thế là trục trặc bắt đầu. Các bạn trên zoom bên kia nói, người ở đây không nghe rõ; và anh em ở đây nói, các bạn bên kia không nghe rõ. Đến khi mở đầu phần cầu nguyện còn tệ hơn nữa. TNT chạy Youtube bài thánh ca "Hát Lên Bài Ca" để cả nhà cùng hát theo. Không được. Lúng túng mãi, TNT chẳng biết sửa làm sao. Thôi đành. Cũng may, bài ca này ca đoàn họ đạo TNT vài ba tuần lại hát nên nghe riết cũng quen tai. TNT liều mình cất tiếng hát chay, và anh em cùng hát chay theo. Xin cáo lỗi với cả nhà và nhất là anh ĐSL đã chuẩn bị chu đáo mà bị

TNT làm cho hư sự vào lúc cần nhất. Kinh nghiệm, lần sau cái gì đã tốt rồi thì không thay đổi vào phút chót nữa.

Anh TCB mở đầu với ý CẦU NGUYỆN và TƯỞNG NHỚ các linh mục giám đốc, các cựu sinh viên, các thân nhân của anh em afar mới qua đời và các ân nhân của AFF.
Các chị ĐS Long, chị Thúy Phương và chị Nhơn, lần lượt đọc các bài đọc và đáp ca. Tiếp theo đó, NTA với giọng trầm ấm đã hát bài "How Great Thou Art" và anh ĐSL đệm keyboard. Hay hết biết. Bài How Great Tou Art là một trong những bản thánh ca được ưa thích nhất và được hát nhiều nhất. Kế tiếp các chị PNT, anh TCB, chị Thanh, anh NPM, anh ĐTT từng người lần lượt đọc phúc âm và suy niệm tin mừng do anh Hồ văn Bình biên soạn.
Anh TCB nói lời cuối tóm tắt những lời nguyện cầu cũng như cám ơn anh chị ĐSL đã bỏ nhiều công sức để tiếp đón anh em afar. Và bài thánh ca "Kinh Hòa Bình" với tiếng đệm keyboard nhè nhẹ của anh ĐSL đã kết thúc chương trình cầu nguyện tại đây.

Phần văn nghệ mở màn với đôi song ca Diệp-Long qua nhạc phẩm "Tuổi xa người". Những tiếng vỗ tay rào rào vang lên khi tiếng hát chị Diệp vừa dứt. Nhiều giọng hát tài tử thay phiên nhau trình diễn. Ngô Phước Cương với Monalisa. Chị PN Thạch dẫn nhập bài hát với kỷ niệm chị được đóng kịch trong vai Monalisa thời trung học, tiếp đến là chị Thu Thu, anh BT Lợi, anh NT Anh, NQ Đoàn, NP An, LM Đức.... được hoan hô nhiệt liệt. Anh BT Lợi có lối kể chuyện làm dẫn nhập cho bản nhạc anh sắp sửa trình bày thật duyên dáng và lôi cuốn của một MC chuyên nghiệp. Và còn ai nữa nhỉ?

Nhìn qua phòng ăn, nhà bếp. Chị Thúy Phương đang cặm cụi thu dọn, làm sạch bếp núc, sàn nhà, chị Thanh loay hoay nơi bồn rửa chén và các chị khác phụ giúp thu dọn. Rất cảm phục và cám ơn các chị.

Lúc 5:00 pm, chủ tịch BĐ Lộc tuyên bố "cuộc họp tạm đủ dài. Chúng ta sẽ kết thúc buổi hội ngộ lúc 5:30 pm, nhưng cô bác nào còn muốn tiếp tục thì xin ở lại ca hát tiếp."
Khoảng 5:15 pm, cụ Phan An mệt quá, xin cáo lỗi ra về. Tay này cụ cầm gậy, tay kia cụ cầm tờ giấy có hình ông Franklin, cụ hỏi TNT "cái này đưa cho ai?" May mắn, anh TCB đang đứng đó giải quyết giùm. Cụ còn phải đi một đoạn đường dài nữa mới về đến nhà.

Sau 5:30 pm vài phút, TNT thấy đã là giờ tan hàng và cũng tới giờ hẹn với mấy đứa cháu, thêm nữa hai cụ ĐTT mang hai cây gậy cũng đã đau lưng cần nghỉ ngơi, nên TNT cũng xin phép cáo lui luôn.

TNT đã cám ơn chị Diệp và nhờ chị chuyển lời cám ơn tới anh ĐSL đang bận đệm đàn. Chị Diệp đã ưu ái tiễn chân v/c TNT tới chỗ đậu xe.

Không biết sau khi TNT ra về, các bạn còn tiếp tục tới lúc nào thì mới thật sự ai về nhà nấy. Nhưng chưa hết đâu, cuối năm nay anh chị em mình lại sẽ gặp nhau nữa.

THÁNG BA AFAR
Tháng ba Covid đi rồi
Afar hội ngộ ôn thời đã qua
Bạn bè khắp chốn gần xa
Qua zoom, đối mặt quá là rất vui
Chuyện trò, ăn uống đã đời
Cùng nhau cầu nguyện cho người đã đi
Văn nghệ tiếp nối một khi
Người đàn, người hát, người thì vỗ tay
Tiếc rằng vài bác quanh đây
Cũng không chịu tới nơi này vui chung
Còn chục năm nữa là cùng
Có mong thấy mặt cũng không dễ gì.

Trương Ngọc Thạch

Mời xem thêm hình ảnh:

- *Slideshow kỷ niệm 1987-2019-**BĐL**:* https://www.flickr.com/photos/40095659@N03/albums/72177720306966167
- *106 Hình-**BĐL**:* https://www.flickr.com/photos/40095659@N03/albums/72177720307040467
- *25 Hình-**ĐSL**:* https://www.flickr.com/photos/40095659@N03/albums/72177720307046797
- ***Kenny Ngo**:* https://www.youtube.com/watch?v=JvZ99AY14Ic
- ***Thu Thu-NQĐoàn-ĐSL**:* https://youtu.be/-FGUvWxFSjQ
- ***Chị Trinh-PNT**:* https://www.youtube.com/watch?v=4nfcel5P3v0&list=PLFjn-BHKwWLRcsAqPuNWA_Gw1fp0xoARO&index=3
- ***NT Anh**:* https://www.youtube.com/watch?v=sBUsFAzxAYs&list=PLFjn-BHKwWLRcsAqPuNWA_Gw1fp0xoARO&index=4

Canada afar mini reunion

*Afar **Trương hữu Lượng** đãi ăn bún bò Huế @Pho Đo*

<u>Bên trái</u>: NTL, THL, chị THL

<u>Bên phải</u>: GPH, chị NTL, chị GPH

Tháng Sáu Trời Mưa

"Tháng Sáu trời mưa, trời mưa không dứt.

Trời không mưa tôi cũng lạy trời . . . đừng mưa."

Tôi lạy trời đừng mưa vì chiều tối nay lúc 17g00 ngày 30 tháng 6 năm 2023 có cuôc họp mặt của Afar VN với anh chị Trần công Bảo ở Mỹ về. Thế nhưng gần đến giờ hẹn, ông trời lại ban cho một trận "như cầm chĩnh đổ" kéo dài suốt tận đến 9 giờ tối.

Trời mưa thì mặc ông trời.

Afar ta cứ vui chơi sum vầy.

Kể cả các anh ở Bình Dương, ở xa nhất là 70 cây số, như Phạm văn Trạng, lại là người đến sớm nhất, hoặc anh chị Trung Nguyên từ Vũng tàu, cưỡi mô tô vượt hơn trăm cây số để về họp mặt.

Các anh chị khác không kể tuổi tác, bệnh tật cũng đến, làm ấm thêm tình bạn hữu Đắc Lộ ngày xưa thân ái. Ngoài kia, trời vẫn rả tích.

Nguyễn văn Nhiều từ Bình Dương

Nguyễn Phước Trung Nguyên từ Vũng Tàu

Những câu chuyện xưa, chuyện nay, những kỷ niệm thời sinh viên cư xá, những lời hỏi thăm về sức khỏe, gia đình làm buổi họp mặt sôi nổi không ngớt.

Nâng ly chúc mừng hội ngộ.

Anh Bảo hào hứng kể lại chuyến du lịch suốt từ Bắc vô Nam. Từ quê nhà Nam Định, đến Hà nội, Huế, Hội an, Đà nẵng, Đà lạt rồi Sài gòn là điểm cuối. Tại Huế, anh chị đã có cuộc gặp gỡ anh chị Hồ văn Bình và các sinh viên Thành Nhân Huế - Đà nẵng.

Chúc mừng anh chị và gia đình đã có một chuyến đi vui vẻ, an toàn.

Trong lúc chuyện trò, ôn lại kỷ niệm ngày xưa, mọi người nhắc vui đến các cặp anh em ruột cùng ở trong cư xá. Kết quả tổng kết được những nhóm sau đây :

Bốn anh em ruột : Lê chí Nghị - Lê chí Huệ - Lê chí Giảng – Lê chí Hào.

Ba anh em ruột : Nguyễn như Sơn – Nguyễn như Lâm – Nguyễn như Hải. Ngô phước An – Ngô phước Cương – Ngô phước Liêm. Nguyễn quảng Đức – Nguyễn Quảng Văn – Nguyễn anh Tuấn.

Hai anh em ruột : Quản phúc Cảnh/Quản đức Hưng – Nguyễn hữu Tùng/Nguyễn hữu Bá - Dương hồng Huy/Dương hồng Dực - Văn kỳ Chương/Văn kỳ Nam – Võ văn Hoàng/Võ văn Phác – Hồ thanh Diệp/Hồ thanh Chương - Bùi đắc Lộc/Bùi tiến Lợi – Tôn thất Vinh/Tôn thất Thước – Lương quốc Chân/Lương quốc Thái – Hoàng trọng Mộng/Hoàng trọng Thúy - Nguyễn văn Thắng/Nguyễn văn Tuấn – Ngô trung Trọng/Ngô tri Túc – Nguyễn phước Trung Nguyên/Nguyễn phước Dương – Lê văn Minh/Lê phước An – Trần tịnh Hiền/Trần tịnh Đức - Nguyễn vũ Khanh/Nguyễn vũ Hùng – Bùi tuấn Long/Bùi tường Hiệp . . .

Chuyện xưa, chuyện nay

Từ trái qua: Chị Thủy (bà xã anh Trung Nguyên)-NPT Nguyên-NV Nhiều-Chị Quyên (bà xã anh Bảo)-TC Bảo-Chị Chi (bà xã anh Thái)-LQ Thái-Chị Hân (bà xã anh Chân)-LQ Chân- NPMinh-Chị Hà (bà xã anh PMinh). Thiếu anh Phạm văn Trạng bận làm phó nhòm.

Đặc biệt, hôm nay cũng là ngày anh Lương quốc Thái chào mừng 77 xuân xanh. Mọi người vui vẻ chúc mừng sinh nhật anh Thái.

Bánh Sinh nhật anh Lương quốc Thái

Chúc mừng Sinh nhật

Buổi họp mặt tan hàng lúc 20g30. Mọi người cùng hẹn nhau sẽ cố gắng tham dự những cuộc gặp gỡ Afar khắp nơi như thế này, trong điều kiện có thể. Rất mong có dịp đón tiếp các Afar khắp nơi về thăm quê, gặp gỡ bạn bè của ngày xưa Cư xá.

Sài gòn 3 tháng 7 năm 2023.

Nguyễn phùng Minh.

Gặp nhau tại Washington

Hôm qua 2/12/2023, được anh chị Võ Văn Hào bảo trợ, được ăn món Vịt Bắc Kinh quý hiếm tại thủ đô Mỹ, ngay chỗ ngồi của Tổng thống Bush con trước đây.

Từ trái qua phải:

Đứng: *anh Hào, HVH, anh NT Anh.*

Ngồi: *anh Đại, bào đệ của anh Hào và thông gia của anh Yen, và phu nhân. Bên phải: các phu nhân của anh Hào và anh Yen (chị Sương và chị Nhơn).*

May mắn thay người nào cũng còn đi đứng được và nói được, nhớ đầy đủ chuyện xưa nay.

Anh NSY hứa sẽ viết về thời gian sau 30 tháng 4 anh chị ở Oklahoma và tích cực giúp đỡ các bác sĩ mới qua hành nghề lại tại Mỹ (bs NSY cho đến nay rất kín đáo và khiêm tốn về việc này, nhưng nay đã thành lịch sử, có thể "ông già sẽ kể chuyện đời xưa ", nhất là chuyện lên Washington cầu viện nghị sĩ Kennedy giúp.)

HVH

Mini Afar Họp Mặt

Anh Hào Hiền, tam ca (1) Đắc Lộ

Cùng hẹn nhau du hí đất D.C

Vịt quay nổi tiếng Bắc Kinh

Bên ngoài tuyết giá chẳng hề vướng chân

Dù tám bó, vẫn còn gân

Chuyện xưa tích cũ nhớ in rành rành

Còn ước hẹn viết lại chuyện cũ

Ký Sự A FAR sẽ thêm "fun".

CHÚC MỪNG, CHÚC MỪNG 🙌

TCB

----

(1): *Đại ca*

- BÁC Hiền và các Bác Afar...

  Chúc mừng các Bác gặp nhau vui vẻ ...Nào Afar cùng Thông gia hội ngộ

  Do Bác Hào kết nối những tình chung

  Từ Cali đến DC gặp mặt

  Hâm nóng lại Nồng ấm của Cali

  Chúc cả Đại Gia Đình AFAR MỘT MÙA HOLLIDAY 2024 ĐẦY VUI TƯƠI VÀ HẠNH PHÚC

  BTL Nam Cali

- Xin theo gót bác Thạch và bác Lợi viết thêm bài vè/ tường trình sau đây để tiếp lời bác Bảo:

Đại ca Bảo làm tui áy náy

Chỉ hai "ca" thôi, không dám đâu

Hai đại ca này đã đến Mỹ châu
Lúc tui còn ở rừng sâu nước độc.

Trong ba người hai anh qua Mỹ
Lúc Miền Nam thực thể chủ quyền
(Đời tui cơ cực triền miên
Đến tám mươi ba mới mò tới Mẽo!)

Nghe đàn anh kể chuyện xưa tích cũ
Bèn xin phỏng vấn một hồi lâu
Ba tiếng đồng hồ học hỏi đào sâu
Nên hiểu thêm đàn anh đàn chị.

Chuyện tiếng Việt cũ với tiếng hôm nay
Mỗi người mỗi ý tỏ bày tâm tư,
Chuyện chị Sương đi trước ba (mươi) tư
Lo gia đình còn lại ưu tư cũng nhiều.
Chuyện chị Nhơn học giỏi quá siêu
Bỏ Mayo đi Oklahoma vì tình yêu quá đẹp!

Chuyện anh Yen đi thủ đô tìm đường "cứu nước"
Vào hang hùm thuyết phục Kennedy
Giúp chương trình "tái chế" tỵ nạn ngành y
Những chuyện này nghe thật là thú vị!

Còn thêm chuyện ông bà Yen kén rể
Lại gặp ngay con cháu Bác Hào

Là phê chuẩn ngay trai tài gái sắc.

Nước Mỹ thật to mà coi cũng nhỏ

Đi vòng vòng con cháu Đắc Lộ gặp nhau.

Thôi chờ nếu có dịp sau

Sẽ hỏi han thêm đào sâu về quá khứ.

Cuối cùng xin cảm ơn gia chủ với mọi người

Một buổi chiều vui hứng thú học hỏi thêm.

Nếu có lời nào đụng chạm anh em

Xin thứ lỗi kể hèn này nhé!

HVH

Mini Dinner Friday Nov 24 at 6PM ...

Còn Bao Nhiêu Lần của 10 Năm Nữa

Xin góp nhặt sỏi đá trong ký Sự Afar

Hôm qua Afar Nguyễn Quảng Đức đã góp nhặt được Afar Trần tịnh Hiền - Phạm Ngọc Thạch-Phan Ngọc Sâm-Bùi Tiến Lợi và bốn Phu Nhân riêng Phu nhân Trần Tịnh Hiền bận công cán Ngoại Giao nên chỉ chín người, trong một nhà hàng Thái ở Little Saigon, buổi họp mặt diễn ra đúng giờ... 6 giờ kém năm là Quảng Đức thả Phu Nhân trước tiệm và parking...

Bàn tiệc được phân lô thật rõ ràng, các Bà bên trái, Chúng tôi bên phải (tính theo vị trí tôi ngồi) để những ân oán riêng tư nếu con xót lại sẽ được thanh toán cho xong ,trong không khí của mua Lễ Tạ Ơn mọi vướng mắc sẽ dễ được thả trôi qua cùng năm thán, cho nhẹ lòng và cho nhẹ đời...Phải nói Afar Quảng Đức, một trong những Chủ Lực của Afar Foundation, trong năm qua, với sự lớn mạnh của phong trào đóng góp nhờ những kêu gọi tích cực từ các Thành viên- Ban điều hành -từ sự hỗ trợ của thân hữu -Gia đình -Bạn bè của Afar ... luồng gió đóng góp đã mang được một sinh thái hy vọng ...Sở dĩ tôi phải nhắc thêm về cái tích cực và tài năng chu đáo của công việc Afar Quảng Đức đã làm ...Thì mới thấy buổi hội tụ tối qua ... Tài sắp xếp order các món ăn rất logic và hoàn hảo ... Mọi thành viên đã có một bữa ăn thật đầy đủ, Và được thưởng thức một chiếc bánh Thanksgiving tròn vẹn của mùa lễ.

Chả hiểu bên phía các Phu Nhân nói gì, nhưng bên Nam thì đủ mọi chuyện, từ 50 -60 năm trước ...Có lẽ là đêm của chuyện Cổ tích...

Thôi bởi chủ xị muốn em kể chuyện nên em viết tàm tạm cho các Bác đọc, xin phép các Bác, nếu không thích thì bỏ qua...

Chúc toàn thể Gia Đình Afar một mùa lễ Tạ ơn vui tươi và đầm ấm- Cám ơn Bác Quảng Đức và Phu Nhân đã chu đáo lo liệu và cũng cảm ơn Bạn Hiền-Thạch-Sâm cùng các phu nhân ... Chúng ta đã có một buổi tối vui vẻ đầy ắp kỷ niệm và yêu mến ấm cúng của mùa Thanksgiving 2023

Love

LợiLành CALI

XIII. TIN TỨC

1. Tin vui

- **Chị Minh Nguyệt** ra mắt sách

Chị Minh Ņguyệt (phu nhân của afar Phạm Hữu Phụng) tại Úc ra mắt Hồi ký The Goat Milk Baby. Sách có bán tại Amazon.

- **Nguyễn Tường Vân**
    - Cher Lân,

Rất vui được tin toi. Đã lâu lắm rồi !

Từ Ký Sự 33 moi lại có dịp gần Afar hơn và không quên cám ơn Anh TN Thạch rất nhiều. Lâu nay moi không trực tiếp tham gia hoạt động của Afar nói chung, nhưng vẫn không quên những kỷ niệm sống chung tại Đắc Lô thời Cha H. Forest. Và cũng cố gắng thực tiễn và theo khả năng bản thân, đem những gì đã hoc hỏi được trong thời gian đó vào đờy sống hằng ngày,

Làm sao quên đêm hải hùng mà NLHợp (đã mất tại Thái lan vì bệnh trong khi vượt biên qua ngõ Kampuchia), TBHoa, toi và moi đã ngủ kế nhau trên tấm tôle dợn sóng (ondulée) dùng lợp mái nhà trong tù Trảng lớn sau khi mình gặp nhau ở Taberd mà toi cp nhắc kín đáo trong « De Père Inconnu ».

Vài hàng mến thăm toi và Chị vui mạnh, an lành.

Thân,

NT Vân.

T.B. Có được message của toi. Sẽ nói chuyện tiếp. À bientôt.

- Vân thân mến,

Toa nhắc lại chuyện xưa gặp nhau khi "trình diện học tập" ở Taberd tháng 6 năm 1975, sau đó lên trại Trảng Lớn, đêm đầu tiên 4 tên ngủ trên tấm tôn dợn sóng, đặt trên một vũng sình trong căn nhà không có tường ! Sẽ có bạn thắc mắc làm sao tấm tôn bề ngang có 1 thước hay chưa tới 1 thước mà 4 tên nằm chung được, đó là vì các bạn không nghĩ ra đó thôi. Tấm tôn đặt ngang, không phải đặt dọc, chiều dài nó khoảng 2 thước, do đó 4 tên nằm "ngả lưng" trên tấm tôn, còn hạ bộ và chân lòi ra ngoài đất!

Nhưng ngoài hai đứa mình, còn hai bạn kia là Nguyễn Long Hợp (cũng là một AFAR "tiên phong" trong các AFAR) như toa nói, còn người thứ tư không phải là Trương Bửu Hoa (không cùng trại với mình), mà là Nguyễn Dương Đôn, một bác sĩ học y khoa bên Pháp về (bố làm bộ trưởng thời ông Diệm, cũng tên Nguyễn Dương Đôn).

Rất vui nối lại liên lạc với toa.

PN Lân

- *Một dược sư, ba đốc tờ*

  Nằm như bốn con cá

  Trên tấm tôn hai thước vuông

  Cuộc đời nay đóng hộp

  Thân cá mòi thấy thương!

  HVH

- Anh Hiền làm thơ hay. Nghe các bạn Lân và Vân gặp cảnh quá khổ tôi rất buồn. Thăm các bạn vui mạnh.

  VV Hào

- *Thân cá mòi thấy thương*

  Nhưng chỉ là thân xác

  Tinh thần mới quan trọng

  Esto vir tỏ tường

  PN Lân

- ***Lạ trường lạ Lớp***

  Bốn mạng một tấm tôn

  Rộng chừng hai thước vuông

Cảnh cá mòi đóng hộp

Lạ lớp lẫn lạ trường

Nửa thân trên miếng tôn

Nửa thân dưới thấm bùn

Thì thầm chuyện cũ mới

Esto Vir tình thương

TNT

- **Cher anh Lân**

Cher écrivain, à l'âge de 80 ans,

Tu es un exemple pour nous tous.

Malgré les difficultés de la vie,

Tu as su garder ton esprit élevé.

Ta plume est toujours aussi vive,

Et tes récits continuent de captiver.

Nous te remercions pour ta contribution,

Et pour ton esprit indomptable.

Avec toute notre admiration,

Nous te salutons, cher écrivain,

Qui a su garder un esprit Esto vir

Malgré l'adversité de la vie.

HVH

- ***Chào bác Lân***

Chào văn sĩ, tuổi 80,

Bác là khuôn mẫu của người quý thân.

Dù cho cuộc sống khó khăn,

Bác luôn biết giữ tinh thần rất cao.

Văn phong sống động làm sao!

Những chuyện bác kể rung bao tim người

Cảm ơn bác lắm, bác ơi,

Tinh thần bất khuất trọn đời không phai.

Bạn bè ngưỡng mộ lắm thay,

Chúng tôi ngả nón phục tài nhà văn

Esto vir, vững tinh thần

Vượt qua nghịch cảnh, vươn lên với đời.

(phỏng dịch thơ HVH)

TNT

2. Tin buồn

Năm 2023, bạn hữu Afar cũng đau buồn tiễn đưa 4 bạn về miền miên Viễn. Toàn thể anh em Afar thành thật chia buồn với tang quyến và sẽ còn mãi nhớ đến các anh.

- Đặng Đình Tiến: 21/2/2023
- Đặng Tiến: 17/4/2023
- Mai Huy: 8/5/2023
- Phan An: 15/10/2023

LỜI KẾT

Đặc San Đắc Lộ Xuân Giáp Thìn 2024 đến tay các bạn ngày đầu năm nay trích dẫn nhiều bài viết của nguyệt san Afar Ký Sự trong năm 2023, kèm thêm một số đóng góp mới.

Đây thật sự là công lao của chung của các cựu sinh viên Cư xá Đắc Lộ, các sinh viên Học Bổng Thành Nhân và thân hữu. Mọi người đã làm việc hết lòng để hàng tháng có Afar Ký Sự từ hơn ba năm qua.

Đặc San Đắc Lộ Xuân 2024 là ấn phẩm thứ tư tại hải ngoại sau Kỷ Yếu Cư Xá Đắc Lộ 2010 nhân kỷ niệm 50 năm thành lập cư xá, Kỷ yếu kỷ niệm 60 năm, năm 2020 và sau đó là Đặc San Đắc Lộ năm 2021 với chủ đề GIEO MẦM.

Ngoài phần báo cáo những hoạt động thiện nguyên như Học Bổng Thành Nhân, Đặc san Gieo Mầm còn tường trình các công tác cứu trợ bão lụt miền Trung, cứu trợ đại dịch Covid, chúng ta còn hoạch định chương trình Gầy Vốn, tìm kiếm những mầm non mới để TRAO BÓ ĐUỐC cũng như tạo một số VỐN để giúp thế hệ sau dễ dàng tiếp nối công việc của thế hệ đi trước nay đã cao tuổi.

Đặc San Giáp Thìn 2024, qua lời ngỏ của chủ bút TNT, đã tóm tắt đầy đủ nội dung. Có một điều đặc biệt là năm nay đặc san nói về sự đóng góp của các hậu duệ afar. Hậu duệ Dorothy, ái nữ afar NQĐ còn viết tâm thư gửi cho các hậu duệ khác kêu gọi tham gia, ngõ hầu chúng ta vẫn tiếp tục công tác THIỆN NGUYỆN để AFF sẽ không tàn lụi.

Mặc dù AFF đã đạt được một số kết quả, nhưng trước mắt hãy còn nhiều chông gai, khó khăn. Nhưng tôi tin với "Estovir-Thành Nhân" trong mỗi chúng ta, và sự trợ giúp của các thân hữu, chúng ta sẽ làm được một chút gì cho đời. Một lần nữa tôi xin thay mặt BDH AFF gửi lời cám ơn chân thành nhất đến các ân nhân.

Kính chúc tất cả năm Giáp Thìn luôn an khang, mạnh khoẻ và hạnh phúc.

Trần Công Bảo
Thay mặt Ban Điều Hành
Quỹ Thiện nguyện Cựu Sinh viên Cư xá Đắc Lộ